AF517727

आपल्या या काळातील बदलत्या जादुई वातावरणाचे सर्वदृष्ट्या व्यंगात्मक चित्रण.

– मृदुला गर्ग

'नाकोहस' ही फक्त कपोलकल्पित दुष्ट शक्ती नाही; या कादंबरीत ती मानवी भावभावना आणि घडामोडींवर लक्ष ठेवून स्वतःच्या दृष्टिकोनातून तार्किकदृष्ट्या त्यावर स्वतःचे विचार मांडू शकणारे हाडा-मांसाचे, चतुर आणि चलाख, सहजासहजी आकलन न होणारे, तरीही अमानवीय शक्ती असणारे व्यक्तिमत्त्व आहे. कादंबरीत एकूणच वैचारिक मुस्कटदाबीचे विदारक चित्रण असल्यामुळे विचारवंतांच्या मनाला ताण देणारे आहे.

– गोविंद निहलानी

वाढती असहिष्णुता हा विषय या कादंबरीतून चांगल्या प्रकारे हाताळला गेला आहे. यातील काल्पनिक 'आहत भावना आयोग' सद्य परिस्थितीत सहज प्रत्यक्षात अवतरू शकतो.

– प्रियदर्शन

('द वायर' मासिक ३१/१२/२०१६)

नाकोहस

पुरुषोत्तम अग्रवाल

अनुवाद
सुनीता देवस्थळी

मेहता पब्लिशिंग हाऊस

Please contact us at **Mehta Publishing House,** Pune.

✆ +91 020-24476924 / 24460313 / Mob. No. 9545000513

Email : production@mehtapublishinghouse.com

Website : www.mehtapublishinghouse.com

- *या पुस्तकातील लेखकाची मते, घटना, वर्णने ही त्या लेखकाची असून, त्याच्याशी प्रकाशक सहमत असतीलच असे नाही.*

NACOHUS by PURUSHOTTAM AGRAWAL

Originally Published in Hindi

First Published by Rajkamal Prakashan New Delhi

Translated into Marathi Language by Sunita Devasthali

नाकोहस / अनुवादित कादंबरी

अनुवाद : सुनीता देवस्थळी

Email : author@mehtapublishinghouse.com

मराठी अनुवादाचे व प्रकाशनाचे हक्क : मेहता पब्लिशिंग हाऊस, पुणे.

प्रकाशक : सुनील अनिल मेहता, मेहता पब्लिशिंग हाऊस,
१९४१, सदाशिव पेठ, माडीवाले कॉलनी, पुणे – ४११०३०.

अक्षरजुळणी : एडी कोऑथर्स डॉक्युमेन्टेशन सर्व्हिसेस प्रा. लि., कोथरूड, पुणे ३८

मुद्रक : पार्कसन्स ग्राफिक्स

प्रथमावृत्ती : ऑक्टोबर, २०१९

मुखपृष्ठ : फाल्गुन ग्राफिक्स

किंमत : ₹ १९५

P Book ISBN 9789353173388

E Book ISBN 9789353173395

E Books available on : amazonkindle Apple Books Google Play Books

कट्टरतेच्या विरोधात आयुष्य वेचणाऱ्या
खुर्शीद अन्वर यांच्या स्मृतीस...

मनोगत

श्री. पुरुषोत्तम अग्रवाल यांची 'नाकोहस' ही कादंबरी भाषांतरासाठी हातात आली... पुस्तकाच्या नावातच गाडं अडतंय की काय असं वाटलं. 'नाकोहस' म्हणजे काय? कोणत्याही शब्दकोशात न मिळणाऱ्या शब्दाच्या शीर्षकावर आधारित ही छोटेखानी कादंबरी वाचायला घेतल्यावर मात्र खूपच भावली.

राजकीय, सामाजिक, सांस्कृतिक, धार्मिक आणि किती काय काय बाबतींत पाहता पाहता जग खूप बदलत गेलं. ऊठसूट कोणीही 'आमच्या भावना दुखावल्या' गेल्याचं भांडवल करून का असेना; पण आपलं घोडं पुढे दामटत असतं. गुंडगिरी करून आपल्या मनाप्रमाणे करून घेत असतं. मतांचं राजकारण खेळत राजकारणीसुद्धा अशांना पाठीशी घालत असतात. मीडियाला छोट्या छोट्या गोष्टींना मोठं रूप देऊन दिवसभर त्यावरच पाल्हाळ लावत बसण्यात काय मजा वाटते ते त्यांचं त्यांनाच ठाऊक! पण त्या दिवसभराच्या प्रसारित होणाऱ्या प्रकाशझोतासाठी आसुसलेले लोक विनाकारण समाजात कुरापती काढत असतात. तत्त्वानं वागणारे, बुद्धीच्या कसावर जग पारखणारे, खऱ्या अर्थानं प्रामाणिकपणे जगू पाहणारे, आपल्यासारख्या निधर्मी देशात निर्मळ मनानं, खरोखरीच धर्मसहिष्णुतेनं राहू पाहणारे मात्र या अशा वातावरणात भरडले जातात. हे आजच्या काळातलं वास्तव लक्षात घेऊन लेखकानं त्याभोवती एक काल्पनिक चित्र मोठ्या कल्पकतेनं रंगवल्याचं हे पुस्तक वाचल्यावर प्रकर्षानं जाणवलं.

खरंतर रोजच्या आपल्या धकाधकीत या गोष्टी सर्रास घडत असतात. कधी आपलं तिकडे लक्षच जात नाही; तर कधी आपण 'आपला काय संबंध? काही का होईना!' म्हणत तिथे जाणूनबुजून डोळेझाक करत असतो. 'आपण बरं, आपलं काम बरं; झक मारो दुनिया' या सर्वसामान्यांच्या वृत्तीमुळे 'आमच्या भावना दुखावल्या' म्हणून समाजात आगी लावणाऱ्यांना गुंडगिरी करण्यासाठी आयतंच मोकळं रान मिळतं. म्हातारी मेल्याचं दुःख नसलं तरी काळ सोकावत जातो. कधी कधी मनातली ही खदखद कैफियत म्हणून कुणासमोर मांडावीशी वाटली तरी त्यासाठी योग्य मार्ग मिळतोच असं नाही. आपल्या लोकशाहीत वाणी आणि लेखनस्वातंत्र्य आहे असं जरी म्हटलं तरी ते पूर्ण सत्य नाही, हे आपल्या सर्वांनाच माहीत आहे. मन मोकळं करून आपली बाजू मांडणं; मग ती कितीही सत्याची असली, कितीही रास्त असली; तरी कायदा आणि 'भावना दुखावलेल्यां'कडून ती कशी अंगलटी

येऊ शकेल, याची कल्पना करता येत नाही. सत्याची कास धरणाऱ्यांना अशा दहशत निर्माण करणाऱ्यांकडून मिळणाऱ्या शारीरिक आणि मानसिक यातनांमधून जावं लागू शकतं.

प्रस्तुत कादंबरीत हेच सत्य ट्रॅजिक फँटसीमधून लेखकानं यशस्वीपणे रेखाटलं आहे. कुठल्याही घटनेचा सरळ सरळ उल्लेख न करता; तरीही सुज्ञ वाचकांना त्या त्या घटना आठवायला आणि विचार करायला भाग पडणारं हे लेखन मला भावलं. त्या घटनेच्या अनुषंगानं विस्मृतीत गेलेल्या पौराणिक कथा आणि काव्यांची योग्य त्या जागी झालेली पेरणी, हे या कादंबरीचं वैशिष्ट्यच म्हणायला हवं.

दुखावलेल्या भावनांच्या 'नॅशनल कमिटी ऑफ हर्ट सेन्टिमेंट'चं संक्षिप्त रूप म्हणजेच 'नाकोहस'. आणि 'बौद्धिक, नैतिक, समाजरक्षक'चं संक्षिप्त रूप 'बौनैसर'सारखे शब्द घालून मूळ लेखकाने समाजाच्या सद्यःस्थितीसाठी चपखल अशा नव्या शब्दांची शब्दकोशात भरच घातली आहे, असं म्हणायला हरकत नाही.

उच्चशिक्षित आणि उच्च पदं विभूषित करणाऱ्या या अभ्यासू लेखकाच्या साहित्यकृतीचं भाषांतर करण्याची संधी मला प्राप्त करून दिल्याबद्दल मेहता पब्लिशिंग हाऊसचे आभार.

– सुनीता देवस्थळी

प्रस्तावना

सुकेत, रघू आणि शम्स या तीन भिन्न धर्मांच्या तरीही वैचारिक साम्य असलेल्या बुद्धिजीवी मित्रांची ही कथा. धर्मापेक्षा माणुसकीला महत्त्व देणारे हे तिघं मित्र माणुसकीतच देवाचं देवपण शोधत आहेत. आपल्या निधर्मी देशात मात्र त्यांना धर्मसहिष्णुतेचं दर्शन घडत नाहीये. जनतेत जागृती निर्माण करण्यासाठी ते परखड लेख लिहीत आहेत. हीच गोष्ट समाजकंटकांच्या भावना दुखावतेय. याच कारणामुळे आयुष्यात शारीरिक मारहाण आणि मानसिक क्लेश सहन केलेलं हे त्रिकूट, आहत भावनांचं आडंबर माजवणाऱ्यांपुढे प्रश्न टाकतंय, "आम्ही आमच्या लेखातून कोणाला शिव्या तर दिलेल्या नाहीत! परंपरा, संस्कृती आणि धर्माच्या नावावर चालू असलेल्या हिंसक राजनीतीच्या विरोधात केलेल्या पोलिटिकल अर्ग्युमेंट्समध्ये हर्ट सेंटिमेंट्स्चा प्रश्न येतो कुठे? पण दंडुकेशाहीनं, कांगावखोर वृत्तीनं आपल्या तथाकथित दुखऱ्या भावनांची किंमत वसूल करणाऱ्यांना सहसा शब्दाला शब्दानं उत्तरं देण्याची सवयच नसते. किंवा 'भावना दुखावणाऱ्यां'चे अर्थातच त्यांच्या हुकमाची अंमलबजावणी न करणाऱ्यांचे शारीरिक आणि मानसिक हाल करण्यात त्यांना एक प्रकारचं स्वर्गीय सुख लाभत असतं. अशा परिस्थितीत मार खाणाऱ्यांकडे दोनच पर्याय शिल्लक राहतात; पहिला म्हणजे डोक्यात पक्क ठसवायचं की या काळात यशस्वितेचा.. खरंतर जिवंत राहू शकण्यापर्यंतचा मंत्र हाच आहे की, 'ऑलवेज बी ऑन द राइट साइड ऑफ द हर्ट सेंटिमेंट....' किंवा मानसिक संतुलन ढळतंय, सत्यात आणि स्वप्नातही नजरेसमोर फक्त आणि फक्त भयावह दृश्य तरळत आहेत, हे जाणवत असूनही अगतिकपणे पाहत राहायचं, समाजाला लागलेल्या वाळवीसोबत जगायची सवय स्वतःला लावून घ्यायची.

म्हणूनच 'आहत भावनां'च्या भोवऱ्यात सापडलेल्या या तीन मित्रांच्या मानसिकतेविषयी भाष्य करताना लेखक म्हणतो, "भारतवर्षाला खड्ड्यात जाण्यापासून थांबवण्यासाठी स्वतःला खड्ड्यात झोकलेलं; जीवन अधिक चांगलं करण्याच्या फंदात आयुष्यभर झक मारलेलं; आयुष्याच्या कथानकात अधिकांश वेळा डझनाच्या हिशेबात वैफल्यगाथा लिहून बसलेलं हे त्रिकूट; त्यांच्यावर जेव्हा खूप मोठा आघात व्हायचा, तेव्हा हसायचं; ते जेव्हा आपापल्या एकांतात असायचे तेव्हा हसायचं आणि समजायचं

खड्ड्यातल्या फुफाट्यापासून काही वेळापुरती का असेना सुटका झाली.. सुटकेतला भ्रामकपणा जाणून पुन्हा हसायचं."

आयुष्याच्या उत्तरार्धात मात्र एक सत्य त्यांच्या गळी उतरलंय की ही साली धर्मनिरपेक्षताच तर आपल्या देशात आहत भावनांची ॲम्ब्युलन्स ठरतेय; भावना दुखावल्या गेलेल्यांची ॲम्ब्युलन्स आणि बुद्धिजीवींची शववाहिनी... तरीही प्रश्न उरतोच.... असं कसं बदललं हे जग; कुठं राहिला तो देश; जिथं आम्ही जन्मलो, जिथं आम्ही मरू इच्छित होतो?

प्रस्तुत कादंबरीत 'नाकोहस' म्हणजेच 'नॅशनल कमिटी ऑफ हर्ट सेटिमेंट'चा प्रतिनिधी, क्षणोक्षणी रंग बदलणाऱ्या एका सरड्याच्या रूपात आपल्या समोर येतो आणि त्याला मदत करणारे, भावना असूनही स्वतःला भावनाशून्य भासवणारे त्यांचे मदतनीस - 'बौनैसर' म्हणजे 'बौद्धिक, नैतिक, समाजरक्षक' अशी काल्पनिक पात्र उभी करून लेखकाने हल्लीच्या सामाजिक परिस्थितीवर ताशेरे ओढले आहेत. एक प्रकारे ही कादंबरी म्हणजे एक करुण रूपकच आहे असं म्हटलं तरी वावगं ठरू नये.

स्वतःपुरतं पाहून खरंतर कुपमंडूक वृत्तीनं राहणाऱ्या सामान्य जनतेविषयी भाष्य करताना लेखक म्हणतो.... 'गणपतीचं वाहन सारं जग होत चाललंच आहे...' जगातला प्रत्येक सुजाण नागरिक आज उंदीर होऊन आपापल्या बिळात स्वतः सुरक्षित आहे एवढ्यावरच समाधानी आहे; बाहेर आहत भावनांच्या नावानं होणारा प्रलयंकारी, मनमानी उत्पात नजरेआड करून!

एकूण, कादंबरी सर्वसामान्यांच्या जाणिवांना आव्हान देणारी नक्की ठरेल.

– सुनीता देवस्थळी

एक

झोपेच्या घरी साद घातली तर दरवाजा आठवणी उघडत होत्या.

हीच ती गल्ली जिथे बालपण सरलं होतं. रस्त्यापासून गल्लीत शिरल्यावर काही पावलांवरच एक चौक होता, जिथे आळीतला सारा कचरा साचत होता; उकिरडाच म्हणा ना! होळीसुद्धा तिथेच पेटवली जायची. तिथून तीन दिशांना चिंचोळ्या गल्ल्या निघत होत्या. समोरच्या दिशेनं जाणाऱ्या गल्लीत पुढे जाता आणखी एक चौक होता, जिथे मंदिर आणि कबर एकोप्यानं नांदत होते. त्याच कारणामुळे ती गल्ली लोकांच्या परिचयाची होती. लोकांना तिथे सुरक्षित वाटत होतं. सुकेतनं पाहिलं, सुरक्षिततेच्या सावलीत नेणाऱ्या त्या गल्लीतून एक सुसर येत आहे- ऐटीत, टेचात स्वतःची शेपूट हलवत, गल्लीच्या वक्षावर आदळत! येते आहे त्या उकिरड्याच्या चौकात. अरे! सुकेत पहिल्यांदाच पाहतोय, इथे एक हत्ती पहुडलेला आहे, सुसर हत्तीच्या पायाचा चावा घेऊ लागते. हत्ती तडफडतोय, पाहा, तो उठू शकत नाहीये, जणू जमिनीवर चिकटलेला आहे; फक्त किंचाळू शकतोय, जागेवरून हलू शकत नाहीये. इतक्यात दुसऱ्या गल्लीतून आणखी एक सुसर येते, हत्तीचा दुसरा पाय स्वतःच्या जबड्यात घेते. हत्तीचा वेदनापूर्ण आक्रोश चालूच आहे. बहुदा तो वैकुंठवासी नारायणाचा धावा करत असावा; जसा त्यानं पुराणकथेत केला होता. पण कदाचित त्याचा हा आक्रोश वैकुंठापर्यंत पोहोचत नसावा, किंवा नारायणाकडे आता वेळ नाही.

घुसमटणाऱ्या जीवनाचं रहाटगाडगं चालूच आहे. वाटरकर साहेब काळी टोपी आणि लाल टाय बांधून सायकलवरून ऑफिसात रवाना झालेत आणि त्रिवेदीजी आपल्या मोटरसायलकवर. भाजीवाला हातगाडी घेऊन आलेला आहे. त्यानं हत्ती आणि त्याला बेजार करणाऱ्या सुसरींपासून किंचित बाजूला आपली हातगाडी लावलेली आहे. तो हाळी देतोय- 'दुधीभोपळा घ्या, भेंडी घ्या, लाल लाल टोमॅटो...'

स्त्रिया हातगाडीकडे जात आहेत. जवळच कचऱ्याचा ढीग आहे. चोखंदळ स्त्रिया भाजीवाल्यावर डाफरत आहेत; कारण तो रोज या कचऱ्याच्या ढिगाजवळच हातगाडी लावतो. सुसरी हत्तीच्या शरीराचे हाल करत आहेत. हत्तीचा आक्रोश आता करुण रुदनात बदलत आहे, हळूहळू मंद होत आहे. जमिनीवर खिळून असलेल्या देहात जी थोडीफार हालचाल होती, ती कमी कमी होत जात आहे. असहाय, अश्रुभरले डोळे वैकुंठाकडे पाहता पाहता आता जागेवरच निपचित होत आहेत. कुठेच दिसत नाहीत ते गरुडारूढ चतुर्भुज नारायण!

सुकेत मनोमन प्रार्थना करत आहे की गरुडारूढ नारायणानं नाही, तर कमीत कमी महिषारूढ यमानं तरी यावं. दोहोंपैकी कोणीही ना हत्तीचा धावा ऐकत, ना सुकेतची प्रार्थना!

हत्तीचा आक्रोश- चीत्कार फक्त आसमंतात घुमून, त्या लहरी पुन्हा वेदनेच्या रूपात त्याच्या देहाला व्यापून टाकत आहेत. त्यांना ना वैकुंठलोकीचा नारायण

ऐकत, ना यमलोकीचा देव, ना भूलोकीचे स्त्री-पुरुष. पुराणकाळापासून हत्ती आपल्या बुद्धी आणि बळासाठी प्रसिद्ध आहे. पुराणकथेत खुद्द नारायणाद्वारा बचाव केला गेल्यामुळे त्याला भगवतकृपेचं प्रतीकही मानलं जातं. तूर्तास मात्र त्याचा हा आकांत त्याची बुद्धी, त्याचं बळ आणि नारायणाची कृपा तिन्ही व्यर्थ असल्याचं आसमंतात ओरडून सांगत आहे.

स्वप्नात ऐकलेल्या त्या आक्रोशानं घामेजून सुकेत जागा झाला. धडपडत त्यानं बेडलँपचा स्विच ऑन केला. फिकट पिवळा प्रकाशही घाबरत घाबरत खोलीत पसरला. बिछान्याच्या शेजारी तिपाईवर ठेवलेल्या पाण्याच्या ग्लासपर्यंत त्याच्याही नकळत त्याचा हात पोहोचला. नजर समोरच्या भिंतीवरच्या घड्याळावर. तीन वाजले होते. स्वप्नात डवरून आलेल्या घामाबरोबरच विचित्र बेचैनीनं त्याला व्यापलं होतं. 'प्रत्येक तिसरी-चौथी रात्र अशाच प्रकारे खराब होते आहे- स्वप्न, आशंका, आठवणी.....'

युनिव्हर्सिटी कॅम्पसचा रस्ता. घोषणाबाजी. दोन-अडीचशे मुलांची झुंड : 'अँटी नॅशनल प्रोफेसर सुकेत- मुर्दाबाद, मुर्दाबाद! नॅशनल सेंटिमेंट्स् हर्ट करणाऱ्यांना - जोड्याने हाणा साल्यांना! भावनांशी खेळणाऱ्यांना- गोळ्या घाला साल्यांना! राष्ट्रविरोधी तत्त्वांना- जाळून टाका, मिटवून टाका!

सुकेत एकटाच राहतोय युनिव्हर्सिटीच्या घरात. करुणाशी ब्रेक-अप झालंय. ती महानगरापासून दूर आदिवासी क्षेत्रात जाऊन स्थिरावली आहे. आता सुकेत 'एकटा जीव सदाशिव!'

झुंड जवळ येऊन ठेपली आहे.... हिंसक आवाज ऐकून काही मुलं-मुली होस्टेलमधून निघून सुकेतच्या घरासमोर जमू लागलेली आहेत.... दोघे-चौघे घरात आले आहेत- 'आम्ही तुमच्यासोबत आहोत, सर!'

लॉनवरच्या कुंड्या तोडल्या जात आहेत. खिडक्यांच्या काचा दगड मारून फोडल्या जात आहेत.

'राष्ट्रीय भावनांचा अपमान- सहन करणार नाही, करणार नाही.'

सुकेतला साथ देणारी मुले समजावण्याचा प्रयत्न करत आहेत....विफल !

शिकारीसाठी निघालेल्या रणवीरांच्या गर्जना चालू आहेत-

'बाहेर ये साल्या....'

...जागेपणी अनुभवलेल्या आठवणी संपतात कधी आणि झोपेतल्या दुःस्वप्नांच्या आठवणी सुरू होतात कधी?

एक लांबलचक निर्जन गल्ली.....जिथे कसलीही हालचाल नाही, कुठलाच आवाज नाही. गल्ली हळूहळू छोटी, निमुळती होत जाते आहे. एकाएकी भास होतोय, मीही स्वप्नात आहे. दुतर्फा असलेली घरं मला चिरडण्यासाठी सरकत येत आहेत... ना इथे पळू शकत, ना तिथे... भिंतीत जिवंत चिरडल्या जाणाऱ्या लोकांना

जसं वाटत असेल तशी घुसमटलेली वेदना... आर्त किंकाळी, किंकाळीमुळे आलेली जाग!

दक्षिणेची काशी म्हणून ओळखल्या जाणाऱ्या शहरात, देशातील प्रसिद्ध संशोधन केंद्रावर हल्ला होत आहे. : 'जननायकाचा अपमान.....सहन करणार नाही, करणार नाही...' बहुमूल्य हस्तलिखितं फाडली जात आहेत, तुडवली जात आहेत. त्यात अशी काही हस्तलिखितं आहेत, ज्यांच्या आधारे महाभारताची मूळ प्रत तयार केली गेलेली आहे. कपाटांची तोडफोड होते आहे, पेंटिंग्ज फाडली जात आहेत. सुकेतच्या घरी जे आलेले आहेत, ते राष्ट्रवादी म्हणवले जातात. संशोधन केंद्रावर आलेले ते मान्यवर, सामाजिक न्यायवादी समजले जातात......

सुकेत घरातच कोंडून राहू शकत नाही. त्याला साथ देणाऱ्या मुला-मुलींना न जुमानता बाहेर येतो, "घ्या, आलोय बाहेर. तुम्हाला हवं तर मला मारा, तुम्ही म्हणत असाल तर ....चर्चा करू. काय केलंय मी? जे मी लिहिलंय, त्यावर चर्चा करायला तयार आहे मी...."

"चर्चा.... साल्या, भडव्या...."

"अरे, याला ना बायको आहे, ना बहीण, ना मुलगी. साला भडवेगिरी तरी कोणाची करणार?"

"अरे, ती चिकणी येते ना रोज याच्या घरी...."

"आत्ताही आलेली आहे, मी पहिली ना...."

रचना आणि काही मुली घरातून बाहेर निघतात, "आयुष्यात कधी कसली लाज बाळगली आहे? सभ्यता काय असते हे तरी माहीत आहे का? स्काउंड्रल...."

त्यांच्या मागोमाग बाहेर आलेल्या मुलांचा एकंदरीत आविर्भाव पाहून शिवीगाळी करणारे शेपूट घालतात, हळूहळू माघार घेतात. त्यांचा नेता, मधुर प्रसाद, पुढे येतो, "वुई आर सॉरी सर, रियली सॉरी. आम्ही राजनीतिक चर्चा करण्यासाठीच आलेलो आहोत. तुमचे लेख......"

सुकेतच्या शेजारी उभा असलेला मुलगा चकार शब्द न बोलता गप्प राहण्याचा संकेत करत हात वर उचलतो. त्याच्या आजूबाजूला उभ्या असलेल्या मुला-मुलींच्या धुमसणाऱ्या शांततेत असं काही आहे की मधुर प्रसाद चुपचाप काढता पाय घेतो. थोड्या अंतरावर जाऊन तो एकत्रित समूह पुन्हा घोषणा सुरू करतो, 'देशातील विद्रोहींना- जोड्यानं हाणा साल्यांना. नॅशनल सेंटिमेंट्स्शी खेळ करू देणार नाही ...देणार नाही.'

......एक लेखक आपल्याच लिहिलेल्या पुस्तकांसोबत जिवंत जाळला जात आहे. ही शेकडो वर्षांपूर्वीची युरोपातली गोष्ट आहे. एका कवीवर हत्तीला सोडलं गेलं आहे, ही बाब शेकडो वर्षांपूर्वीच्या भारतात घडते. एका प्रोफेसरचा उजवा हात कापून

टाकलेला आहे आणि त्याच्या कॉलेजनं त्यालाच काढून टाकलं आहे. एक ज्येष्ठ लेखक स्वतःच्या पुस्तकाची अप्रकाशित आवृत्ती स्वतःच जाळून टाकतोय; कारण भावना दुखावलेल्या रणमर्दांनी त्याच्यासारख्या लेखकांच्या देहाची चाळण करून ठेवलेली आहे..... हे सगळं काही वर्षांपूर्वीच, सुकेतच्या ताज्या आठवणीतच घडलेलं आहे. चर्च, धर्मद्रोही विद्वान पंडिताची पुस्तकं जाळत आहे, तो विद्वान पंडित आत्महत्या करत आहे. त्याचा मित्र म्हणतोय, ''त्याच्याबरोबर माझीही वाट लावून टाका; कारण माझ्या मित्राची सगळी पुस्तकं मला मुखोद्गत आहेत...'' ही हजारो वर्षांपूर्वीची गोष्ट आहे. एक लेखक फेसबुकवर आपल्या मृत्यूची घोषणा करतोय. त्याला आपल्या बायको-मुलांबरोबर सर्वसामान्यांसारखं जीवन जगायचं आहे, त्यामुळे त्याच्यातील लेखकाला मरायलाच हवं... ही तर अगदी काल- परवाचीच गोष्ट आहे.

सुकेत फक्त आठवणी आणि दुःस्वप्नांमध्ये हेलकावतोय........

... संशोधन संस्थेला धडा शिकवायला आलेले सामाजिक न्यायाचे लढवय्ये आपलं काम करून गेलेले आहेत. लोकांचा जमाव एकत्रित झालाय; संशोधन करणारे विद्वान, कर्मचारी, आसपासचे रहिवासी. संशोधन संस्थेच्या संचालकांनी जिल्हा अधिकाऱ्याला फोन केलाय. जिल्हाधिकारी चांगलेच संतापलेले आहेत; शेवटी त्यांची पत्नी या संस्थेच्या पुस्तकालयाची सदस्य आहे. उत्पात घडवणाऱ्याचं नाव विचारतात, आणि नाव ऐकताच, ''सर, ही बाब सिंपल व्हँडॅलिझमची असती तर गोष्ट वेगळी होती. यात तर पोलिटिकल अँगल आहे. सेंटिमेंट्स् आणि सोशल जस्टिसचे फॅक्टर्स आहेत. मी बघतो... आय विल रिव्हर्ट बॅक अॅज सून अॅज पॉसिबल......''

.....टीचर्स असोसिएशनच्या मीटिंगमध्ये सर्वसंमत निंदा प्रस्तावाची अपेक्षा करणारे चकित आहेत. अपेक्षा त्या वातावरणामुळे होती, जे युनिव्हर्सिटीच्या बाहेर आणि आतही निर्माण करायला रघू, शम्स आणि अन्य दोस्त लोक यशस्वी झाले होते. वर्तमानपत्रांत लेख लिहिले गेले होते, मोर्चे काढले गेले होते.... गैरवर्तन करणाऱ्यांना शिक्षा होणारच...... वातावरणच तसं निर्माण झालं होतं.

त्या टोळीच्या राजनीतीच्या समर्थकांचा विरोध तर अपेक्षितच होता; पण प्रगतशीलतेच्या ताटात पक्वान्नांवर ताव मारणारेसुद्धा सुकेतकडून ही अपेक्षा करत होते की त्यानं वादापासून दूर राहावं.

''शोभत नाही, डॉक्टरसाहेब, हे सगळं अॅकॅडमीशियन्स लोकांना....सेंटिमेंट्ची बाब डेलिकेट तर आहेच....'' भानगडींपासून दूर राहणारे शर्मा म्हणाले होते.

''मी माझ्या लेखातून कोणाला शिव्या तर दिलेल्या नाहीत! परंपरा, संस्कृती आणि धर्माच्या नावावर चालू असलेल्या हिंसक राजनीतीच्या विरोधात केलेल्या पोलिटिकल अर्ग्युमेंट्स्मध्ये हर्ट सेंटिमेंट्चा प्रश्न येतो कुठे?''

"तुम्ही एखाद्या वादग्रस्त वास्तूला मशीद म्हणालात तर सेन्टीमेंट् का हर्ट होणार नाहीत, प्रोफेसर सुकेत?"

हे प्रगतशीलतेच्या ताटात पक्वान्नांवर ताव मारणाऱ्यांचे शिरोमणी बक्षी होते. हल्ली ते आपल्या ताटात प्रगतशीलतेबरोबरच सांस्कृतिक राष्ट्रवादी मेनूचा सुद्धा एखाद-दुसरा आयटम जेवू लागले होते. 'मशीद नाही, वादग्रस्त वास्तू' असाच आयटम होता.

"हेच अर्ग्युमेंट होतं माझं, बक्षीसाहेब. तुम्हाला कदाचित कळलं नाही.... कशा प्रकारे मशिदीला वादग्रस्त वास्तूत बदललं गेलंय..... भाषा हळूहळू सेन्सॉर केली जातेय...."

बक्षी कल्चरल स्टडीजचे प्रोफेसर होते. 'मी नाग आहे, माझा दंश झालेला पाणीसुद्धा मागत नाही.....' अशा प्रकारचे वाक्प्रचार वर्गात वापरण्यासाठी विश्वविद्यालयात प्रसिद्धही होते. भाषेसंदर्भातील तर्क ते समजू शकत नाहीत, हा आरोप ऐकून ते चिडले; काही तरुण अध्यापकांच्या चेहऱ्यावर हसू पाहून आणखीनच भडकले. "भाषा-बिशा तुम्हाला काय कळते... कल्चरचे प्रोफेसर आम्ही आहोत की तुम्ही? भाषा जनता निर्माण करते, जनता खेड्यांमध्ये राहते, आपली मुळं खेड्यातचं रुजलेली आहेत..."

"भारतमाता ग्रामवासिनी..... भारतभाषा ग्रामवासिनी.....भारत कृषिप्रधान देश आहे. इथे सहा ऋतू आणि किती काय काय निर्माण होत असते, ... पिके असतात रब्बी आणि खरीप..... मुलांनो, पुढील निबंध शेतकऱ्यांचा सर्वार्थानं सहयोगी असलेल्या बैलावर..." हॉलच्या मागील बाजूस बसलेल्या दोघा-तिघा तरुण अध्यापकांनी अक्षरशः तालासुरात खिल्ली उडवली.

हे गद्य काव्य ऐकून बक्षींच्या विभागातल्या ज्युनियर्सना स्वतःचं इमान दाखवायची संधी मिळाली.... काही जण आरडाओरडा करू लागले, काही दुष्ट प्रवृत्ती विध्वंसकतेकडे वळल्या....

हे काय चाललंय ?....प्लीज, एव्हरी बडी मेंटेन डेकोरम.... हद्द झाली, टीचर्स असोसिएशनची मीटिंग आहे की भाजी मंडई? काही वरिष्ठ अध्यापक चिडून म्हणाले, "प्रेसिडेंट साहेब, असं कसं चालेल ? कंट्रोल करा...."

"आधी तुम्ही स्वतःच्या जिभेवर कंट्रोल करा...." सुकेतचा समर्थक असलेला एक तरुण मजा घेण्यापासून स्वतःला आवरू शकला नाही, "डू यू रियलाइज सर? तुम्ही आत्ताच 'भाजी मंडई' इन्सल्टिंगली रिफर केलीय, भाजीवाल्यांचे फिलिंग्स हर्ट केले आहेत...."

सुकेतला हसू आलं. गोष्टीत तथ्य तर नक्कीच होतं. शब्दांमुळे दुखावल्या जाणाऱ्या भावनांच्या भयाने सिनेमांची नावं बदलली जाऊ शकतात, त्यातून गीतं

वगळली जातात.... रिलीज होण्यापूर्वी धर्मगुरूंचं नो ऑब्जेक्शन सर्टिफिकेट मिळवून सरकार आपण सेक्युलर असल्याबद्दल पाठ थोपटून घेऊ शकते; तर या गोष्टीकडे दुर्लक्ष करून कसं चालेल? शेवटी भाजी मंडई, मासळी बाजार, धोबी घाट - हे सगळे वाक्प्रचार भाषेत येतात ते पोलिटिकली इनकरेक्ट पद्धतीनंच ना!

"शांत व्हा सगळे जण. आपापल्या जागी परत जा...." प्रेसिडेंट साहेब ओरडले. ओरडण्यामुळे त्यांना खोकला आला, काय

यार,.....खो...खो....खो...अरे...तुम्ही तुमचं बोलणं पूर्ण करा बक्षीजी...." कसबसं बोलून त्यांनी खोकल्यावर लक्ष केंद्रित केलं.

बक्षी स्वभावतः साप असोत की विंचू, टीचर्स असोसिएशनमध्ये सुकेतच्या समर्थकांची अशी त्यांच्या तोंडावर नालस्ती करायला तयार नव्हते. हळूच तिथून सटकता कसं येईल, या विवंचनेत म्हणाले, "बोलायचं काय, सर.... आणखी काहीही म्हणायचं नाहीये मला..... या मुळापासून उपटल्या गेलेल्या लोकांच्या तोंडी कोण लागणार? त्यांना काय म्हणतात......" प्रयत्नपूर्वक बक्षींनी इंग्रजी शब्द आठवला, "अपरुटेड...."

"मुळापासून उपटलेले किंवा चिकटलेले असण्यापेक्षा जडबुद्धी नसणे जास्त इम्पॉर्टन्ट आहे..."

"नो पर्सनल कॉमेंट, सुकेतजी! प्लीज, मेंटेन डेकोरम...." प्रेसिडेंट साहेबांनी टोकलं.

"अरे, अजेंडा सोडू नका, पाळंमुळं आपण नंतर पाहू..." शर्मांनी वाद पुढे वाढू दिला नाही, "सुकेतजी, तुमची जी कुठली अर्ग्युमेंट्स् असतील.... ती ॲकॅडेमिक ढंगानं पुढे मांडायला हवी होती."

"जिलबीसारखी ? गोष्टी गोल गोल फिरवून ....इथून चाखा, तिथून चाखा, कुठूनही गोड-गोड....हो ना?"

"हेच ते.... अशी सरकास्टिक भाषा स्टुडंट्स् का टॉलरेट करतील? तरुण रक्त ते...."

"अहो, हे तर फेलो टीचर्सनासुद्धा सोडत नाहीत. तुम्ही ऐकलं नाहीत, बक्षींना जडबुद्धी म्हणत आहेत! यांच्याशी तर बोलणंच व्यर्थ आहे, शर्मा सर....."

मीटिंगमध्ये उपस्थित सायन्सची बहुतेक प्रोफेसर मंडळी पुन्हा एकदा कन्व्हिन्स झाली की फालतू गोष्टींमध्ये वेळ वाया घालवणं, हा साहित्य आणि सोशल सायन्सवाल्यांचा कॉन्जेनिटल डिसीज (जन्मजात आजार) आहे. अमेरिकेहून नुकत्याच परतलेल्या एक-दोघा ब्राइट यंग सायंटिस्टनी तर सायन्सची वेगळी टीचर्स असोसिएशन करावी, असा प्रस्तावही मांडला.

घरी झालेल्या हल्ल्यानंतर सुकेतला सहानुभूती दाखवण्यासाठी त्रिपाठी सर

आले होते. वयोवृद्ध इसम. रिटायर झाल्यावरही युनिव्हर्सिटीची खबरबात घेत होते. आले होते फक्त एकच गोष्ट सांगायला, ''तुम्ही जॉईन केलं तेव्हा तुम्हाला माझा सल्ला आवडला नव्हता.... ऑलवेज बी ऑन द राइट साइड ऑफ द ॲथॉरिटी...पुन्हा एक सल्ला देतो- पटला, नाही पटला तरी.... लक्षात मात्र जरूर ठेवा. या जमान्याचा मंत्र समजा, सुकेत. ऑलवेज बी ऑन द राइट साइड ऑफ द हर्ट सेंटिमेंट....'' असं म्हणून स्वतःच खळखळून हसले होते.

सुकेतनं त्यांचा सल्ला मानला तर उत्तमच; नाही मानला तर या खळखळून हसण्याद्वारा त्रिपाठींनी पुढे जाता हे बोलायला जागा ठेवली होती की, ''अरे यार, मी तर मजा करत होतो..... कमाल आहे....मी अशा प्रकारे सरेंडर होण्याचा सल्ला देईन का ....?''

वारा वाहील तशी पाठ फिरवावी, हे सुकेतला जमत नव्हतं. त्याच्या निर्भीड बोलण्यामुळे तो तरुणांमध्ये लोकप्रिय होता, तर व्यवहारी सहकाऱ्यांच्या खिल्लीचा विषय ठरत होता.

त्रिपाठींचा सल्ला सुकेतनं अजून जरी मानला नसला तरी, त्यांची दूरदृष्टी त्याला खचितच पटली होती. खरोखरीच, या काळात यशस्वितेचा..... खरंतर जिवंत राहू शकण्यापर्यंतचा मंत्र हाच तर आहे, ''ऑलवेज बी ऑन द राइट साइड ऑफ द हर्ट सेंटिमेंट.... दुखऱ्या भावनांशी खेळ नाही करायचा बॉस..... दुखऱ्या भावना कुठल्याही प्रकारच्या असोत; त्यांना जपायचं......मस्काबाजी करायची...''

संशोधन संस्थेच्या हल्लेखोरांना सहानुभूती दाखवणारे या देशात, जगात कमी नव्हते. त्यांच्यापैकी बहुतांश तर सुकेतसारख्यांच्या जगातलेच रहिवासी होते, ''बुद्धिजीवींनी नवे युरोपीय प्रकारचे तर्क सोडून द्यायला हवेत..... युरोसेंट्रिक बुद्धिवाद मुर्दाबाद, मुर्दाबाद! आपण भावना आणि सामाजिक स्मृतींच्या प्रति संवेदनशील असायला हवं. त्यांच्या कोमलतेचा आदर ठेवायला हवा.''

तोडफोड करणाऱ्यांच्या सामाजिक स्मृती आणि त्यांचे सेंटिमेंट्स यांचा संबंध सोशल जस्टिसच्या प्रोग्रेसिव्ह राजनीतीशी होता. त्यामुळे, ''यू नो....देअर इज द इश्यू ऑफ डिफरंट कल्चर.... यू सी..... अरे बाबा, ब्राह्मणवादातून बाहेर आल्याशिवाय ही गोष्ट नाही समजू शकत तुम्ही, हे.....अभिव्यक्तीचं स्वातंत्र्य वगैरे ठीक आहे; पण कल्चरल आयडेन्टिटीच्या एक्स्प्रेशनलाही काही अर्थ असतो, यार......''

संशोधन संस्थेवर झालेल्या हल्ल्याच्या अनेक वर्षांनंतरसुद्धा घडत होतं तेच; तेच सूर, तोच ताल, तोच जोश, संदर्भ वेगळे.... त्या 'शार्ली हेब्डो' वर्तमानपत्राच्या ऑफिसात बारा जणांची हत्या.....

''अशा कार्टून्समुळे कोण संतापणार नाही? ज्यांच्या सांस्कृतिक ओळखीवर वेस्ट सतत आक्रमण करत आलेले आहे, ते आणखी काय करणार? तुम्ही तर

त्यांच्या स्त्रियांना बुरख्यात राहण्याच्या धार्मिक अधिकारापासूनही वंचित ठेवू पाहता....... त्यांच्याकडे कल्चरल, सिम्बॉलिक पॉवर तर नाहीये...युरोपच्या नॉलेज पॉवरनंच तर त्यांना गन पॉवरचा आधार घ्यायला भाग पाडलंय.''

शत्रूचा शत्रू तो मित्र..... वसाहतवाद, साम्राज्यवाद आणि पश्चिमेकडून आलेल्या इतर कुरापतींचा विरोध करायचा आहे. तेव्हा एकतर 'पळून जा; पकडले जाऊ नका'वाली हुशारी साधत जेहादी इस्लामला प्रोत्साहन द्या किंवा गप्प बसा. जास्त लाजिरवाणं वाटलं, तर थोडी किरकोळ निंदा करा, 'मैत्रीपूर्ण टीका - फ्रेंडली क्रिटीसिजम!'

सुकेत, शम्स आणि रघूला असं गप्प बसणं किंवा निवडक आरडाओरड आवडत नव्हती. ते तेव्हाही बोलले होते जेव्हा हुसेनना अघोषितपणे देशातून बाहेर काढलं गेलं होतं आणि तेव्हाही जेव्हा सलमान रश्दी भारतात येऊ शकणं अशक्य झालं होतं. काही मित्रांच्या मते हुसेनवाली बाब म्हणजे 'फाशी'वादानं आपले पाय पसरवणं होतं, ज्याचा विरोध करायलाच हवा होता. दुसरीकडे, रश्दी आणि तस्लिमा नसरीनपासून शार्ली हेब्डोपर्यंतच्या बाबतीत हे तिघं जे सांगत होते, करत होते; ती सगळी इस्लामोफोबिया म्हणजे इस्लामला घाबरण्याची आणि द्वेष करण्याच्या आजारानं ग्रासले असण्याची लक्षणं होती. हिंदू घरात जन्मलेला सुकेत आणि ख्रिश्चन घरात जन्मलेल्या रघूच्या संदर्भात त्यांच्या आजाराचं कारण हे सांगितलं जात होतं की त्यांच्या जाणिवा सांस्कृतिक परंपरांच्या बेड्यांनी जखडलेल्या आहेत. शम्सच्या बाबतीत हे निदान केलं जात होतं की तो पाश्चिमात्य मीडिया आणि बौद्धिकतेच्या प्रभावामुळे स्वतःच्या परंपरांचा तिरस्कार करणाऱ्या- सेल्फ हेटिंग- मुसलमानात परिवर्तित झाला आहे....

स्वप्न, आठवणी, पश्चात्ताप, बरे-वाईट विचार या सगळ्यांच्या कोलाजमधून सुटका मिळवण्याच्या प्रयत्नांत सुकेत बेडरूममधून बाहेर पडला. ड्रॉइंगरूम पार करून बाल्कनीत पोचला. ड्रॉईंगरूममध्ये टीव्ही चालू होता, ''खूप बेपर्वा होत चाललोय, यार.... टीव्ही बंद करायला विसरलो.....पण... बंद तर केला होता. नक्की आठवतंय.....नक्की ? आठवणींचाच तर गोंधळ माजलाय.... बंद केला नाही, फक्त वाटलं की बंद केला.... आपोआप तर टीव्ही चालू होणार नाही.....''

सुकेतनं रिमोट उचलला, ऑफ बटण दाबलं, आणि बाल्कनीकडे वळला.

त्या रात्री धडा शिकवायला आलेल्या टोळीसमोर काही प्रमाणात राग जरी बाहेर आला; तरी मनात भीतीनं घर केलं होतं. आशंका, बेचैनी, भय सोबत उभ्या असलेल्या मुला-मुलींसमोर कसं उघडं करणार? फॅन्सच्यासमोर स्टार आपली चमक कमी कशी पडू देणार? तशी शहीद होण्याची कोणतीही महत्त्वाकांक्षा सुकेतच्या मनात नव्हती. पिटले जाण्याच्या शक्यतेनं तो घाबरला होता, मृत्यूची भीती वाटत होती....तरीही आपल्या अंत्ययात्रेसोबत 'शहीद सुकेत अमर रहे' अशा

जोरकस तरीही अश्रू आणि भावपूर्ण घोषणांचे आवाज ऐकण्याचं रोमांचक सुख स्वतःच्या कल्पनेत तो कधीकधी उपभोगत होता.

त्या रात्री मुला-मुलींसमोर सुकेतनं भीती लपवून ठेवली होती, धीरानं परिस्थिती हाताळली होती. जेव्हा सगळे निघून गेले, रचनानं सुकेतला मिठी मारली. तिच्या थरथरत्या ओठांचं मादक आव्हान सुकणाऱ्या ओठांना मिळताच मनातल्या शंका, कुशंका, बेचैनी शरीराच्या आवेगात ओसरू लागल्या. पुढच्याच क्षणी सुकेतच्या आशंकित भयाला तिथं जागा नव्हती. रचनाच्या हाताचा कोमल स्पर्श सुकेतच्या मनातलं भय पुरुषी आवेगात रूपांतरित करत होतं.... क्षणाक्षणानं वाढत जाणारा आवेग रचनाच्या शरीराच्या रोमा-रोमाला रोमांचित करत होता. सुकेत उत्तेजित करणाऱ्या त्या स्त्रीदेहाच्या गुप्तांगात प्रवेश करण्यास व्याकूळ झाला होता.... रचनाही प्रणयक्रीडेत रममाण झाली होती.....

..... प्रचंड आवेगात होणारा रचनाचा मादक स्पर्श किती धुंद करत होता..... आतला मार्गदर्शक ओलावा लवकरात लवकर भेटण्याचं मादक आव्हान देत होता..... सुकेतची अधीरता आक्रमक रूप घेत होती..... रचनाचा कमनीय बांधा, चमकणारे डोळे, बेहोश हुंकार सुकेतला आणखी आक्रमक होण्याचं आव्हान देत होते......रचनाच्या मोकळ्या उरोजांमध्येच आश्वासक वाटत होतं. रचनाच्या देहाच्या मांसल गुबगुबीत भागात आणि ओठांच्या कोमल पकडीतच होती भयापासून मुक्ती.....

किती मादक होता तो क्षण..... .

मादक? तिच्यासाठी मी फक्त एक खेळणं होतो....जिगोलो.....

पण हे सत्य तर नंतर लक्षात आलं. त्या दिवसांत तरी सुकेतचा प्रत्येक क्षण आणि शरीराचा कण न् कण रचनानं व्यापून टाकला होता. हल्ली त्या आठवणी रचनाच्या चातुर्यापेक्षाही जास्त सुकेतच्या मूर्खपणाच्या आठवणी होऊन उफाळून येत होत्या, खिजवत होत्या, त्यांची किळस वाटत होती.....

रचना खेळत होती खेळ... प्रत्येक वेळी त्याच्यावर हुकमत गाजवायचा आणि तरीही स्वतःला त्याच्या आज्ञेत असल्याचं दाखवायचा.....बुद्धिबळाच्या चालीनं सुकेतला प्रत्येक वेळा मात देणारा खेळ.... ती खेळत राहिली, सुकेत खेळालाच जीवन समजत राहिला....

'माझं स्वत्व हिरावून घेतलंस रचना, तुझ्या खेळानं. का केलंस असं? कशासाठी?'

सगळे प्रश्न रचनालाच का सुकेत? स्वतःला एकही नाही?

करुणासुद्धा होती...... हिरावणारी नाही घडवणारी. तू मूर्ख होतास, मूर्ख आहेस. तुला करुणाचं प्रेमही कळलं नाही आणि तिच्या व्यक्तिमत्त्वाचं मर्मही! पश्चात्ताप होईपर्यंत वेळ निघून गेली होती.

घरावर झालेल्या हल्ल्यानंतर, सुकेतला समज दिली गेली होती की त्यानं कॅम्पसमधलं घर सोडावं हे बरं, ''आता तुमची ही तर इच्छा नसेलच नं डॉक्टरसाहेब की कॅम्पसचं वातावरण खराब व्हावं....''

गोष्ट अगदी बरोबर होती. जे विद्यार्थी क्लासमध्ये सुरा घेऊन येत होते, ज्यांच्या खोल्यांमधून बलात्काराच्या आरोपींना सन्मानानं घेऊन जाण्यासाठी पोलिसांचं आगमन होत होतं आणि जे गुरुजन स्वतः साप असल्याच्या घोषणा वर्गात करत होते; विद्यार्थ्यांना हे मूलभूत सत्य गळी उतरवण्यासाठी आकाश-पाताळ एक करत होते की त्यांची मूळ जात काय आहे आणि त्यांच्यासारखे जे नाहीत त्या अध्यापकांवर कसे उपचार व्हायला हवेत... अशांच्यामुळे ना भावना दुखावत, ना वातावरण खराब होई......

ज्या सोसायटीत घर मिळालं तिथल्या सेक्रेटरीनंही सूचना दिली होती की कुठल्याही प्रकारची निदर्शनं-प्रदर्शनं किंवा गडबडगोंधळ नको याची जाणीव सुकेतनं ठेवायला हवी.

माझी स्थिती निर्वासितासारखीच नाहीये का.....?

हा प्रश्न मनात नंतर आला होता. आधी स्वतःचीच लाज वाटली होती, स्वतःचाच राग आला होता- 'कॅम्पसमधलं घर सोडून टिपिकल मिडल क्लास हौसिंग सोसायटीत राहणं तुला निर्वासित झाल्यासारखं वाटतंय, साल्या.... ज्यांना या धरेचा स्वर्ग- बाग- म्हणवल्या जाणाऱ्या सुंदर दऱ्या-डोंगरांना सोडून तापलेल्या मैदानावरची धूळ चरायला सक्ती केली जातेय..... ज्यांना खुद्द सरकारच्या कारस्थानामुळे आपल्याच शहराच्या दुसऱ्या टोकाला निर्वासित म्हणून भिरकावलं गेलं आहे..... ज्यांना अन्नच नाही, तर पाण्यासाठीही ऑफिसरांच्या विनवण्या कराव्या लागत आहेत..... ज्यांना तलावातून पाणी भरण्याच्या अपराधासाठी एकविसाव्या शतकातल्या गावातून हुसकावलं जातंय ..... विकासाचा रौद्र रथ ज्यांच्या जंगलांना उजाड, रेताड बनवतोय ... ज्यांना गुलाम बनवून महानगरांत हमाली करायला लावली जातेय... त्यांची दुःखं सांगणारा शब्द- निर्वासित- तो आपल्या एवढ्याशा त्रासासाठी लावू पाहतोस... सुकेत, जरा लाज बाळग!'

पुढचा हल्ला निर्वासिताविषयी बोलल्यामुळेच झाला होता. नशीब चांगलं की हल्ला करणारे घरापर्यंत पोचले नाहीत. नाहीतर हा फ्लॅटही नक्कीच सोडायला लागला असता.... बहुसंख्याक म्हणवल्या जाणाऱ्या समुदायाबरोबर, (काश्मीर) खोऱ्यात झालेल्या अत्याचारांच्या मुद्द्यावर सुकेतनं चर्चा सुरू केली... मीटिंगमध्ये उपस्थित पुरोगामी निराश झाले.... या माणसाच्या पुरोगामित्वाचं कूळ, गोत्र संदिग्ध तर आहेच....आता तर हा कट्टर हिंदुत्ववादाच्या मार्गावर आहे. चतुर्वेदी साहेबांच्या मार्गदर्शनाखाली पांडेयजींवर रिसर्च, त्याचबरोबर शर्माजींच्या पत्रकात त्रिवेदीजींच्या हाताखाली उपसंपादक

असलेले तरुण कवी मिश्राजी सुकेतच्या बोलण्यावर संतुष्ट झाले. कारण त्यांचा ब्रह्म क्रांतिकारी विश्वास पुन्हा पोसला गेला- ब्राह्मणेतर कूळ- गोत्रातला मनुष्य ना पुरोगामी असू शकतो ना प्रतिभासंपन्न..... ते लगेच मीटिंगमध्ये बसल्या बसल्याच, या ब्राह्मणेतर 'ढोंगी' पुरोगामी सुकेतचं कट्टर हिंदुत्ववादाचं आख्यान मोबाइल सॅमसंग देवाच्या मदतीनं आभासी जगाच्या कानाकोपऱ्यात पोचवण्याच्या कामाला लागले.

इथे, जशा सुकेतनं अल्पसंख्याकांना, दलितांना आपल्याच गावांत-शहरांत निर्वासित करण्याच्या गोष्टी सुरू केल्या; गोंधळ घालण्याच्या उद्देशानंच मीटिंगमध्ये आलेले विद्वान सक्रिय झाले. कसली मीटिंग.... कुठला संवाद... बस्स! फक्त दुखावलेल्या भावनांचं तांडव.... 'काय हक्क आहे या साल्या सेक्युलरांना देशातील बहुसंख्य जनतेच्या भावना दुखावण्याचा..... मारा साल्याला....मादर.... देशद्रोही कुठले...'

मीटिंगच्या आयोजकांना या धुरंधरांच्या हालचालींची आधीच कल्पना होती. त्यांची संख्या त्या धुरंधरांपेक्षा जरी कमी असली तरी जोम तोडीस तोड होता. या दोन्हीकडच्या आवेशाच्या कचाट्यात सुकेतचा देह पाहता पाहता जणू दोन देशांच्या सीमेवरील चौकीसारखा झाला होता.... असं वाटत होतं की आज तो अमर शहिदांच्या रांगेत जाऊन बसणार!

सुकेतच्या शरीरावर चाललेलं युद्ध लवकरच थांबलं. विद्वानांची रणनीती इथेही नेहमीप्रमाणे सॉफ्ट टार्गेटवर हल्ला करणारीच होती. जसं त्यांना जाणवलं की टार्गेट स्वतः जरी लगद्यासारखं मऊ असलं तरी त्याच्या बाजूनं लढणारे योद्धे बेलफळाच्या सालीसारखे टणक आणि कठीण आहेत.... त्यांनी बीटिंग द रिट्रीटचा सूर आळवायला सुरुवात केली..... राष्ट्रवादी भावना दुखावणाऱ्या दुष्टाच्या शरीरावर मात्र भरपूर खुणा सोडून जाण्यात त्यांनी यश मिळवलं होतं.

आपण आधीही अशा प्रकारे बोलत होतो. घरी आलेल्या रघू आणि शम्सला सुकेतनं सांगितलं होतं; पण अशा प्रकारे पिटले जात नव्हतो. गरमागरमी जरी झाली, मारपिटीपर्यंतची परिस्थिती जरी आली, तरी बहुदा सहानुभूती आपल्यासारख्या लोकांनाच मिळत होती.... समाज आत्मपरीक्षण करायला तयार होता..... आता आपल्यालाच विचारलं जातं आहे - उगाच वाकड्यात कशाला शिरता, भावना का दुखावता? गोष्टी किती बदलल्या आहेत...

उदास संध्याकाळ होती. त्या दोघांनाही वाटत होतं की सुकेतच्या जखमांच्या वेदना कमी व्हाव्यात; धक्काबुक्की, शिविगाळीमुळे झालेल्या अपमानाची तीव्रता कमी व्हावी..... ते मुद्दाम हलकंफुलकं बोलून ताण कमी करण्याचा प्रयत्न करत होते; पण सुकेतनं त्यांच्यापुढे प्रश्न टाकलाच.

खोलीतल्या मंद दिव्याच्या प्रकाशात धूसर वाटत होतं. असं वाटत होतं की

खोलीत विजेचा दिवा नाही, तर मिणमिणती तेलाची पणती जळते आहे; जिची ज्योत क्षणाक्षणाला मंद होत चालली आहे. बिछान्यावर अर्धवट पहुडलेल्या सुकेतच्या चेहऱ्यावर प्रश्नांचं जाळं; रघू आणि शम्सच्या चेहऱ्यावर वातावरणातला ताण कमी करू न शकल्याची काळवंडलेली निराशा! शम्स एकाएकी उठून उभा झाला, 'चहा बनवतो.....' म्हणत किचनकडे वळला.

"हेच तर आहे, सुकेत...." काही क्षणांच्या शांततेनंतर रघू म्हणाला होता, "आपल्यासमोर पाहता पाहता गोष्टी पूर्णतः बदलल्या.... तो देश आता राहिला नाही, तो काळही आता राहिलेला नाही; ज्याची आपल्याला सवय झाली होती...."

"मग काय करायचं; या नव्या देशाची सवय लावून घ्यायची?"

"अरे बापरे, सुकेत," किचनमधून शम्सचा आवाज आला, "पेस्टकंट्रोलवाल्यांना फोन करावा लागेल, किचनमध्ये वाळवी लागलेली दिसते आहे..... काय यार, लक्षच देत नाहीस..."

"सवय लावण्याचा प्रयत्न करतोय, शम्स..." काहीशा मोठ्या आवाजात सुकेत म्हणाला, "वाळवीसोबत स्वतःला जगवण्याची- घरातही, बाहेरही...."

"हो, हा खरोखरीच शहाणपणाच करतो आहेस," शम्सनं त्याच्या सुरात सूर मिळवला, "आणखी सालं करणार काय .... सगळीकडे वाळवीच वाळवी पसरत चाललीय...." असं म्हणत शम्स चहाचा ट्रे घेऊन खोलीत प्रवेशता झाला होता.

"सवय लावावी असं मी म्हणत नाही," रघूला वाटत होतं की सुकेतनं त्याच्या बोलण्यातून समर्पण करावं, असा अर्थ काढला आहे. "घरातल्या वाळवीचीही सवय व्हायला नकोय आणि बाहेरच्याही; पण..."

"ते म्हणतात ना, जग छोटं होत चाललंय, ग्लोबल व्हिलेज.... वगैरे.." सुकेत म्हणाला, "खरोखरीच छोटं होत चाललंय..... संकुचित होत चाललंय, आतून आकुंचित होतंय...."

शम्सनं पुढे केलेल्या हातातून चहाचा कप घेत रघू खोलीच्या खिडकीजवळ जाऊन उभा राहिला. बाहेरसुद्धा पिवळा प्रकाश होता; पण खोलीतल्या मंद प्रकाशासारखा नाही; चमचमणारा हॅलोजनचा पिवळेपणा !

"तू बरोबर म्हणतोयस, सुकेत," रघू खिडकीतून बाहेर पाहत पाहत बोलत होता. आवाज थकलेला होता, "असं वाटतंय, कोणीतरी आपल्या जाणिवांवर स्ट्रेट-जाकीट चढवायला टपलंय.... किंचितही हालचाल करू नये म्हणून..."

"स्ट्रेट-जाकीट नाही, रघू बॉस," शम्स आपल्या जागेवर बसल्या बसल्या रघूकडे मान वळवून म्हणाला, "जे कोणी टपलंय, ते गळ्यात कुत्र्याचा पट्टा अडकवायला टपलंय. हालचालींवर बंधन नाही; फक्त त्याबरोबर शेपूट हलत राहायला हवी.....भुंकण्याचीसुद्धा मुभा आहे, अट एकच; पट्ट्याची चेन मजबूतपणे

त्यांच्या हाती राहिली पाहिजे.....''

''पण...'' रघूला काहीतरी सांगायचं होतं.....सांगू शकला नाही.... काहीही न बोलता खिडकीबाहेर पाहत राहिला, पुन्हा एकदा म्हणाला, ''पण...''

.... तिघांनाही माहीत होतं की या 'पण'च्या पलीकडे कुठेतरी रणरणतं रण आहे; तर कुठे हाडं गोठवून टाकणारा बर्फाळ प्रदेश; कुठे भयाण शांतता तर कुठे कर्णकर्कश गोंगाट.... या 'पण'च्या पुढचं वाक्य पूर्ण करू शकणारे शब्द कुठेच नव्हते....

सुकेतच्या हातातला कप ओठांपासून थोड्या अंतरावरच थबकला.... शम्ससुद्धा स्वतःच्या कपात डोकावून पाहत बसला. शंकाकुशंका आणि थकव्याच्या ओझ्यानं मान झुकलेली होती.

मंद धूसर प्रकाशाला आणखी मलूल करणारी अबोल छाया सगळ्या खोलीभर पसरली होती. बस्स, चहाच्या घोटांचा कळत-नकळत होणारा आवाज मधून मधून शांतता भंग करत होता.

''काय यार.... शहीद होण्याची आणखी एक संधी हातातून निसटली...'' शेवटी सुकेतनंच वातावरणातला ताण हलका करण्याचा प्रयत्न केला.

''अरे, नुकसान तर आमचं झालंय...'' शम्सनं लगेच त्याच्या प्रयत्नाला हातभार लावला. चहाचा कप टेबलवर ठेवला, चेहऱ्यावर पसरलेलं खरं औदासीन्य पुसून नाटकी उदास मुखवटा चेहऱ्यावर चढवला. बोललाही असं, जसं व्यासपीठावर भाषण देत असावा, ''शहिदांच्या यादीत नाव कोरलं जाण्याची संधी तुम्हाला मिळाली असती.... अग्नी देण्याचं सौभाग्य श्रीमान शहिदाच्या या दोन सुयोग्य वारसांना... जसे की कवी ('हितैषी') म्हणून गेले आहेत, (शहीदोंकी चिताओं पर जुडेंगे हर बरस मेले) शहीद सुकेतच्या चितेच्या स्मरणार्थ मेळेसुद्धा लागले असते.... नसते लागले तर आम्हीच लावले असते... मेळ्यातल्या दुकानांची कंत्राटं आम्हीच दिली असती, टॅक्सवसुलीही आम्हीच केली असती.... खरं की नाही सर रघू रुबेन....''

''एकदम बरोबर बोललास.... चितेपर्यंत शहीद साहेब पोहोचलेच कुठे... त्यांच्या जखमासुद्धा ... यार, पर्मनन्ट खुणा सोडून जाण्याइतक्याही मोठ्या नाहीत...'' रघूसुद्धा असहायता, औदासीन्यातून बाहेर येण्याच्या या खेळात सामील झाला. खिडकी सोडून त्या दोघांकडे येत तो म्हणाला, ''मृत्यू आला नाही; चल ठीक आहे, हालचालीत एखादी पर्मनन्टली दिसू शकणारी तोडफोड जरी झाली असती तरी परफेक्ट! फुलटाइम मार्टयर जरी नाही तरी माननीय सुकेतजी पार्ट टाइम शहीद म्हणून मार्केटेबल आयटम तरी झालेच असते, मित्रांच्या थोडेतरी कामी आले असते.....''

''नाही, यार.... '' शम्सनं रघूचं बोलणं अर्ध्यातच कापलं, ''पार्ट टाइम शहीद

तर तू आहेसच.... आता फुलटाइमच पाहिजे - 'चिते'वाला असो की 'कबर'वाला...''

रघू खरं बोलण्याचं बक्षीस म्हणून कायमस्वरूपी मिळालेली तोडफोड स्वतःच्या देहात धारण करून होता- गुडघ्यांमध्ये पडलेल्या स्टील रॉडच्या स्वरूपात!

''बरं मग, काही हरकत नाही मित्रा, हा साला तर वाचला, आता तुलाच फुलटाइम शहीद करून टाकू. सांग, बहावी इस्लामच्या हातून जन्नत कबूल आहे....?'' रघूनं अत्यंत गंभीरपणे शम्सला प्रश्न विचारला, ''की हिंदू राष्ट्रवादाच्या करकमलांनी ? निर्णय तुझा...''

असहायतेच्या जाणिवेतून बाहेर पाडण्याचा प्रयत्न सुकेतला बरा वाटत होता, ''स्वर्गात तर आपल्यापैकी कोणालाच एन्ट्री मिळणार नाही, बेट्या... बीएजी - बॅग म्हणजे भगवंत, अल्ला, गॉडमध्ये इतकीही अक्कल नाहीये का? त्याला स्वतःच्या स्वर्ग, बहिश्त, हेवन वगैरे वगैरेमध्ये प्रलय घडवायचा आहे का? आणि तुम्ही दोघं साले, नालायक... माझी विचारपूस करायला आला आहात की मी वाचलो त्याचं दुःख करायला?'' सुकेत शम्सकडे हात लांबवत म्हणाला, ''सुधर, सुधर मित्रा, मी शहीद झालो नाही याचं दुःख चुकीचं ठरवण्यासाठी सिगारेट तर आणली असेलच..... चल काढ, 'कुड हॅव बीन' मार्टयरच्या प्रीत्यर्थ....''

''स्मोकिंग किल्स...डोंट यू नो... साल्या मरायचंच असेल तर मार खाऊन मर, सिगारेट फुंकून मेलास तर शहीद नाही; प्रदूषण पसरवणारा अपराधी म्हणवला जाशील... तू शहीद होण्याच्या सन्मानाला मुकशील आणि आम्ही चितेवर लागणाऱ्या मेळ्यातून मिळणाऱ्या उत्पन्नाला...''

''वा रे पठ्ठे ! स्वतः स्मोकिंगनं मरणार आणि मी मार खाऊन मरू..... चल, रोल एक्सचेंज.... चिता तुझी आणि मेळ्यातली कमाई माझी, मृत्यू तुझा, मजा माझी...... मित्राच्या दुखऱ्या भावनांची चाड ठेव, आता तरी सुधर.... चल, बडबड नंतर, दे, सिगारेट दे...''

स्वतःवरच हसत राहिल्यामुळे मृत्यूचं भयही कमी होतं, जीवनातल्या वेदनाही!

भावना दुखावल्या जाणाऱ्या या युगात विवेकाच्या गोष्टी केल्यामुळे मिळालेल्या दंडाच्या खुणा आजही सुकेत, रघू आणि शम्स - तिघांच्याही शरीरावर आहेत आणि मनावरही.... काही दिसतात, काही अंतर्गत भागात उठणाऱ्या कळांमधून, थंडीच्या दिवसात चालताना येणाऱ्या त्या कळांमुळे लंगडण्यातून बोलतात.

आणि करुणा? तिच्या आत्म्यावर स्वतः सुकेतनं घातलेल्या घावांच्या खुणाही आहेत.... आठवणी सुकेतच्या डोळ्यांत जमा होऊन दोन अश्रूंच्या थेंबांच्या स्वरूपात उभ्या राहिल्या.... बाल्कनीच्या रेलिंगवर हात टेकवून तो बघतोय, आसपासच्या इमारतींतील एखाद-दुसरा दिवा, ऐकतोय नीरव शांततेचे आवाज, सिगारेट हातातून सटकून बाल्कनीच्या फरशीवर.... संपत आलेली!

करुणा असती तर ती ओरडली असती, ''उचल सिगारेट, ॲश-ट्रेमध्ये टाक.'' सुकेतच्या डोळ्यांत तरळलेल्या अश्रूंना हसू आलं.... त्या वेळी तर या गोष्टीवरून सुरू झालेल्या वादाचं स्त्री-पुरुष संबंधांच्या पराकोटीच्या वादात आणि त्याचं पर्यवसान भांडणात होऊ शकत होतं.

''तू माझ्या प्रत्येक गोष्टीत आक्षेप का घेतेस?''

''मी फक्त मला योग्य काय वाटतं ते करते. प्रश्न हा आहे की तुला माझा प्रत्येक आक्षेप का खटकतो?''

आज, सुकेतला कळतंय - मला हवी होती, 'माझी प्रत्येक गोष्ट केवळ अद्वितीय आहे 'असं म्हणणारी मुग्ध नायिका .... करुणा एक आत्मनिर्भर व्यक्तिमत्त्व..... रचना 'अशी सिगारेट हातातून निसटून पडण्याला जीनियसच्या विचारमग्न असण्याचं लक्षण' म्हणाली असती, मनोमन हसली असती या आत्ममग्नतेवर...

''मी पक्की फेमिनिस्ट आहे, सुकेतजी...'' अत्यंत समर्पित नायिकेच्या भूमिकेत मुरकत रचना आठवण करून दिल्याशिवाय राहायची नाही, ''पण तुमच्या प्रेमानं..... आपल्या या जगावेगळ्या प्रेमानं....'' सांगणं अवघड व्हायचं की जास्त रस रचनाच्या आवाजातून टपकतोय की नजरेतून..

करुणाकडे हे कौशल्य नव्हतं की स्त्रीवादाचा झेंडाही हातात घ्यायचा आणि कधी मुग्ध अभिसारिकेचा रोलही प्ले करायचा.

''थोडासा रोल प्ले केला असता, यार, तर काय बिघडलं असतं...... ती गझल किती वेळा तुला ऐकवली होती की 'हारकर दिल अपना, मेरी जीत अमर कर दो'......तुझ्यावर काही परिणामच झाला नाही....'' सुकेतच्या डोळ्यांत जमलेल्या अश्रूंनी हसण्याचा प्रयत्न केला.

''तुझी जीत अमर करण्यासाठी मी काय काय हरलेय, तुला कधी दिसलं, सुकेत?''

नाही, इतका भ्रमात नाहीये सुकेत. त्याला माहिती आहे की या बाल्कनीत, अर्ध्याहून अधिक रात्र होऊन गेली असताना करुणा हा प्रश्न विचारायला कुठून आणि कशी येणार?

प्रश्न तर छाती पोखरून टाकणाऱ्या आठवणी विचारत आहेत.... बाल्कनीत टांगलेला चाइम हलवणारी हवा विचारत आहे.... कधी करुणाच्या देहासारखी सावळी, कधी सुकेतच्या चेहऱ्यासारखी पिवळी दिसणारी रात्र विचारत आहे.

बाल्कनीच्या रेलिंगवर टेकलेले हात वर उचलले गेले, वैतागानं पूर्ण ताकदीनिशी परत खाली पडले, ''बाहेर पड या मूर्खपणातून सुकेत....टु हेल विथ ऑल धिस..... तुझी लव्ह स्टोरी तितकीच सुंदर जितकी इतर करोडोंची, आणि... तुझं प्रेम तितकंच मौल्यवान जितकं लाखो इतरांचं... तुला साल्या, दुःख उगाळत

बसण्यात सुख लाभतं- सुख .... यातून बाहेर पड.''

फायनल ब्रेक-अपनंतर एक दिवस बस्तरहून करुणाचा फोन आला होता, रघूच्या मोबाइलवर....सुकेतच्या हट्टासाठी रघूनं स्पीकर ऑन केला होता.

''रघू, वाटतच नाही की मी त्याच देशात आहे जिथे सगळं जीवन व्यतीत केलं...''

''देशाच्या कुठल्याही महानगरापासून शंभर किलोमीटर दूर गेल्यावर जाणवतं की एखाद्या दुसऱ्याच देशात आलोय...''

''नाही रघू... इथे तर.... कल्पनेपलीकडलं आहे... माणूस खरोखरीच फक्त आणि फक्त रिसोर्स- कच्चा माल- बनवला गेला आहे.... जनावरांचं जिणं बरं म्हणायला हवं... इथे उग्रवाद नसता तरच आश्चर्य वाटलं असतं ...''

''उग्रवादानं तरी काय फायदा झालाय करुणा ...'' रघू त्याच्या तरुण वयात सशस्त्र क्रांतीसाठी भूमिगत राहून आलेला होता; जेव्हा अति अहिंसावाद मानला जात होता.

करुणानं त्याचं बोलणं मध्येच तोडलं, ''तू काहीही म्हण रघू.... मला प्रत्येक क्षणी डॉ. ब्रह्मदेव शर्मा जे बोलत होते ते आठवतंय... आदिवासींमध्ये स्वतः राहून पाहा, आश्चर्य वाटेल की बंदुकी इतक्या उशिरा का उठल्या...''

''अरे यार, कमाल आहे....'' शम्सनं रघूच्या हातून फोन घेतला. स्पीकरवरून येणाऱ्या करुणाच्या आवाजाला संबोधत म्हणाला, ''पॉलिटिक्स सोडून बोलायला काही उरलंच नाहीये का ? काही मित्रपरिवार जमा केलाय की नाही... की तिथेसुद्धा सगळ्यांना दूरच ठेवतेस....''

करुणा हसली.... सुकेतचं धाडस वाढलं. स्वतःच्या जागेवरून उठून फोनजवळ आला आणि फोनमधून जणू करुणाला बघत असल्यासारखा, शम्सचं बोलणं पुढे नेत म्हणाला.. ''जसं इथे सगळ्यांना दूर ठेवत होतीस ...''

लाइन एकाएकी कट... जितक्या वेळा रिडायल केला... 'स्विच ऑफ', सुकेतला वाटलं, शरीरातलं सगळं रक्त डोक्याकडे धावतंय. पुढच्याच क्षणी शरीरातल्या सगळ्या रक्ताचा निचरा झाल्यासारखं वाटलं.... थकून जवळच्याच सोफ्यावर तो पडला.... रघू आणि शम्स तरी काय बोलणार.... प्रचंड मोठी होती ती न बोलता घालवलेली दोन मिनिटं.

शम्स सुकेतच्या जवळ आला.... हळूच हात हातात घेतला, ''धीर धरण्याखेरीज काही करू शकत नाही, सुकेत....निवळेल, तिचा राग निवळेल... वेळ...''

सुकेतच्या कानावर फक्त त्याच्या थकलेल्या शरीराच्या रोमारोमांतून निघणारा आवाज घुमत होता, ''मर, सुकेत मर एकदाचा... कसा जगशील इतक्या दुःखाच्या आणि रागाच्या ओझ्याखाली....''

थोड्या वेळानं स्वतःला कसाबसा सावरत सुकेत काहीही न बोलता निघून गेला होता.

नंतर रघूला करुणाचा संदेश मिळाला होता.... अट होती रघू आणि शम्सशी संपर्क ठेवण्याची- सुकेत चुकूनही संपर्क करणार नाही.

कसं विसरणार करुणा तुला .... तुझ्या म्हणण्याचा अवमान करण्याची हिम्मतही कुठून आणू .... आनंदात राहा, व्यग्र राहा.... तुझ्या अबुझमाडमध्ये... तुझ्या बस्तरमध्ये.... आठवणींपासून मुक्त राहा..... मीसुद्धा नकोशा, रुंजी घालणाऱ्या आठवणींपासून स्वतःचा पिंड सोडवेन.

आपल्या तर सगळ्या समाजाची हीच स्थिती आहे. इतक्या सगळ्या आठवणी, इतका सगळा इतिहास... आठवणींचा इतका बोजा लादलेला आहे; म्हणूनच तर पावलं नीट पडत नाहीत... गेट रीड ऑफ धिस स्टुपिड बर्डन... गेट रीड यार..!

टीव्हीचा कर्कश आवाज बाल्कनीपर्यंत येऊन सुकेतला खिजवत होता. त्यानं ड्रॉइंगरूममध्ये वाकून पाहिलं. नक्कीच रिमोटची बॅटरी संपत आलीय.... संध्याकाळी ऑफ करायला विसरलो बहुदा.... पण आत्ताच एक मिनिटापूर्वी ऑफ बटण दाबलं होतं, तरीही ...?

टीव्हीवर काल संध्याकाळी दाखवलेल्या प्रोग्रॅमचा रिपिट टेलिकास्ट चालू होता. सहा खिडक्या चालू होत्या.... तीन खिडक्या एकाच वेळी कोकलत होत्या. उरलेल्यांपैकी कोणती खिडकी केव्हा ओरडायला लागेल, सांगवत नव्हतं. एक वाक्यसुद्धा व्यवस्थित ऐकणं अशक्य होतं, पण खाली लिहिलेल्या मजकुरामुळे प्राइम टाइमचा मुद्दा कळत होता... कोणी बाबा बलात्काराच्या आरोपाखाली कैद झालेले आहेत. नेशन जाणू इच्छित आहे, काय करायला हवं... तीन खिडक्या स्पष्टपणे सांगत आहेत- हिंदू संतांना बदनाम करण्याचं कारस्थान आहे हे... धार्मिक भावनांचा प्रश्न आहे- कायदाबियदा बेकारच्या गोष्टी आहेत. अशा बाबतीत फक्त आणि फक्त हिंदू भावना महत्त्वाच्या आहेत... न्याय देण्याचा हक्क फक्त धर्म संसदेला असू शकतो... सरकारी प्रतिनिधी असलेली खिडकी सांगते आहे.... 'हा मुद्दा बरोबर आहे.... सरकार या गोष्टीवर विचार करत आहे की धार्मिक भावना आणि धर्म-संसदेला रीतसर मान्यता दिली जावी... आरोप बलात्काराचे असोत की साक्षीदारांच्या हत्येचे; धर्ममहापुरुष आणि महान धार्मिक स्त्रियांच्या बाबतीत निर्णय करण्याचा अधिकार फक्त धर्मसंसदेलाच असायला हवा, या गोष्टीत तथ्य आहे, तर्क आहे, असणार; कालांतरानं असंच होईल... सांस्कृतिक प्रदूषण दूर करण्यासाठी थोडा वेळ तर द्यायलाच हवा नं मित्रांनो!'

सुकेतनं कपाळावर हात मारला....'काय फायदा ..' स्वतःशीच म्हणाला, 'अशा प्रकारे डोकं आपटून आपटून आत जे काही थोडं स्वत्व बाकी आहे तेही नाकावाटे बाहेर पडायची वेळ आली आहे... आपटत राहा डोकं .... एखाद्या दिवशी

येतील एखाद्या बाबाचे लोक, दुखावलेल्या भावनांचे योद्धे आणि डोकं फोडून सगळं स्वत्व एकदमच बाहेर काढून जातील... किस्सा संपला.... ना डोकं शिल्लक राहणार, ना डोकं आपटून घेण्याची वेळ येणार...'

डोळ्यांसमोर महानगरातली रात्र थकून रेंगाळलेली... अशा प्रकारे, जणू तिला सकाळच्या दिशेनं जाण्याची कसलीच घाई नाही... कॉलनीतल्या बहुतांश फ्लॅट्समध्ये अजून अंधारच होता; पण दूरवरच्या उंचच उंच इमारतींमध्ये जळणारे दिवे गहिऱ्या अंधाराला रंगीबेरंगी आणि चमकदार करत होते.... सडकेवरच्या पिवळ्या दिव्यांमुळे अंधारही अर्धवट आणि उजेडही अर्धवट.

कशी रात्र पाहून कवी गंगासतीनं आपल्या सुनेला संबोधून म्हटले असेल, 'बिजली नां चमकारे मोतीडाँ परोवो पानबाई, अचानक अँधारा आवशे...'

अशी चमचमणारी रंगीबेरंग रात्र तर नसणार ती, गंगा सती!

सुकेतचं लक्ष अंधाऱ्या आकाशाकडे गेलं. ओठांवर स्मित तरळलं, 'वीज चमकण्यासाठी ढग असायला हवेत ना, पानबाई.... इथे तर फक्त अंधारच अंधार आहे, कसे मोती ओवणार....' सुकेत म्हणाला, 'गंगा सती, असा घनदाट अंधार अचानक आलेला नाही....'

आजची रात्र किती अंधारी आहे! नाही, रात्र तर तशीच आहे; जशी असते... तिला अधिक अंधारी करतात आपली भयावह स्वप्नं!

सुकेतसारखीच दुःस्वप्न रघू आणि शम्सलासद्धा पडत होती... त्या स्वप्नांत दिसत होते भयाण किर्र जंगल; गहिरं काजळी होत चाललेलं जंगलाचं हिरवेपण...अती वेगवान ट्रॅफिकच्या दहशतीत फसलेलं शहर .... फुटपाथवर झोपणाऱ्या लोकांना उडवायला टपलेल्या रानटी गाड्या.... स्मशानात पिशाच्चांचं डिनर.... स्मशानात मनुष्याच्या कवट्यांचा चेंडू बनवून खेळल्या जाणाऱ्या टुर्नामेंट्स्.... अजगरासारखे लोकांना, गगनचुंबी इमारतींना गिळणारे चक्राकार फिरणारं वारं.... वेगानं, बेछूट स्वच्छंदपणे वाहणारं खळाळणारं पाणी.... स्वप्नात सर्वांत जास्त साप, अजगर, सुसरी, मगरी, पाली, सरडे येत होते ..... कधीकधी तर माणसंही त्यांच्यासारखी सरपटताना दिसायची.... एखाद्या स्वप्नात व्यवस्थित रस्त्यातून चालणाऱ्या रघूला सुसर खेचून घ्यायची... एखाद्या स्वप्नात ज्या मित्राबरोबर संध्याकाळ घालवलेली असायची, तोच मित्र लांडगा होऊन शम्सला ओरबाडायचा... तर एखाद्या स्वप्नात भिंतीवर सरपटणारी किडे शोधणारी पाल उडून सुकेतची मान पकडायची.... भय स्वप्नात सरपटत येत होतं; गिळगिळीत स्पर्शाची जाणीव सोबत घेऊन, सरपटत यायचं जाग येईपर्यंत.

'मग शेवटी चला सायको-ॲनालिसिसला शरण....सब-कॉन्शियसपर्यंत पोहोचण्याचा योग्य मार्ग समजला जातो ॲनालिसिस... फ्रॉइडसारखे लोक मूर्ख तर नव्हतेच..'

बऱ्याचदा सुकेतला वाटत होतं.

"सब-कॉन्शियस बिबकॉन्शियस ठीक आहे सुकेतमिया," शम्स स्वप्नातून बाहेर येत सुटकेचा श्वास घेत म्हणायचा, "पण आपल्या भयानक स्वप्नांचं मूळ सब-कॉन्शियसमध्ये नाही; दुसरीकडेच आहे आणि तिथवर तर साले ना तुमच्या इन्टेलेक्चुअलांच्या फ्रॉइड बाबाची, ना त्याच्या अहंकारी चेल्याची, युंगची पोहोच आहे; ना आपल्या देशी योगी, बाबा आणि अम्मांची.... शेवटी दुःस्वप्नांच्या कुळातले मेंबर्स आहात ... शिका भयानक स्वप्नांसोबत जगायला... नाहीतर मेंबरशिप कशाला घेतलीत?" असा सिद्धान्त मांडून झाल्यावर पुढे व्यावहारिक सल्लाही दिला जायचा, "ऐक, यार सुकेत.... रात्र जेव्हा जास्त अंधारी वाटू लागते तेव्हा पटकन दोन पेग मारत जा, रम्य वाटायला लागेल..."

"हो, तुम्हा दोघांना तर साल्यांनो, पेग मारण्यासाठी कारणच हवं असतं. बस्स ! ..." रघू चिडायचा.

"तसे तर आजही पेग मारले होते, प्रिय शम्स... तुझ्याच सोबत... रघू तर एकही पेग घेतल्याशिवाय त्याचा बेडटाइम होताच निघून गेला होता.... आपणच उशिरापर्यंत चालू ठेवलं होतं...."

"पण कितीतरी पेग रिचवल्यानंतरही उभे आहोत ना जसेच्या तसे मूर्ख ठरून...मोजतोय ना आसपासच्या इमारतींमधले जळणारे दिवे... तारे आपल्या शहरात रात्री असे किती दिसतात जे मोजता येतील? पण शम्स... मित्रा, शरीर सतत अशा किती रात्रींचं जागरण सहन करू शकणार? काहीतरी तर करायलाच हवंय मित्रा, मला.... आणि तुलाही."

सुकेतनं बाल्कनीचा दिवा न लावता आणखी एक सिगारेट शिलगावली.

खूप चिडायची करुणा; सुकेतच्या या हट्टी सिगारेटप्रेमावर! सुकेतला ऐकवून तिनं रघूला सांगितलंही होतं, "काय आहे नं रघू, काही लोकांना परमेश्वर सुंदर, दणकट शरीर देतो....पण त्यांना तर व्हायचं असतं बोहेमियन, इन्टेलेक्चुअल.... त्यामुळे मुद्दाम दारू...सिगारेट.... जॉइंट....अरे, शरीर व्यवस्थित राहिलं तर बूर्ज्वा होण्याचा कलंक लागेल नं...आणि..."

"फालतू बडबड बंद..." रघूनं चिडण्याचं नाटक केलं होतं, "खबरदार जर अफवा पसरवली तर.... माहीत नाही....अफवांमुळे शत्रूला मदत मिळते, देश पोखरला जातो...?"

गोष्ट हसून सोडून दिली गेली होती.... करुणानं स्वतःची चिडचिड आवरती घेतली होती.

झुरका घेत सुकेतनं पाहिलं, रस्त्यावरच्या हॅलोजनच्या दिव्यात रात्र कावीळ झाल्यासारखी दिसत होती. स्वप्नातला तो मळकट करडा भयानकपणा.... रात्रीची

ही कावीळ झाल्यासारखी काया...सुकेतच्या हातात सिगारेटचं हपापलेलं तोंड, धुमसणारं, उसासणारं!

जागेपणी भरकटणं... स्वप्नात सुसर...मगर...साप.

असं ऐकलंय, स्वप्नात शुभ्रवर्णी साप दिसणं शुभ असतं. स्वप्नात जरी घाबरवून सोडलं तरी जागेपणी चांगली फळं देतो.

आणि पाण्यातला साप? तो कशी फळं देतो ?

"फोटो काढायचा तर त्याचा काढा. कसा सरळ जातोय..." पुलावर उभ्या असलेल्या मुलांपैकी कोणीतरी मोठ्या आवाजात म्हणत होतं.

कालव्यात साप, पाण्याच्या सपाटीवर किंचितसा वर तिरप्या रेषेत वेगाने पोहत होता.... पाहता पाहता दुसऱ्या किनाऱ्यावर जाऊन पोहोचला.... एका दगडावर फणा टेकवला, बाकीचं शरीर पाण्यातच..... त्याच वेगानं पोहत तर तो सुकेतच्या स्वप्नातही येतो.... जाग आल्यावर सुकेतला दिसतोय फणा जागेपणात .... उर्वरित शरीर स्वप्नात!

सुकेत, असिफ आणि वसिमबरोबर गेला होता. पोलिसांनी ज्यांना घरातून उचलून शूट करून फेकून दिलं होतं, त्यांची कलेवरं पाहायला. साक्ष म्हणून फोटो काढायला. जिथे हे घडलं होतं, ती वस्ती देशाच्या राजधानीच्या फक्त नव्वद-एक किलोमीटर दूर आणि काहीशी नऊशे वर्षं लांब. तिथे कायद्याच्या पुस्तकांचं नाही; खाकी वर्दीच्या मर्जीचं राज्य होतं ... हळूहळू सगळं विसरण्यात गेलं... आता तर नव्या पिढीसाठी ती वस्ती धडकी भरवणारी आठवण नाही; तर फक्त देशाच्या हजारो वस्त्यांच्या नामावलीतलं एक नाव होऊन राहिलीय... कधीही माहीत नसलेलं, ऐकिवात नसलेलं नाव!

अठ्ठावीस वर्षांपूर्वीच्या जून महिन्यातल्या दुपारची आठवण- होती तशीच लिहिलेली राहिली.

कालव्याचा जुना पूल. त्याच्या खाली पाळीवर दगडांमध्ये अडकलेली लाश. तिच्या सडत असलेल्या पायांना दोरी आणि काठीच्या मदतीनं उचलून असिफनं काल एक फोटो घेतला होता; आज सुकेतला घेऊन ते आले होते; आणखी एक फोटो घेण्यासाठी. रस्त्यात रिक्षावाला म्हणाला, "तिथे, झाडावर अडकलेलं काहीतरी दिसतंय....." असिफ चीत्कारला होता ... 'काहीतरी' म्हणजे एखाद्या मनुष्याची लाश असू शकते, या शक्यतेनं त्यांना चिंतित किंवा व्यथित नाही; तर आनंदित केलं होतं....काल तर त्यांना पुलाजवळ कालव्याच्या उतारावरून उतरावं लागलं होतं; आज कदाचित झाडावर अडकलेली सडलेली लाश पुलावर उभ्या उभ्याच पाहायला मिळेल. रिक्षा थांबवली..... इकडेतिकडे पाहिलं.... कुठेच काही नव्हतं... ते रिक्षावाल्यावर डाफरले, "काही दिसत-बिसत नाही, उगाच वेळ वाया घालवता."

रिक्षातून उतरून असिफ पटकन उतारावरून खाली उतरला. दगडांजवळ जाऊन एका दगडावर पाय टेकवले. त्यांच्या मागोमाग सुकेत. फोटो घेण्याचं काम सुरू. असिफ एका पाणवनस्पतीतून डोकावणाऱ्या गव्हाळ रंगाच्या आणि गोल आकाराच्या आकृतीला उकरत आहे; जेणेकरून ती पाण्याच्या बाहेर यावी आणि तिचा फोटो घेता यावा. पाणवनस्पतीत इतका जोर नव्हता. वर पुलावर उभ्या असलेल्या मुलाकडून काठी मागितली. त्याने नकार दिला.

"अरे दे, तुझा ही एक ठो फोटो घेईन, एकदम बढिया..."

ते सकाळपासून दिल्लीची विशिष्ट भाषा बोलत होते. अधूनमधून 'र'च्या जागी 'ड' आणि 'ड'च्या जागी 'र' बोलत असल्याचं सुकेतला जाणवलं नक्कीच होतं. 'ठो'चा ठेका आणि 'बढिया'चं प्रेम, किंचित नाकात बोलणं, या वेळी त्यानं विचारलंच, "साहेब पूर्वेकडले दिसत आहेत."

पौर्वात्य असण्याचं असिफनी इतक्या संकोचानं आणि दयनीय प्रकारे स्वीकारलं की सुकेतला तसं विचारणं निर्दयीपणाचं वाटू लागलं..... त्याला काय बोलावं तेच कळेना. मैत्री दाखवत तो फक्त हसला. तिथे पौर्वात्य असल्याबद्दलच्या आत्मदयेतून बाहेर येत पुन्हा मूळ पदावर येत ते म्हणाले, "या दक्षिणींना घटनेचं महत्त्व जाणवेल तर ना, जनाब..."

"नक्कीच हिंदू आहेत; असिफ भाई, या कसायांनीच तर...." असिफनं रागानं वसीमकडे पाहिलं; वसिम आवेशात सुकेत तिथे हजर असल्याचं विसरला होता. संकोचून म्हणाला, "जी, माझ्या म्हणण्याचा अर्थ....."

"काही हरकत नाही ..." वसिमला आश्वस्त करत सुकेत असिफला म्हणाला, "बघू, जर..."

असिफना एक लांब आणि कोरडी काठी मिळाली होती, ते पाणी उकरत होते. गव्हाळ रंगाची, गोल आकाराची आकृती थोडी हलली... त्याचबरोबर, कोण जाणे कधीपासून दबलेली दुर्गंधीसुद्धा जागी झाली. असिफचे प्रयत्न होते की ती आकृती पाण्याच्या तळातून थोडी वर यावी; जेणेकरून फोटो घेता येईल.... त्याच वेळी पुलावर असलेली मुलं अचानक चीत्कारली, "फोटो काढायचा तर त्याचा काढा. कसा सरळ जातोय..."

सुकेतच्या कॅमेऱ्यानं फोटो घेतला खरा, पण अस्पष्ट! सांगणं कठीण होतं की फोटो सडलेल्या कलेवराचा होता की सडलेल्या आठवणींचा. सापाचा फोटो त्याच्या कॅमेऱ्यानं घेतला नाही; तरीही साप आलाच! वेगाने पोहत येतो तो सुकेतच्या स्वप्नात..... जागेपणाच्या पाळीवर फणा टेकवून बसतो.

इतक्या वर्षांत फोटो आणखीनच अस्पष्ट झालाय. शुभ्र पांढरे साप तर स्वप्नात कधी आलेच नाहीत. कधीकधी स्वप्नात साप सरड्याप्रमाणे रंग बदलायचे; पण कधी

कोणीच पांढऱ्या रंगावर हक्क सांगितला नव्हता. सरडेसुद्धा पांढऱ्या रंगात स्वतःला बदलू शकत नाहीत ना! तसंही हा .... भीतीचा रंग असतो कसा? कधी करडा, कधी लाल, कधी निळा, कधी हिरवा, कधी केसरी, कधी सप्तरंगी! कदाचित कधी पांढरासुद्धा .....अंत्ययात्रेत....शवावर अच्छादलेला....

आत्ता तो स्वप्नात आलेला हत्ती; पांढरा होता का? सिद्धार्थ गर्भात असताना माता महामायाला स्वप्नात पांढरे हत्ती दिसायचे. आपल्या स्वप्नातला हत्ती जर खरोखरीच पांढरा असता तर आपल्याही गर्भात राजा युवनाश्वप्रमाणे मांधाता जन्मला असता? मांधाता सिद्धार्थाप्रमाणे तथागत जरी बनला नसला तरी इतका पराक्रमी तर होताच की राजकुमार भोजनं आपल्या काकाला पाठवलेल्या श्लोकात त्याचं नाव राम आणि युधिष्ठिर यांच्याबरोबर लिहिलं होतं.... सुकेतला हसू आलं.... "यार, गर्भ राहिला असता तर मजा आली असती.... सत्ययुगात होऊन गेलेल्या राजा युवनाश्व नंतर या कलियुगात अवतरलेला महापुरुष, सर्वसामान्य माणूस सुकेतकुमार — क्रांतिकारी, गर्भधारी....!"

"सिद्धार्थच्या आईच्या स्वप्नातले हत्ती असहाय आकांत करत मरत नव्हते, सुकेत!"

सिगारेट संपत आली होती. वाऱ्यामुळे शिरशिरून बाल्कनीत लटकलेल्या छाइमने मंजूळ आवाज केला, थोडं बरं वाटलं. चला, थोडं झोपून घ्यावं.... शुद्ध वेडेपणा करतोय आपण. जागेच आहोत; इतकी रात्र झाली तरी..... तेही एकाच वेळी दोन-दोन नको त्या गोष्टी करत; फुंकतोय सिगारेट आणि उलटसुलट नको ते विचार करतोय..... दोन्हीही गोष्टी आपल्या तब्येतीलाही घातक आहेत आणि समाजाच्या स्वास्थ्यालाही....!

बाल्कनीत साइडटेबलवर ठेवलेल्या ॲश-ट्रेमध्ये सुकेतनं सिगारेट चुरली, "पाहा, आता या वेळी मी शहाण्यासारखं वागलो...." कितीतरी दूर गेलेल्या करुणाला उद्देशून तो म्हणाला. अंधाराकडे बघून हसला आणि आतल्या बाजूला चालायला लागला. ड्रॉइंगरूममध्ये टीव्ही चालूच होता. टीव्ही स्क्रीनवरच्या अनेक ओरडणाऱ्या खिडक्यांच्या जागी एका पूर्ण उघडलेल्या खिडकीत एक सुंदरी येऊन सांगत होती की सेल्फी-सेल्फी खेळणं उन्नत राष्ट्राच्या निर्मितीसाठी किती आवश्यक आहे आणि या राष्ट्रवादी कर्तव्याची खिल्ली उडवणाऱ्यांना कशा कशा प्रकारे कोणकोणत्या नरकात पाठवण्याची व्यवस्था करता येऊ शकते.

काय फरक पडतो ? नेशन-प्रवचन, सुंदरी-दर्शन, पॅनलिस्टांकडून एकमेकांवर होणारी कुरघोडी, भुताच्या मोबाइल नंबरचं प्रदर्शन... उथळ चर्चा, अत्यंत बाष्कळ बकबक.... डोळ्यांना शीण आणणारं आणि डोकं खाणारं काम यांपैकी कोणाहीकडून करून घेता येऊ शकतं. सुकेतनं बेदरकारपणे चॅनेल बदलला.... त्याला आराम

आवश्यक होता.... हा चॅनेल, तो चॅनेल.... पटपट चित्र बदलत राहावी, डोळे शिणावेत, डोकं शिणावं- बस्स, कशाही प्रकारे का असेना; पण झोप यावी... रिमोटवर बोटं फिरवत राहा. पाहत राहा एकानंतर एक इन्स्टंट चित्रं. कुठे झटपट भाग्योदय, उठे तत्काळ प्रेमाचा लाभ... कॅलिडोस्कोपमध्ये क्षणाक्षणाला आकार बदलणारे रंगीत काचेचे तुकडे..... झोपेची आराधना करा या कॅलिडोस्कोपच्या माध्यमातून.

डोळ्यांसमोर गोल गोल फिरणारे हे काचेचे तुकडे काय काय निद्राराधना लिहीत राहाता आहेत. लहानपणी सुकेत कुणास ठाऊक किती किती वेळ पुठ्ठ्याचा तो छोटासा सिलिंडर डोळ्याला लावून फिरायचा; दुसऱ्या टोकाला तयार होणारे, क्षणोक्षणी बदलत जाणारे रंगीबेरंगी आकार न्याहाळत राहायचा. आजही, एक दुसऱ्याशी संबंधित-असंबंधित हजारो आठवणी त्या तुकड्यांसारख्याच अनंत चेहऱ्यांनी सामोऱ्या येत होत्या. पुठ्ठ्याच्या कॅलिडोस्कोपमध्ये बांगड्यांचे तुकडे मनमोहक वाटत होते. स्मृतींच्या कॅलिडोस्कोपमध्ये तयार होणारे आकार एकतर गोंधळवून तरी टाकत होते; नाहीतर घाबरवत होते.... .

कशीही आणि कितीही याचना करून का असेना; एकदाची झोप यावी...!

रडगाणं हेच होतं की झोपेच्या घरी साद घातली तर दरवाजा आठवणी उघडत होत्या आणि परत जाण्याचं नावच घेत नव्हत्या..... रोज हेच घडत होतं.... आजच का काही वेगळं होईल ? झोपेचं दार ठोठावणारा सुकेत एकदा परत आठवणींच्या समोर होता.

कॅलिडोस्कोप त्याच्या जीवनात बालपणानंतर एकदा परत रचनासोबत आला होता.

"किती कल्पक होता न तुम्ही बालपणापासून.... कॅलिडोस्कोप पाहणं तुमच्या क्रिएटिव्ह स्ट्रीकला अंडरलाइन करतं...." रचना म्हणाली होती.

"अरे, सगळेच तर खेळतात त्या वयात कॅलिडोस्कोपशी...." सुकेत रोमांचित होता; त्या मोहक, मादकतेत अभिसारिकेकडून मिळालेलं क्रिएटिव्ह स्ट्रीकचं प्रशस्तिपत्र मिळवून..... आपल्या परिपक्वतेची बेपार्वाईसुद्धा त्याच 'स्ट्रीक'नं अधोरेखित झाल्याचं ते आणखी एक प्रमाणपत्र होतं.

'और जरा सी पिला दे साकी, और जरा सी'ची याचना रोमांचित सुकेतच्या रोमारोमांतून व्यक्त होत होती.

स्तुतीनं ओथंबलेल्या, मोहक किणकिणत्या आवाजानं बेधुंद करण्यात रचनाचा हात कोण धरणार ? ती लगेच म्हणाली, "नाही सुकेतजी, यू नो....आय ॲम इन टु सायकॉलॉजी.... खेळतात तर सगळेच, पण खेळाला कल्पनेत कोण नेऊ शकतं.... त्या काचेच्या तुकड्यांमध्ये काय काय पाहू शकतं, रचनेपर्यंत कोण आणू शकतं, ते खरं आहे."

"हो यार, हे बरोबर आहे. कॅलिडोस्कोपच्या रंगांच्या रचनांचा रसांशी संबंध जर मी जोडू शकतोय; तर आपण नक्कीच क्रिएटिव्ह आहोत ....."

कॅलिडोस्कोपमध्ये डोकावून पाहणाऱ्या सुकेतच्या खांद्यावर रचनाचं मस्तक, रचनाच्या खांद्यावर सुकेतचा हात.... खांद्यावरून खाली सरकणारा हात रचना बाजूला सारायची.

"फाजीलपणा नाही...." तिचं मादक हसणं 'फाजीलपणा'ला आणखी उत्तेजित होण्याचं आमंत्रण द्यायचं... वक्षाच्या वरील भागावर सुकेतच्या बोटांचा स्पर्श रचनाच्या सर्वांगाला तसाच रोमांचित करायचा, जसा आत्ता बाहेर बाल्कनीत हवेच्या स्पर्शामुळे हलणारा छाइम रोमांचित होत होता..... छाइमची किणकिण रचनाच्या हसण्यात जाणवायची..... किती जाणीवपूर्वक साधलं होतं तिने ते मादक, पुरुषांना मोहवून टाकणारं हास्य..... सुकेत म्हणायचा, "तुझ्या हास्याचं एक वेगळंच अस्तित्व आहे, ते तर वेगळ्याच प्रकारे एक्सप्लोअर व्हायला हवंय...." स्वतःच्या मोहिनीच्या नशेत मोहोरलेला पुरुष पाहून रचना गर्वोन्मत्त व्हायची ....फिरणाऱ्या कॅलिडोस्कोपमध्ये तयार होणाऱ्या प्रत्येक आकारात सुकेतच्या मूर्खपणाचे रंगीबेरंगी चेहरे पाहायची.... मनोमन हसायची.

हे परमेश्वरा, आठवणींच्या गल्लीबोळातून फिरण्याच्या या यातना केव्हा थकतील, इतका थकवा यावा की शरीर लाचार व्हावं आणि मेंदू सुन्न.... सुटका होईल या साऱ्यातून..... कधी रचनाच्या आठवणी, कधी करुणाच्या, कधी दुःस्वप्नांच्या गोतावळ्याच्या..... कधी दुखावल्या गेलेल्या भावनांच्या.

"भावना इतक्या हळव्या का झाल्या आहेत, यार हल्ली?"

रघूच्या प्रश्नावर योग्य उत्तर शम्सला सुचण्यापूर्वीच सुकेत म्हणाला होता, "अरे, साधी गोष्ट आहे, बुद्धी आणि भावना या दोघी बहिणींपैकी भावनाशी पेरेंटनी दुजाभाव केलाय.... म्हणून तर सतत अशक्त होत चाललीय, भावना बिचारी .... इम्यून राहिलीच नाहीये.... काय करणार ... छोट्याशा कारणानंसुद्धा दुखावली जाते आहे... च्यवनप्राशबिश खायला घातला गेला पाहिजे भावना बेटीला...."

शम्स 'वाह वाह! बहुत खूब'च्या मूडमध्ये शिरला .... रघू समजला, गंभीर बोलणं तूर्तास तरी शक्य नाही.

भावना बेटीची इम्युनिटी कितीही कमी असो, तिचे रक्षक दिवसेदिवस बलशाली होत होते. हल्लीच दोन दिवसांपूर्वीच तर या तिघांनाही कॉफी हाउसमध्ये एकत्रच घेराव घातला गेला होता. धक्काबुक्की केली गेली होती. धमक्या रोज मिळतच होत्या. कोर्टात केस चालूच होती. रघू आणि शम्सबरोबर एकत्रितपणे जो लेख लिहिला होता 'राइट टु ब्लासफेमी'- ईश्वरनिंदेचा अधिकार - त्यामुळे तर आपलेच काही मित्र सोशल मीडिया, प्रोग्रेसिव्ह बांधवांमध्ये या तिघांवर बहिष्कार घालण्याचा

प्रयत्न करत आहेत.

दोनच विकल्प उरले आहेत- एकतर दुःस्वप्नांच्या गोतावळ्यात राहा, किंवा प्रोग्रेसच्या खोट्या भ्रमात राहणाऱ्यांच्या जमातीत!

कधी सुरुवात झाली होती? कधी दुःस्वप्नाच्या कबिल्याशी जोडले गेलो?

१९८४ ....

योगायोग घडवणारं वर्ष.... रघू, करुणा, शम्स- तिघांशी पहिल्या भेटीचं वर्ष... आणि...

एकविसाव्या शतकाच्या स्वप्नाचं वर्ष.... दुःस्वप्नाच्या पायरीवर पाऊल ठेवण्याचं वर्ष!

१९८४ - कॅलेंडरवर आलं आणि एक वर्षही गेलं नव्हतं. १९८४ - जॉर्ज ऑरवेललिखित मानवीय महास्वप्न थरारक दुःस्वप्नात बदलण्याच्या कथेचा मागमूसही नव्हता, हे तर खूप वाइटाच्या भयानं थोडं वाईट सहन करण्याच्या सवयीचं बीज रोवलं जाण्याचं वर्ष होतं..... वाइटाला उत्तम समजण्याच्या सवयीची सुरुवात करणारं वर्ष होतं.

१९८४ - या उंबरठ्यावरील वर्षाच्या आधीसुद्धा कित्येक वर्षं चालू असलेला एकानंतर एक होणारा नरसंहार.... कधी दहा जणांना बसमधून उतरवून मारून टाकलं गेलं; कधी एखाद्या लग्नात पंधरा वर्षांच्या तरुणानं गोळ्यांचा वर्षाव केला.... खलिस्तानची खलीस ओळख होण्यासाठी दुसऱ्यांना मारून त्यांच्या रक्ताचे पाट वाहू देणं आवश्यक होतं... त्यांना आपलं घर- गाव सोडायला विवश करणं गरजेचं होतं.... खलीस ओळखीचं रक्तरंजित कार्य अनेक वर्षं चालू राहिलं.

तिथे, दूरवर उत्तर-पूर्व.... जो देशाच्या नकाशावर तर होता.... तिथवर ना मुख्य भूमीवरच्या रहिवाशांची कल्पना पोचू शकत होती, ना शासनाचा विचार.... दोन हजार 'अवैध शरणार्थी' - जी योगायोगाने माणसंही होती - नष्ट केली गेली.... आज देश आणि समाजाच्या स्मृतिपटलावर दूरदूरवर त्यांचं नामोनिशाण नाही..... त्या वेळी तरी कुठे होतं, जे आज असेल!

मग आला १९८४ नोव्हेंबर...

'धडा शिकवण्यासाठी' दोन हजारांपेक्षा जास्त लोकांची कत्तल केली गेली... सुकेत पेठेतल्या त्या दुकानदाराला कसा विसरणार; ज्याचं दुकान त्याच्या डोळ्यांदेखत जाळलं गेलं आणि मग गळ्यात जळता टायर? कसं विसरणार त्याच्या पत्नीला; जी वेडीपिशी होऊन काही महिन्यांनंतर स्वतःही मेली? कसं विसरणार शरणार्थी कॅम्पमध्ये पाहिलेल्या, एकाच रात्रीत केस पांढरे करून बसलेल्या त्या स्त्रीला.... विस्कटलेले केस, अनवाणी, मळलेले-चुरगळलेले कपडे, तोंडातून टपकणारी लाळ, आसवं गाळून-गाळून थकलेल्या डोळ्यांत अश्रूंचे शेवटचे थेंब, हातात

शिळ्या पोळीचा तुकडा... बुडत्याला काडीचा असावा तसा घट्ट धरलेला? कसे विसरणार त्या स्त्रीचे शब्द, "साड्डे तो तीणों ही गये..."

.... कसं विसरणार त्या छोट्या मुलीला, जिला ते- शम्स आणि रघू वेंईपूईं गावात भेटले होते ? गेले होते १९८४चा झालेला परिणाम पाहायला आणि भेटले होते वेगवेगळ्या लोकांना. त्यांच्यापैकी एक होती ती मुलगी; जिला देशाचा नकाशा जाणून घेण्यापूर्वीच माउजर आणि रिव्हॉल्व्हरमधला फरक कळला होता. निष्पाप, अश्राप बाल्यावर माउजर आणि रिव्हॉल्व्हरचं वजन लादणं हीच खलीस असण्याची ओळख होती. सुकेत कसं विसरणार त्या छोट्याशा मुलाला, जो आपला केसांचा बुचडा सांभाळत शरणार्थी कॅम्पच्या लंगरमध्ये रोटी बनवणाऱ्या त्याच्या आईला मदत करत होता... भिजलेल्या कणकेचे उंडे करण्याचा प्रयत्न करत होता; पण करू शकत नव्हता. दुसऱ्या महिलेनं बनवलेले उंडे 'हळूच' उचलून आपल्या आईला देत होता. स्वतःच्याच हुशारीवर हसत होता. आई पण हसत होती. ती महिलासुद्धा हसत होती; जिचे उंडे 'चोरले' गेले होते. अशा अश्राप जिवावर आपल्याच गावात शरणार्थी होण्याचा भार टाकणं त्याच्या अस्तित्वाला इंगा दाखवण्यासाठी आवश्यक होतं.

मग १९८४ची ती गारठून दडून बसलेली रात्र..... एका सुंदर, आकर्षक शहरात मृत्यूच्या तांडवात किंचाळणारी, आक्रोशणारी रात्र.... झोपेला तडफड, तगमगीत बदलणारी रात्र..... ती तडफड उर्वरित जीवनांची ओळख ठरवणारी रात्र!

'ऑपरेशन फेथ'... आस्था शब्दाच्या पवित्रतेला गटाराचा रस्ता दाखवणारी ही आस्था योजना शस्त्रांशी फेथफुल राहत हिंदुस्थानी जिवांना कवडीमोलाने विकण्यासाठी, शस्त्रांच्या मालकांना देशातून सुरक्षित बाहेर काढण्यासाठी आवश्यक होती.... भाषेची अशी खिल्ली उडवली जाण्याच्या विरोधात रस्त्यावर उतरलेल्या शम्स आणि त्याच्या सहकाऱ्यांचं अंग न् अंग खिळखिळं करणं देशहितासाठी आवश्यक होतं.

मग... सन सत्याऐंशी.... सन ब्याण्णव.... नंतर, ज्या एकविसाव्या शतकाची स्वप्नं देशानं १९८४मध्ये पाहायला सुरुवात केली होती; त्या एकविसाव्या शतकाच्या वर्ष दोन हजार दोन.... रेल्वेच्या डब्यात डझनावारी माणसं जिवंत जाळली गेली.... त्यानंतर क्रिया-प्रक्रियेचे वैज्ञानिक नियम लागू झाले... निवडक आरडाओरडी आणि निवडक मौनांची समाज-वैज्ञानिक मालिका सुरू झाली. आजवर चालू आहे. कोणी रेल्वे स्टेशनवर होरपळून काढलेल्या लोकांचे आक्रोश ऐकल्याचं नाकारतात; तर कोणाला रस्त्यावर जळणारी माणसं दिसत नाहीत.

सन चौऱ्याऐंशीपासून आजपर्यंत किती वर्षं सरली.

आत्यंतिक वाइटाच्या भयानं थोडं वाईट सहन करण्याच्या सवयीचा.... वाइटाला उत्तम समजू लागण्याच्या स्वभावाचा कॅन्सर पसरतच गेला.

सगळंच अधाशीपणे गिळंकृत करणारा हावरा विकास पाय पसरत गेला.

सामर्थ्यशाली लोकांचे दोष दाखवणार कोण?

हे सामर्थ्यवान लोक एकतर नॉन रेसिडेंट इंडियन होते किंवा रेसिडेंट नॉन इंडियन.

ते स्वतःचे फँटसी द्वीप बनवण्यात रममाण होत होते. सभोवती दुःखाचा महासागर घोंघावत होता. त्या द्वीपांवर माणसांना रोबोमध्ये बदलण्याच्या फॅक्टऱ्या सुरू होत होत्या. रोबो मोटारी बनवत होत्या, मोटारी नातेसंबंध तयार करत होत्या.... ही नाती माणसांच्या नात्यांना डोईजड होत होती.

अशा संवेदनशील भावनांच्या या काळात ना कोणत्याही सामर्थ्यवानाचं काही चुकलं होतं, ना कुणा साधुसंतांना काही सांगायला सुचलं होतं.

..... मृत्यूशोकसुद्धा जाती-जमाती, राष्ट्रीयत्वाच्या ओळखीच्या आधारे करण्याची फॅशन अस्तित्वात आलेली होती. आपली-आपली दुःखे ओळखून वाटून घेतली गेली होती.... कोणासाठी कोणी रडावं, कोणासाठी कुणी दुसऱ्यानं....!

सगळ्यांसाठी जे रडतील ते मागासलेले, मूर्ख नाही तर देशद्रोही म्हणवले जातील.

काळ सुसाट धावत होता, प्रगतीच्या सुपर एक्सप्रेस-वेवर फसलेल्या मोटारींद्वारा तयार झालेली नाती बुलेट ट्रेनच्या गतीनं धावत होती.... हा मागासलेल्या लोकांसाठी आणि सुस्तावलेल्या नात्यांसाठी थोडीशीसुद्धा जमीन सोडायला नकार देणारा क्लेशकारक काळ होता.

हा सारासार विचाराशी पूर्ण फारकत घेतलेला काळ होता.

सरकारनं ठरवलं- प्रत्येक नागरिकाचं खाणं-पिणं, रडणं-गाणं, हगणं-मुतणं यावर सरकारची नजर राहील. लोक आनंदानं नाचायला लागले , 'भ्रष्टाचार गेला हो, करप्शन संपलं; अगदी संपलंच...!' घोषणा केली गेली की शहराच्या प्रत्येक गल्लीबोळात सीसीटीव्ही कॅमेरे लागतील, लोक स्तुतिगान गाऊ लागले, 'अशी केली जाते राव, महिलांची सुरक्षा....' सरकारनं बेधडक सांगितलं, 'सगळ्या ई-मेल, फोनवर नजर राहील....' ज्ञानी लोक गहिवरले, 'आतंकवाद संपलाच समजा....'

एका बाबाच्या निर्मळ गप्पा - पाणीपुरीवर ताव मारा.... ईश्वरकृपा पाणीपुरीतच अडकून पडली आहे. लोक पाणीपुरी खात आहेत, ढेकर बाहेर येत आहेत.... कृपा आतून पवित्र करतेय, अपान वायू बाहेर सुगंध पसरवत आहे..... किती सत्ययुगीन काळ आहे- संत बापू म्हणवले जाणारे बलात्कार करताना आढळत आहेत.... ताब्यात घेण्यासाठी पोलिसांना अपॉइन्टमेंटची वाट पाहावी लागते आहे... भक्तजनांचं म्हणणं आहे की बाबा-बापू कारस्थान करून अडकवले गेले आहेत.

किती सुरम्य काल आहे- व्यावसायिक राजधानीच्या अब्जाधीशाला खुनाच्या

केसमध्ये जामीन देण्यासाठी ऑनरेबल कोर्ट, सूर्य अस्ताला गेल्याच्या अनेक तासांनंतर उपस्थित आहे..... राजनीतिक राजधानीपासून चारच पावलं दूर मजुरांच्या वाट्याला येतेय- दोन-दोन वर्षं कोर्टाच्या फेऱ्या मारल्यानंतरही.... तेच तारखेवर तारीख, तारखेवर तारीख..... दूर दूरवर, अभ्यासदल पाठवून सोशल टेन्शनचा स्टडी करणारे राजधानी निवासी डेमोक्रेटिक, सर्वंकष समीक्षक, विद्वानाचं अटेन्शन राजधानीपासून दोन तासांच्या ड्राइव्हवर लढणारे हे मजूर आपल्याकडे ड्रॉ करू शकत नाहीत.

या सत्ययुगीन काळात मजूर म्हणून लढाया लढलं तर आणखी काय होणार? डोनर एजन्सी आणि 'एनजीओ' प्रिय स्वीकृत आयडेंटीटी-टॅगचा अस्वीकार केला तर आणखी काय होणार ?

तरीही हे तर कबूल करायलाच हवं यार, की देशाचा गाडा चालू आहे .... श्रेय कामचलाऊ प्रतिभेला द्या, नाहीतर पाणीपुरी आत आणि अपानवायू बाहेरवाल्या भगवतकृपेला.... देशाचा गाडा रेटला जातोय.

"पण पोचणार कुठे असं चालता-चालता....?" शम्सचा प्रश्न होता.

"कसं अज्ञानी असल्यासारखं बोलता आहात, तात!" सुकेत म्हणाला, "ऐकलं नाही, ध्यानी लोक चिरकालापासून सांगत आले आहेत - गंतव्यहून अधिक मौल्यवान आहे पथ? कुठे पोहोचणार, कधी पोहोचणार हा प्रश्न निरर्थक आहे, तात.... प्रश्न व्यर्थ आहे..... बस्स, चालत राहा..... चालत राहा.... चरैवेति, चरैवेति..... कुठे ना कुठे तरी पोहोचालच.... झक मारत...."

"कुठवर झक मारत राहणार यार? लोक विहिरीत उड्या मारायलाच आसुसलेले असतील तर माझ्याकडून घेऊन जाऊ देत दहा किलोचा दगड आणि दोरखंड, विहिरीत पडोत किंवा फुफाट्यात..." शम्स आज जरा जास्तच चिडला होता.

"सत्य वचन प्रभू.... तुमच्याशी पूर्णतः सहमत.... म्हणूनच आपण तर जीवनाचं ध्येयवाक्य ठरवलंय... मोटो असा आहे...." सुकेतनं चक्क सुरात मोटो प्रस्तुत केला, "आमच्या हृदयी ना विषाद ना हर्ष, खड्ड्यात जावो भारत वर्ष."

हा शम्स-सुकेतचा संवाद ऐकून, दोघांकडे दुर्लक्ष करून संगीतावर लक्ष केंद्रित करण्याचा प्रयत्न करणाऱ्या रघूच्या मुद्रेवरसुद्धा हसू पसरल्याशिवाय राहिलं नाही.

भारत वर्षाला खड्ड्यात जाण्यापासून थांबवण्यासाठी स्वतःला खड्ड्यात झोकलेलं; जीवन अधिक चांगलं करण्याच्या फंदात आयुष्यभर झक मारलेलं; आयुष्याच्या कथानकात अधिकांश वेळा डझनाच्या हिशेबात वैफल्य गाथा लिहून बसलेलं हे त्रिकूट; त्यांना जेव्हा खूप मोठा आघात बसायचा तेव्हा हसायचे; ते जेव्हा आपापल्या एकांतात असायचे तेव्हा हसायचे आणि समजायचे खड्ड्यातल्या फुफाट्यापासून काही वेळापुरती का असेना, सुटका झाली..... सुटकेतला भ्रामकपणा जाणून पुन्हा हसायचे.

आठवणी, आठवणी, आठवणी..... बेचैनी, भाषणं- संभाषणं, घोषणा, नारेबाजी, गोळीबार, फाशी... विस्कळित विसंगती सुसंगत करू पाहतंय सुकेतचं मन. टीव्ही नाही; कॅलिडोस्कोप पाहतंय सुकेतचं मन. टीव्हीतल्या प्रतिमांमधून निघणारे रंग भिंतींवर आदळत आहेत. त्यातून दिसणारे चेहरे पटापट, इंस्टन्ट बदलत आहेत. डोळ्यांना एका चेहऱ्याचं आकलन होण्यापूर्वीच पडद्यावर दुसरा चेहरा येतोय. देशाला मार्ग दाखवणारे देवदूत, एकमेकांवर आरडाओरड करून बेजार करणारे आणि प्रेक्षकांचे कान खाणारे अँकर आणि त्यांचे गेस्ट भिंतींवर धिंगाणा घालत आहेत. काय काय पाहत आहे मी या भिंतीवर? टीव्ही भिंतीपर्यंत कसा पोहोचला? गोंधळवून टाकणारे किती स्रोत भिंतीवर.... भयाचे किती रंग भिंतीवर... काय करू? कुठे जाऊ?

धमन्यांमध्ये रक्त जोरात धावतंय.... देहाला धडकणारी बेचैनी.... चार खोल्यांचं घर- जणू पिंजरा.... आठवतोय तो तडफडणारा सिंह; ज्याला त्याच्या शरीराच्या फक्त तीन-चार पट मोठ्या पिंजऱ्यात असहायपणे पाय आपटताना पाहिलं होतं... सुकेतला जागा हवी होती; जिथे फिरून मन आणि शरीर थकवू शकेल.... झोपेला आमंत्रित करू शकेल... पण कुठे आहे अशी जागा? घराच्या बाहेर? गेलो तरी किती वेळ? किती दूरवर? कुठे... कुठे.... शिल्लक आहे कधी थकवा, कधी टवटवी देऊ शकणारी जागा?.... घर असो की रस्ता, कॉलनी असो की शहर; देश असो की काळ, आत असो की बाहेर - सगळीकडे घुसमट...... आक्रसलेपण. कुठेच कोणतीही जागा नाही, कोणतीही शक्यता नाही.... अशी जागा कुठेच उरलेली नाही, सुकेत.... कुठेच नाही - ना आत, ना बाहेर... कुठेच नाही!

अरेच्चा.... आता हा टीव्ही ऑफ का होत नाहीये? सोफ्यावर अर्धवट कलंडलेल्या सुकेतनं सरळ बसून हातात धरलेला रिमोट टीव्हीच्या सरळ रेषेत धरून ऑफ बटण जोरात दाबलं... छे.... बंद होत नाही... रिमोटमध्ये काही बिघाड की सेटमध्ये? तो उठला, टीव्हीच्या जवळ जाऊन पॉवर स्विच ऑफ केला... अरे, कमाल आहे, मागून स्विच बंद केल्यानंतरही ऑफ होत नाही..... टीव्हीमधून निघणारी, भिंतींवर चिकटलेली चित्रसुद्धा जशीच्या तशी...... प्रत्येक भिंत जणू महाकाय टीव्ही स्क्रीनमध्ये बदललेली आहे; सांगत आहे सुकेतला, 'तो एक स्क्रीन बंद केलास, दोस्ता....तरी काय.... आम्ही तर आहोतच ना....'

काय होतंय यार, हे सगळं? काय त्रास आहे.... खरंच मेंदूत काही बिघाड असल्याचं लक्षण आहे. ऐशीतैशी, शम्सची आणि त्याच्या विनोदी बोलण्याची... भेटायला हवं एखाद्या सायको ॲनालिस्टला..... .

टीव्हीसुद्धा चालू आहे... आणि भिंतींवर आदळत रंगांचा नाच चालू आहे...... सुकेत पुन्हा टीव्हीच्या समोरच्या सोफ्यावर तसाच जीव नसल्यासारखा.... त्यानं दोन्ही हातांना जोरजोरात झटके दिले; जणू सगळं झटकून आपल्या शरीर आणि

अस्तित्वापासून दूर करत होता.

सकाळी उठल्यावर पहिलं काम, बस्स... मनोविश्लेषकाला भेटण्याची वेळ... नक्की... सकाळी? उठल्यावर लगेच? एक-दीड तासापासून उठून तर बसलोय. आणखी केव्हा होणार सकाळ? साडेचार तर वाजूनच गेले असतील.... आणि, हो, टीव्ही सर्व्हिसवाल्यांनाही फोन करायला हवा. कम्प्लेंट कशी समजावून सांगणार? लोकांचे सेट चालत नाहीत, हा सेट साला बंद होत नाही. टीव्ही बंद करण्यासाठासुद्धा एखादा हाय फंडा लावण्याची पाळी आलीय का?

सुकेतनं घड्याळात पाहिलं. अंदाज बरोबर होता. चार वाजून चाळीस मिनिटं होत होती... झोप येत नाही.... टीव्ही बंद होत नाही.... करायचं काय? अर्ली टु बेड, अर्ली टु राइजवाल्या सर रघू रुबेनला गुड मॉर्निंग केलं तर? योगाबिगाला तर रघू पाच वाजण्याच्या सुमारास सुरुवात करतो. या वेळी पाच मिनिटं त्याच्याशी बोलून घेऊ, थोडी शांतता लाभेल.... सुकेतनं रघूचा नंबर पंच केला....

रघूच्या वडिलांनी त्याला लहानपणापासूनच शिस्त लावली होती. योग आणि ध्यानधारणेची सवय त्याला तेव्हापासूनच होती जेव्हा शेकडो टीव्ही कॅमेऱ्यांच्या समोर हजारो लोकांच्या लाइव्ह परफॉर्मन्सचा जमाना आलेला नव्हता. जन्मानं ख्रिश्चन, रामायण-महाभारताचे जाणकार ब्रिगेडियर रुबेननी राजा रघूच्या गुण आणि औदार्यानं प्रभावित होऊन एकुलत्या एक मुलात तसेच गुण पाहण्याच्या इच्छेनं नामकरण केलं होतं..... 'अर्ली टु बेड ॲन्ड अर्ली टु राइज....'चं ट्रेनिंग दिलं होतं.

नंबर पंच करण्याचा प्रयत्न बऱ्याचदा.... परिणाम एकच....'टिक... टिक... टिक...' एकाएकी डिस्कनेक्ट. मेसेज ठेवण्याचा संदेशही येत नव्हता. हा प्रकार काय आहे.... सालं.... चाललंय काय..... टीव्ही बंद होत नाही.... रघूचा सेलफोन लागत नाही, लॅन्डलाइनचासुद्धा तीच तऱ्हा.... शम्सला फोन करण्याचं तर सुकेतमध्ये धाडसच नव्हतं. दुपारच्या बाराला सकाळ समजणारा शम्स या वेळी फोन करणाऱ्यावर चांगलाच बरसला असता, त्याला बेजार केलं असतं; मग तो सुकेत का असेना....

बेजार? सुसर? हत्ती?

नको रे... बाबा, नको! शिणलेल्या डोक्याला झोप हवी आहे. डोकं जराही इथेतिथे भरकटायला नको.... सकाळी पाहू.... आणि हो, भणभणणारं डोकं दोन हातांत दाबत सुकेत स्वतःशीच म्हणाला, 'वर्तमानात परत ये, सुकेत.... फेस द टुथ.... आज ना जॉर्ज ऑरवेलच्या '१९८४'चं जग आहे; ना एल्डूअस हक्सलेच्या 'द ब्रेव्ह न्यू वर्ल्ड'चं. तुझ्या आसपास ना काफ्काची कल्पना साकार होत; ना कुंदेराची..... तेच रुटिन जग आहे..... आरामात चाललंय; छे! उलट मजेत, धुंदीत धावतंय. पुराण, बायबल आणि कुराणात वर्णन केलेले प्रलय, डिल्युज कयामतसारखे सीन जे स्वतःच्या मनात निर्माण करत आहेस; ते सगळं सिनिकल मूर्खपणाव्यतिरिक्त

दुसरं काही नाही..... गेट रिड ऑफ ऑल धिस नॉन्सेन्स.... साल्या, मूर्खा..... दुःस्वप्नाच्या जमातीतल्या सदस्या! 'सकाळ होतेय, संध्याकाळ होतेय, आयुष्य असंच सरतंय.......' थोड्याच वेळात उजाडेल; जसं काल उजाडलं होतं. दिवस तशाच प्रकारे सरेल; जसा काल सरला होता. तशीच रात्र होईल; जशी कालही झाली होती. सगळ्यांसाठी सगळं ठीकठाक आहे; मग तुलाच असे काय विशेष आभासाचे पंख फुटले आहेत की सारखा किरकिरत राहातोस? विकासाच्या मार्गावर तूही धावत सूट. साल्या, कुठवर स्वतःची अशी वाट लावत राहशील.

.... सत्याची जाण करून घे, जतन कर -'उत्तिष्ठ जाग्रत, प्राप्य वरान्निबोधत..'

हो, ही गोष्ट.... हीच तर आहे या वेळेची गरज. सुकेत, गुड, व्हेरी गुड... जप कर 'उठा, जागे व्हा'चा आणि कर झोपण्याची तयारी..... दॅट ॲक्चुअली द स्पिरिट ऑफ द टाइम.... गुड, ऊठ, प्रयत्न कर, कदाचित येईल झोप... आमेन!

काही तासच तर उरले आहेत आता, सकाळ होतच आलीय, थोड्याच वेळात बोलू रघूशी, शम्सशी - आपली झोप हरवण्याविषयी, जग आणखी झोपेच्या आहारी गेलंय, त्याबद्दल..... अरेच्चा, पुन्हा तेच जगाचं रडगाणं..... अरे, सद्गृहस्था, सोड या गावभरच्या चिंता... झोप चूपचाप.....!

एकदा पुन्हा टीव्ही बंद करण्याचा विफल प्रयत्न.... एकदा पुन्हा चिडचिड.... नशीब की दिवा बंद झाला.... एकदा पुन्हा रघूला फोन करण्याचा प्रयत्न... इथे नशीब कामी आलं नाही.... तीच 'टिक... टिक.... टिक...'आणि डिस्कनेक्ट..... .

जितकी येत होती, सुकेतनं जोर लावून त्याहीपेक्षा जास्त मोठी जांभई दिली, आवश्यकतेपेक्षा जास्तच शरीर पसरवून आळस दिला.... 'सकाळ होतेय, संध्याकाळ होतेय' - आठवत-आठवत स्वतःशीच म्हणाला, दुसरा काहीच मार्ग नाही झोप येण्याचा; स्वतःला जबरदस्तीनं झोपवायला हवं.....

बेडरूममध्ये बिछान्यावर पडून डोळे मिटलेच होते की कुणीसं हलवलं, "चल ऊठ..."

हद्द झाली यार, ठार वेडा झालोय की काय मी? संध्याकाळी सोफ्यावर पँट फेकली होती; तिथे कोणी पैलवान बसलेला दिसतो आहे, दुसरा इथे डोक्यावर बसून दंडाला हिसके देत आहे, "चल..." विचित्र आडवा-उभा; उभा कमी, आडवा जास्त... नाव गट्टूरामखेरीज दुसरं काही असूच शकत नाही... .

"चल, ऊठ..."

"अरे, यमदूत आहेस का? शिंग तिथेच यमलोकात ठेवून आलास?" सुकेतनं डोळे किलकिले करत विचारलं, "तुझी ती लाठी... गदा कुठे आहे? तो दोरखंड-पाश कुठे आहे? कसा असा यमदूत रे? धोतराच्या जागी स्लॅक्स आणि उत्तरीयाच्या जागी स्वेटशर्ट... युनिफॉर्म कधी बदलला तुम्हा लोकांचा?"

“चल आमच्याबरोबर.”

“नाही, नाही, छे! आता तर मी फक्त झोपेसोबतच जाणार.... किती मिनतवाऱ्या केल्यानंतर यायला तयार झालीय यार, आता तिला पळवून लावू नका... गाई-गाई, झोप यू नो, पोस्ट-मॉडर्न यमदूत महाराज....”

“बकबक बंद, चल, चूपचाप.... वेळ कमी आहे...”

असं काही होतं त्या दगडासारख्या चेहऱ्यातून निघणाऱ्या, फक्त कामाशी काम ठेवणाऱ्या आवाजात, की सुकेतच्या तोंडून नकळत निघालं, “कुठे जायचं?”

“नाकोहस.”

“नाकोहस?”

“हो, नाकोहस... नॅशनल कमिशन ऑफ हर्ट सेंटिमेंट्स...”

हे होतंय काय? तिथे साला टीव्ही बंद होत नाही आहे, इथे बेडरूममध्ये गुंड घुसलेत.... कधी कसे.... नॅशनल कमिशन ऑफ हर्ट सेंटिमेंट्स... नाकोहस ... काय बाष्कळ बडबड आहे... हे घडतंय काय?

“काहीही घडत नाहीये, सुकेत. तुला खरंच उपचारांची गरज आहे. बाकी काहीही असो तुझ्या डोक्यात नक्कीच बिघाड झालाय. वेडेपणाचीसुद्धा स्टेज असते. आवश्यकता नाही की सुरुवातीपासूनच तू दगडफेक करायला लागशील, कपडे फाडायला लागशील. हो, बेपर्वाई चालूच ठेवलीस तर ती स्टेजही आलीच समज.... सकाळी उठल्या उठल्या पहिलं काम - सायको-ॲनालिस्टची अपॉइन्टमेंट....”

“नॅशनल कमिशन ऑफ हर्ट सेंटिमेंट्स्.... आहत भावना आयोग...”

आवाजात रोबोसारखी एकतानता नाही; स्वतः भयानक असल्याची खात्री देणारी सहजता होती. दुसरा बाहुबली सोफ्यावर आरामात बसला होता; काहीही न बोलता! त्याच्याही संपूर्ण देहातून तो भयानक असल्याचा स्वतःविषयीचा आत्मविश्वास ओसंडत होता.

नक्कीच मी अजूनही स्वप्नातच आहे..... ते काय म्हणतात, चिमटा घेऊन पाहावं स्वतःला..... .

“पोरकटपणा पुरे, स्वप्न नाही, नाकोहसचं बोलावणं आलंय.... तुला यायला हवं.”

“बापाचं राज्य आहे का रे गड्डूरामच्या लेका?”

आयुष्यभर भयाशी सामना केलेल्या सुकेतला आणखी भय कशाचं वाटणार? फक्त चिडचिड झाली की हे असभ्य लोक बेडरूमपर्यंत येऊन पोहोचले होते. हे दोघं त्या सुसरी तर नाहीत ना, ज्या स्वप्नात हत्तीला बेजार करत होत्या आणि आता मला त्रास द्यायला आल्या आहेत? त्यांची ऐशी की तैशी..... त्याने मोबाइल उचलला. आधी सिक्युरिटी? पोलिस? रघू की शम्स?

की करुणा? यमदूतांच्या समोर केला जात असलेला फोनसुद्धा ती घेणार नाही

का? रघू, शम्स करुणाचा फोननंबर सुकेतपासून लपवून ठेवू शकले नव्हते.... पण करुणानं सांगून तर ठेवलंय - 'सुकेतनं फोन करू नये...'

सुकेत आरशाशिवायच स्वतःचं हसू पण पाहू शकत होता आणि त्या हास्याच्या खाली आलेली दुःखाची रेषाही!

..... कोणीच नाहीये खोलीत. पेच हाच आहे... आठवणीची दुःस्वप्नात आणि जगण्याची दुःस्वप्नाच्या जागृतीत अदलाबदल झाली आहे .... ज्याची सवय होती त्या काळावेळाची अशी अदलाबदल झाली आहे.

समजलं.... होणारी मारपीट, अपमान, रोज मिळणाऱ्या धमक्या! बाहेर, सगळीकडे गोंधळ, आत कोपऱ्याकोपऱ्यात व्यापलेली भयाण शांतता.... अशा परिस्थितीत मनातली भीती शरीर धारण करून समोर येऊन उभी ठाकतेच.... हा फक्त भास आहे. बस्स ... ओके, ओके रिलॅक्स, रिलॅक्स, पद्मासन घाल.... दीर्घ श्वास घे.... ध्यानात मग्न होण्याचा प्रयत्न कर... डोळे बंद कर....दीर्घ श्वास.... अनुलोम-विलोम... श्वास घेताना 'ओ...' सोडताना 'म...'.

'ओम-ओम' करत सुकेतनं डोळे उघडले. काहीही बदललं नव्हतं. गड्डूराम जसाच्या तसा उरावर उभा होता आणि त्याचा साथीदार सोफ्यावर बैठक मांडून होता. या वेळी खूप थंड, शांत आवाज होता गड्डूरामचा. सुकेतच्या दंडाला होणारा स्पर्शसुद्धा धसमुसळा, आक्रस्ताळा नव्हता; तर आपलेपणाचा होता, "आता उठा सुकेतसाहेब.... ध्यानबिन करून काही होत नसतं.... तुमच्या मित्रांना - रघू आणि शम्स -नाही तिथे हजर राहायचंय; भेट होईलच, चला."

सुकेतनं ऐकलं होतं; नाग डंख मारताना आपल्या सावजाला डोळ्यांनी जेरबंद करतो. पद्मासनात बसल्याबसल्याच मान वळवून गड्डूरामकडे पाहताच त्याला त्या ऐकीव गोष्टीची सत्यता पटली. गड्डूरामच्या समाधानानं हसणाऱ्या डोळ्यांकडे पाहताच सुकेतला गड्डूरामचा आदेश त्याच्या अंगाअंगातून वाहत आहे, असं जाणवायला लागलं. त्याला काही बोलायचं होतं.... अशक्य. ओरडायचं होतं.... असंभव. आता तर सुकेत आपला मंत्रमुग्ध देह त्यांच्याच आदेशाचं पालन करत असलेला पाहत होता; ज्यांचा उपहास करत आणि चिडचिडत ज्यांना दूर करण्याचा त्याने प्रयत्न केला होता.

सुकेतनं आपलं शरीर चूपचाप उठताना पहिलं. घराच्या दरवाजापर्यंत पोचल्यावर गड्डूरामला स्वतःच्या पुढे आणि त्याच्या साथीदाराला स्वतःच्या मागे होताना त्यानं पाहिलं. त्या दोघांच्या मध्ये स्वतःला गपगुमान लिफ्टकडे जाताना पाहिलं.

पुढच्याच क्षणी सुकेत त्या दोघांच्या मध्ये कारमध्ये होता आणि कार वेगात धावत होती.

दोन

साऱ्या अर्णवांचं लवण एकवटलंय
तुझ्या डोळ्यांच्या कडांवर ओठंगलेल्या
या एका आसवाच्या थेंबात

स्लॅक्स, स्वेटशर्ट घातलेल्या नाकोहसच्या दूतांनी सुकेतच्या दोन्ही बाजूला ठाण मांडलं होतं. कार वेगानं धावत होती. ड्रायव्हरनं एकदाही मागे वळून पाहिलं नव्हतं. पाठीमागून पाहून अंदाज येत होता की तो गट्टूरामचा सख्खा नसला तरी मावस-चुलत भाऊ नक्की असावा. गट्टूरामच्या कोब्रा डोळ्यांचा हुकूम सुकेतच्या नसानसात भिनत होता; तरी आश्चर्य या गोष्टीचं होतं की सुकेतचे विचार अजूनही चालूच होते; आठवणीसुद्धा ! मोबाइल फोन; जो हातात होता तो त्याच्यासोबत आला होता. त्यानं पुन्हा नंबर डायल करण्याचा प्रयत्न केला.... नशीब, बोटं साथ देत होती. नाकोहसदूतांनी आठवणी आणि विचारांबरोबर बहुधा बोटांनासुद्धा सूट दिली होती.

'रघू-शम्स नंतर.... सगळ्यात आधी पोलिस' सुकेतनं विचार केला, 'डायल हंड्रेड.... ताबडतोब.... नाहीतर हा यमदूताचा पठ्ठ्या गट्टूराम नाकोहस फोन हातातून हिसकावून घेईल'.

पण हे काय.... स्मार्ट फोनच्या स्क्रीनवर तर टीव्ही चालू आहे. सुकेत कधी तरी एखादे वेळेस पाहायचा मोबाइलवर टीव्ही; पण या वेळी? मला नको असताना? मी लावला नसताना? आपोआप?

एखाद्याच्या सोबत असणं, एखाद्याशी बोलणं ही माणसाची गरज असते. काहीही झालं तरी त्यातून सुटका नसते. मनुष्य हा असा प्राणी आहे, जो स्वतःची शिकार करणाऱ्या शिकाऱ्याशीसुद्धा न बोलता राहू शकत नाही.

फोनवर चालू झालेला टीव्ही पाहून सुकेतची आश्चर्यचकित, प्रश्नार्थक नजर आपोआप गट्टूरामकडे वळली. आतापर्यंत बेपर्वाईनं खिडकीबाहेर पाहणारा गट्टूराम जणू वाटच पाहत होता. त्यानं आपली नजर त्याच क्षणी रस्त्यावरून काढून सुकेतकडे वळवली. त्याच्या डोळ्यांत होती मूर्ख मुलाला समजावणारी, धीरोदात्त शिक्षकाची नजर..... ओठांवर होतं बुद्धू प्रियकराला प्रेमानं समजावणाऱ्या प्रेमिकेचं उदार हसू.

"सुकेत सर, तुम्हाला कळत नाही आहे नं! काही हरकत नाही, तुम्हाला समजावून सांगण्यासाठीच तर घेऊन जातोय.... खरंतर काय आहे नं सर, तुम्ही नाकोहस काळात प्रवेश केलेला आहे, आता टीव्हीसुद्धा प्रत्येक क्षणी तुमच्या सोबत राहील.... आणि आम्हीसुद्धा ... बाकी तुम्ही समजूतदार आहात.... तुम्हाला काय वाटतं, मोबाइल तुमच्या हातात राहिलेला आम्हाला कळलेलं नाहीये?"

गट्टूराम बाहेर पाहायला लागला.

सुकेतनं पुन्हा एकदा टीव्ही स्क्रीन बाजूला सारून नंबर पॅड स्क्रीनवर आणण्याचा प्रयत्न केला; जेणेकरून तो कॉल करू शकेल. प्रश्नच उद्भवत नव्हता; टीव्ही चालू होता आणि तो चालूच राहिला.... .

स्वतःला कुणास ठाऊक कोणत्या नाकोहसचे दूत म्हणवणारे हे दोघं; त्यांच्या

एकंदरीत पेहराव आणि हावभावावरून तरी बाउन्सरच वाटत होते. जिथे तुमची गरज नाही तिथून तुम्हाला उचलून बाहेर फेकून देणारे... बाउन्स करणारे शक्तिशाली, पैलवान लोक.... गट्टूराम सर्वांगानं भयानक बाहुबली होता.... कठोर चेहरा, मोठे ओठ.... घनदाट भुवया, धमकावणारे डोळे... त्याचा साथीदार त्याच्याइतका तगडा नव्हता, पण त्याच्या चेहऱ्यावरच्या मांसपेशी कोणत्याही प्रकारच्या हालचाली करायला विसरून गेल्या होत्या. गट्टूरामच्या डोळ्यांत कोब्रासारख्या वशीकरणाबरोबरच अधूनमधून प्रेमळ झाक दिसत होती; पण त्याच्या साथीदाराचे डोळे मात्र जणू मृत माणसाचे डोळे होते..... गट्टूरामच्या जाड्याभरड्या ओठांवरचं हसू सुकेतनं नुकतंच पाहिलं होतं; त्याच्या साथीदाराचे एखाद्या रेषेसारखे पातळ ओठ अत्यंत निर्विकार, निर्जीव होते.

कुठल्या प्रेतकथेत फसलोय मी....?

सुकेतला पहिल्यांदाच भीती वाटली; त्या भयाचं हसूही आलं. कोणत्याही परिस्थितीत स्वतःकडे बघण्याची, स्वतःवरच हसत राहण्याची सवय होती. या सवयीमुळे स्वतःचाच अभिमान वाटावा असे प्रसंगही यायचे. पण तरीही बहुतांश वेळा सुकेत मनोमन स्वतःला दूषणं देई, त्याच्या मनाला टोचणी लागे. एखाद्याची टर उडवली तर स्वतःलाच विचारायचा, याच्या जागी मी आणि माझ्या जागी हा किंवा ही असती तर? मित्रांशीच नाही, तर शत्रूशीही भांडता भांडता स्वतःशीच म्हणत राहायचा, "अरे प्रयत्न तर कर, न भांडता बोलण्याचा. वाचायचा तेव्हा विचार करायचा, की मी जर लिहिलं असतं तर असं लिहिलं असतं; लिहायचा तेव्हा विचार करायचा की हे अशा प्रकारे वाचलं गेलं तर... तशा प्रकारे वाचलं गेलं तर? आणि जर वाचलंच गेलं नाही तर?" बाकी सगळं सोडा, सेक्स करतानासुद्धा संपूर्ण आवेगात असतानाही कल्पनेत स्वतःशीच म्हणायचा, 'माकडासारखा उड्या मारतो आहेस बेट्या.....' विचारणाऱ्या स्वतःला स्वतःच उत्तर देण्याची मजासुद्धा घ्यायचा, 'तुला काय माहीत रे, माकड कसं करतो? पाहिलं आहेस कधी?'

भीतीसुद्धा तहान, भूक, सेक्ससारखा मनुष्यमात्राचा भाग आहे. तहान, भूक, सेक्सवर हसलो तर भीतीवर का नाही? सुकेत स्वतःशीच म्हणाला, 'स्वप्नातून जोपर्यंत बाहेर येत नाहीस तोपर्यंतच; मग बेट्या.... जास्तीत जास्त फक्त हँग ओव्हर, डोकं थोडं गरगरेल, चिडचिड होईल... काही हरकत नाही. दारू जास्त प्यायली आहे तर आता सहन करायलाच हवं....'

हा गट्टूराम मनकवडा आहे का? माझ्या मनात ही गोष्ट आल्या आल्या त्याची मान माझ्याकडे वळली, ओठांवर मधाचं लिपस्टिक लावलेलं हसू, शुगर क्यूब घोळलेला आवाज, "हो, विचार करायला काय हरकत आहे? करा, करा विचार. याहीपेक्षा चांगल्या गोष्टींचा विचार करा. थोड्याच वेळचा प्रश्न आहे. नाकोहससमोर उभं राहण्याचा अवकाश आहे; बस्स.... योग्य प्रकारे विचार करायलासुद्धा शिकाल..."

याला म्हणायचंय काय- या विचित्र माणसाला? आणि याचा साथीदार? त्याच्या तोंडात वाचाच नाही आहे का? त्याच्या चेहऱ्यावर सपाट शांतता कायमस्वरूपी चिकटलेली होती. तो पाहत होता तेही फक्त नाकाच्या सरळ रेषेत! श्वास चालू नसता तर वाटलं असतं की कारच्या सीटचा एक भाग आहे.

"तुम्हाला काय माहीत मी काय विचार करतोय? खरोखरीच यमदूत आहात का? की मनकवडे?"

"मनकवडा वगैरेसारख्या मोठ्या मोठ्या गोष्टी बोलण्याची काय गरज आहे, सुकेत सर?" गट्टूराम त्याच मधाळ आवाजात म्हणाला. "तुम्ही पहिलेच का आहात? याआधी कित्येक जणांना असं नेलंय.... आणि कुणास ठाऊक अजून किती जणांना नाकोहस पुढे उभं करायचंय...."

शेवटच्या काही शब्दांमध्ये खरोखरीच वेदना होती की माझ्या कानांना उगाचच तसं ऐकू येतंय? डोळ्यांत पश्चात्तापाची झाक खरोखरीच दिसते आहे की माझ्या डोळ्यांना उगाचच ती जाणवतेय? गट्टूराम खरोखरीच तोंड फिरवून कारच्या बाहेर पाहत काही लपवायचा प्रयत्न करत आहे की माझं मन उगाचच असा प्रयत्न आहे असं समजण्याचा प्रयत्न करत आहे ?

असं तर नाही की आपली जुनी इच्छा पूर्ण होते आहे की मेल्यानंतर आपल्याला त्याची जाणीव होईल, आपण लिहू शकू, दुसऱ्यांना जाणीव करून देऊ शकू की मृत्यूनंतर कसं वाटतं? नेमकं घडतं काय? अरे व्वा, आपली अशक्य कोटीतली फँटसी साकार होतेय; ही गोष्ट आपल्या पचनीच पडत नाहीये...!

मृत्यू हा शेवट आहे.... आणि त्या शेवटानंतर?

हाच एक प्रश्न आहे ज्याचं उत्तरं जितकं हजारो वर्षांपासून अनुत्तरित होतं; तितकंच आजही आहे. पण मनुष्य स्वभाव.... ऐकणार कसा? अंतानंतर जर काही होत असेल तर काय होतं? हा अती प्रश्न जरी असला तरी शाश्वत प्रश्न... पण आपल्यासारख्या कुरापती करणाऱ्यांनाही जन्मजन्मांतर, जन्म-मृत्यूच्या फेऱ्यातून मुक्त होण्याचा काही चान्स असतो का? विचारू गट्टूरामला?

फोनवर टीव्ही चालू होता... टीव्ही इथे, टीव्ही तिथे.. टीव्हीखेरीज जायचं कुठे!

सुकेत उत्तेजित होऊन थरथरत होता. हेच तर घडलंय... मी मेलोय... मरणोत्तर जीवनात चाललोय.... व्वा यार, क्या बात है; चालू राहू देत टीव्ही, फोनसुद्धा न लागू देत.... उपयोग काय रघू आणि शम्सला फोन करण्याचा विचार करून? मेलेले जिवंत लोकांशी कुठे बोलू शकतात? अरेच्चा... या इन्टेलेक्च्युअलची ऐसी-तैसी.... या वेळीसुद्धा मोंटेस्क्यूच्या शातोच्या लायब्ररीमध्ये लिहिलेलं वाक्य आठवतंय - 'हिक मोरतुस लोकी एड विवम'- इथे मृत्यू पावलेले जिवंत लोकांशी संवाद साधतात... वाचलं होतं बऱ्याच वर्षांपूर्वी; जेव्हा बेरेनिसबरोबर दक्षिण फ्रान्सच्या बोर्दो शहरात गेलो

होतो. खरंय, मोशिए मोंटेस्क्यू! पुस्तकांच्या माध्यमातून मृत व्यक्ती जिवंत लोकांशी संवाद जरूर साधतात; पण तूर्तास आम्ही पुस्तकात असलेल्या मृतांच्या सत्संगात नाही; परम आदरणीय गट्टूरामजींच्या कब्जात आहोत. गट्टूराम नाही; या वेळी तरी गोडुराम म्हणणंच योग्य ठरेल. त्याला पटवलं तर कदाचित कळेल की दोस्तांनी शोकसभा कशी भरवली... भरवली की नाही... श्रद्धांजली देताना कोण काय म्हणालं? कोण खरोखरीच रडलं, कोणी नक्राश्रू.... कोणी बाहीनं डोळे पुसण्याच्या निमित्तानं मनगटावरच्या घड्याळाकडे बघितलं की केव्हा भाषणबाजी संपून इथून सुटका होऊन जाता येईल. काय म्हणेल शम्स? रघू कशी आठवण काढेल? करुणा कितीही नाराज होऊन गेली असली तरी.... दोन अश्रू तरी ढाळेलच... शोकसभेला तर येईलच.... .

रचना? .... शोकसभेत आलीच तर मेलेल्या सुकेतलासुद्धा अतिरागानं ब्रेन हेमोरेज होईल.... शेवटच्या क्षणी कुणाची आठवण आली आणि आठवणीबरोबरच आपल्या मूर्खपणावर अर्थशून्य रागाव्यतिरिक्त जर दुसरं काही आलं तर फक्त मनात दाटलेला तिरस्कार येवो... मरणाची वेदना अधिक आहे की स्वत्वाला ओरबाडणाऱ्या या जाणिवेची?

एकदाच, फक्त एकदाच करुणाची माफी मागू शकलो असतो! एकदाच शेवटचं रघू आणि शम्सशी गप्पा मारू शकलो असतो! किती वेगानं काळ निघून गेला!

शंभर वर्षांचे झाल्यावर मेलो असतो तरीही असंच वाटलं असतं .... काळ कुठे व्यतीत होतो. सुकेत, आपणच निघून जातो. अतृप्ती जीर्ण होत नाही; आपणच जीर्ण-शीर्ण होत जातो.... जीवनाचं अर्ध कथानक लिहून झालेल्या सुकेतच्या अंतर्मनात कुणीतरी लहान मुलाच्या रडणाऱ्या आवाजात भर्तृहरीचे बोल बोलत होतं... काय घेऊन चाललोय मी या यमदूतांबरोबर? पश्चात्ताप! स्वतःवरचा राग.... आणि काय ... रचनाला काय दोष देणार? प्रत्येक क्षणी, प्रत्येक संधीची मीच वाट लावली. रचनासाठी मी एक शिडी होतो. शिडीवर आपला भार टाकला जातो, ध्येय गाठल्यानंतर शिडीचा भार कोण उचलणार?

मागे काय सोडून आलोय? भग्न आश्वासनं, अधुऱ्या इच्छा आणि खंडित संकल्पांचा ढीग... बस्स, आणखी काही नाही.... फक्त भग्न आश्वासनं, अधुऱ्या इच्छा आणि खंडित संकल्प.... आणि पश्चात्ताप.... अर्थहीन पश्चात्ताप.... स्वप्न पाहतोय? भास होतोय? खरोखरीच मेलोय का मी? खूप उत्सुकता होती नं मनात... पुन्हा पुन्हा विचारत होतास नं स्वतःला की मृत्यूनंतर कसं वाटेल...

मृत्यू येण्याच्या अगदी आधीचा क्षण कसा असेल?

.... भग्न आश्वासनं, अधुऱ्या इच्छा आणि खंडित संकल्पांच्या ढिगावर गारद झालेल्या जीवनाला रडताना पाहण्यासारखा; आणि दुसरं काय ?

आणखी थोडा वेळ.....

जेवढा मिळाला होता त्याच्यासारखाच पुन्हा एकदा गटारात स्वाहा करण्यासाठी? ही मस्करी नाही आणि स्वप्नही नाही. जीवन समाप्त, मृत्यू सुरू. परत आलो तरी कुठेतरी दुसरीकडेच, दुसऱ्याच प्रकारे. सुकेत नावानं केलेला प्रवास संपला... करुणाला कधी ना कधी पुन्हा पाहू शकू, ही शक्यता संपली... .

"तू हल्ली प्रत्येक गोष्टीकडे अशा प्रकारे बघतेस; जणू ती खाईत पडून अदृश्य होणार आहे, पुन्हा कधी ती बघण्याची संधीच मिळणार नाहीये...."

सुकेतनं करुणाला खरोखरीच काळजीपोटीच असं म्हटलं होतं; पण करुणाच्या उत्तरानं तो चिडला होता. करुणा फक्त इतकंच म्हणाली होती, 'एकटं वाटतंय.' पण सुकेतनं ऐकलं होतं, "प्रत्येक गोष्टीचं तर माहीत नाही; पण तू नक्कीच खाईत पडतो आहेस, अविचारानं!"

सुकेत आणि करुणाचे संबंध खरोखरीच अजब होते.... शब्द तोंडून काहीही निघोत; जाणिवा अशा काही जुळल्या होत्या की एकाच्या मनातली गोष्ट शब्दच नाही, तर चेहऱ्यावरच्या हावभावांनाही ओलांडून दुसऱ्यापर्यंत पोचत होत्या.... अशाच नात्यांना तर म्हणत असतील नं आत्म्याचा संबंध.... आत्म्याच्या आपापसात भांडणाऱ्या - एकमेकांना भिडणाऱ्या दोन तुकड्यांचा संबंध... हे नातं खरोखरीच दोन शरीरांचं आत्मिक एकरूप होतं; ज्यात दोन शरीरं आपल्या भागीदारीतल्या आत्म्यावर तीक्ष्ण नजरेच्या आणि धारदार वाक्यांच्या शस्त्राचे वार करत राहायचे.

या विक्षिप्त संबंधाच्या आठवणीनं या वेळी जरी सुकेतचा गळा दाटून येत होता तरी अनेक वर्षांपूर्वी 'दोन शरीरं, एक आत्मा'च्या या घुसमटवणाऱ्या वैशिष्ट्यावर तो चिडायचा, 'एकटं वाटतंय' हे कानांनी आणि 'तू नक्कीच खाईत पडतो आहेस' हे मनानं ऐकून चिडला होता सुकेत..... कसाबसा स्वतःवर काबू मिळवत त्यानं शांत स्वरात विचारलं होतं, "एकटं वाटतंय? मी असताना?"

करुणाचं दीर्घ मौन सुकेतला असह्य झालं होतं, "तू तोंडानं जे बोलत नाहीस ते मी ऐकू शकतोय..... तुझ्या एकटेपणासाठी तू मला जबाबदार समजते आहेस नं?"

"हा प्रश्न योग्य नाही."

"मग योग्य प्रश्न काय आहे?"

"योग्य प्रश्न हा आहे की मला एकटं वाटतंय याचा तुला काही फरक पडतोय की नाही?"

यावर सुकेतचं मौन पश्चात्तापाचं नव्हतं, तर राग आणि तिरस्काराचं होतं. जेव्हा शेवटी करुणा त्याच्या जीवनातून निघून गेली, जेव्हा रचना सुकेतला कंटाळली, जेव्हा दोघा-तिघांना वगळता इतर सगळ्या मित्रांनी सुकेतला सोडलं, तेव्हा सुकेतच्या मनात करुणाचा प्रश्न पुन्हापुन्हा घुमायला लागला, "एकटेपणाचा तुला काही फरक पडतोय की नाही?"

फरक इतकाच की करुणानं विचारलं होतं; सुकेत विचारण्याची हिम्मत करू शकत नव्हता. वरवर आयुष्य सगळ्यांच्या बरोबर चाललं होतं- मैत्री, भांडणं, कामं, रोजची यातायात.... पण आत कुठेतरी सुकेतचं एकटेपण वाढत गेलं... वाढतंच गेलं.

या एकटेपणापर्यंत कोणीही पोहोचू शकत नव्हतं. अगदी रघू आणि शम्ससुद्धा नाही. वरवर आनंदी, मनःपूत वागणारा, कधीकधी सिनिकल वाटणारा सुकेत आतल्या आत एकटेपणाच्या मायाजालाचं रक्षण करणारा भूत झाला होता. बालपणापासून आजवर केलेल्या मूर्खपणाच्या आठवणी, दुसऱ्यांवर घातलेल्या घावांचा पश्चात्ताप, स्वतःवर झालेल्या घावांच्या वेदना, यशाचा गर्व आणि अपयशाचे सल..... हीच तर सगळी आभूषणं होती त्या मायाजालात बंदिस्त असलेल्या खजिन्यात.... आणि ते मायाजाल उघडण्याची चावी होती आठवणींजवळ.

आठवणी हा शेवटचा मागोवा घेत आहेत.

जेव्हा ते क्षण व्यतीत होत होते तेव्हा कवडीमोलानं त्यांकडे बघणारा सुकेत, त्याच क्षणांना या वेळी मोत्यांसारखं जपतोय.

ती रात्र.... समुद्री शहारणाऱ्या वाऱ्यात लिहिली गेलेली ती रात्र, खिडकीतून डोकावणाऱ्या चंद्राची ती रात्र.... सुदृढ, पुष्ट पौरुष आपल्या टीचभर देहात प्रवेशताना होणाऱ्या मधुर वेदनेच्या मादकतेनं रोमांचित होत होती करुणा.... सुकेतच्या कामेच्छेला आपल्या चेहऱ्याच्या लालीत उतरवत होती करुणा.... अंधारातून 'ओ...ओ...ओ..' ध्वनी... ओमसारखा अर्थपूर्ण, गूढ ध्वनी... थरथरत सुकेतला आमंत्रित करत होता. सुकेतकडे उभारलेले उरोज.... उरोजांचे उत्सुक अग्र, त्यांना कुरवाळणारा चंद्रप्रकाश... प्रेमाच्या आवेगात ओढून घेण्यासाठी सुकेतला आमंत्रित करणारा देह... त्यामुळे उत्तेजित सुकेतचा जोरकस आवेग... असा आवेग त्याच्यात निर्माण करणाऱ्या स्त्रीचा आत्माभिमान... तो अभिमान शरीराच्या कणाकणात भिनवणारी नशा.... सुकेतच्या केसातून, पाठीतरून फिरणारे करुणाचे हात, कळत-नकळत रुतणारी नखं... अशा आवाजातून, रोमांचातून, स्पर्शातून कोरली गेलेली कामेच्छेची अनंत ओढ.. करुणाच्या मांड्यांना स्वतःच्या मांड्यांकडे ओढून घेणाऱ्या, भावनावेगाला अधिक गहन करणाऱ्या आत्मविश्वासी पुरुषी आवेगाचे चिरंतन आश्वासन!

करुणा....करुणा..... कुठे निघून गेलीस तू..... का निघून गेलीस.... काहीतरी बोल...... प्रिये...... स्वतःच्या नावाची लाज राखण्यासाठी तरी बोल...... तुझा अबोला फार.. फार सलतो गं..... 'व्यथति वृथा मौनं तन्वि'.....

अबोला तिचा आणि वेदना तुला.... वा रे सुकेत, वा.... अनंताकडे जाणाऱ्या जीवनाच्या एकांतातसुद्धा गुपचूप पहिल्यासारखाच.... सत्यापासून तोंड लपवण्याचा भित्रेपणा अजूनही तसाच ..... कधी कबूल करणार की व्यथा तिची होती, गप्प असायचास तू ..... तिच्या प्रत्येक प्रश्नावर तुझं हट्टी मौन, तिचा जीवनातला रस

आटवून टाकणारं मौन..... करुणा तुझ्या जीवनातून गेली नाही; घालवली गेली आहे, सुकेत.... पळ तिनं नाही; तू काढला आहेस.... जाळ्यात तू अडकला होतास; करुणा नाही! जाळ्यातून मुक्तीच्या प्रयत्नांना कपट आणि कपटीपणाला प्रेम तू समजत होतास; करुणा नाही. 'कुठे निघून गेली करुणा' - असं विचारू नकोस मूर्खा.... 'गीत गोविंद' आठवत असेल तर असं विचार की कशा परिस्थितीतून गेली असेल करुणा!

किं करिष्यति किं वदियष्यति सा चिरं विरहेण
किं धनेन जनेन किं मम जीवितेन गृहेण.....

'करुणा.... माझ्या सखी, माझ्या प्रिये....' हलकासा हुंदका रुदनात बदलला. रुदन डोळ्यावाटे वाहताना आणि त्याचा तडफडणारा आवाज घुमताना कसलाच संकोच वाटला नाही. सुकेतच्या रडण्यात वयाच्या प्रौढत्वाची जाणीव वाहून जात होती. वयाची पन्नाशी पार केलेला सुकेत कुणास ठाऊक किती जन्मांच्या पश्चात्तापात रडत होता. डोळ्यांवाटे आणि आवाजातून वाहणाऱ्या पश्चात्तापाकडे लक्ष फक्त गट्टूरामने दिलं. त्याचा साथीदार कारच्या मागच्या सीटचा एक भाग बनून बसला होता आणि ड्रायव्हर स्टिअरिंग व्हीलचा हिस्सा.

सुकेतचं रडणं गट्टूरामनं पाहिलं. गट्टूरामच्या बटबटीत ओठांवर करुण हास्य सुकेतनं पाहिलं. कसनुशा हास्याला अश्रूंची साथ देण्याचा प्रयत्न गट्टूरामनं सुकेतच्या डोळ्यांत पहिला. सापासारख्या डोळ्यांत मानवाच्या डोळ्यांतला विषण्णपणा तरळताना सुकेतला दिसला. अगतिक पश्चात्तापाची काळसर छाया सुकेतच्या चेहऱ्यावर गट्टूरामनं पाहिली. गट्टूरामची कसदार मान जणू नाइलाजानं पुन्हा रस्त्याकडे वळताना सुकेतनं पहिली.

कारमध्ये उपस्थित तिघंही नाकोहसवाले काय म्हणतील याची पर्वा न करता सुकेत रडत होता.... जी गोष्ट त्या संध्याकाळी तो करुणाला सांगू शकला नव्हता; ती या वेळी सांगत सुकेत रडत होता. सुकेतच्या रुदनात ती सायंकाळ घुमत होती, जेव्हा करुणानं शेवटी सुकेतपासून मुक्ती मागितली होती. जेव्हा तिनं सुकेतच्या महानतेच्या छत्राखालून बाहेर पडण्याचा निर्णय घेतला होता... त्या वेळी इतक्या वर्षांच्या सहजीवनात सुकेतनं कदाचित फक्त तिसऱ्या किंवा चौथ्यांदाच करुणाच्या डोळ्यांच्या कोपऱ्यात एक.... फक्त एक ओठंगलेला अश्रू पाहिला होता. अश्रू फायद्यासाठी वापरलं जाणारं एक शस्त्रसुद्धा असू शकतं आणि धमन्यात वाहणाऱ्या रक्ताचे डोळ्यांपर्यंत उतरलेले कणही..... अश्रू रचनासारखेसुद्धा असतात आणि करुणासारखेसुद्धा!

प्रत्येक बाबतीत रचनाला दोषी ठरवणं खूप सोपं आहे, सुकेत.... कधी स्वतःकडेही बघ ... त्या संध्याकाळी डोळ्यांच्या कोपऱ्यात ओठंगलेल्या त्या अश्रूच्या एका थेंबाबरोबर हेच तर म्हणाली होती करुणा. सुकेतला तो थेंब पाहून काही बोलायचं होतं... पण... अहंकार आणि अपराधीपणाच्या ओझ्यामुळे बोलू

शकला नव्हता.... ते वाक्य या वेळी सुकेतच्या अश्रूंमध्ये मिसळून, उतरत्या रात्रीच्या अंधारात, कारमधल्या मर्यादित आकाशात व्यापून राहिलं होतं.

"साऱ्या अर्णवांचं लवण एकवटलंय; तुझ्या डोळ्यांच्या कडांवर ओठंगलेल्या या एका आसवाच्या थेंबात."

निरोपाच्या करुण संध्याकाळचा पश्चात्तापाचा राग- हे वाक्य घुमतंय, आशंकित आणि भीतीच्या या रात्री. त्या रात्री तुझ्या डोळ्यांच्या कोपऱ्यात ओठंगलेला थेंब वाहतोय, करुणा, आज माझ्या डोळ्यांतून.... नाही; गंगा-यमुना नाही; चंबळ आणि कर्मनाशा होऊन.... पवित्र, मुक्तिदायी नद्या माझ्याकडे येतीलच कशाला? माझ्या डोळ्यांमध्ये तर रन्तिदेवाच्या यज्ञातील बलीपशूंच्या रक्तानं वाहणारी चंबळ आणि पृथ्वी आणि आकाशाच्या दरम्यान अधांतरी उलट्या लटकलेल्या त्रिशंकूच्या लाळेमुळे वाहणारी कर्मनाशाच येऊ शकते.... माझे अश्रू पापाचे आणि अपराधाचे आणि ......

.... माझं जीवन अनंत मोडलेल्या वचनांचं, अधुऱ्या संकल्पांचं. माझा अंत अनंत पश्चात्तापांच्या प्रारंभाचा.

गट्टूरामनं पुन्हा सुकेतकडे पाहिलं. त्याचा थंड हात सुकेतला आपल्या हातावर जाणवला. स्पर्श थंड असूनही त्या हाताच्या कंपनात उब होती. हा गट्टूराम पैलवान, हा नाकोहसचा दूत, हा यमदूत सुकेतच्या हातावर हलकेच थापटून त्याला शांत करण्याचा प्रयत्न करतोय की या जाणवणाऱ्या कंपनातून तोसुद्धा कुणाला सांगत आहे, साऱ्या अर्णवांच लवण एकवटलंय; तुझ्या डोळ्यांच्या कडांवर ओठंगलेल्या या एका आसवाच्या थेंबात......

त्याच्याही जीवनात झालीय की काय, एखाद्या पश्चात्तापाची सुरुवात ?

एकाएकी गट्टूरामनं हात काढून घेतला. त्याचा चेहरासुद्धा त्याच्या साथीदारासारखा भावनाशून्य झाला. निर्विकार चेहऱ्याच्या कारच्या सीटचा हिस्सा होऊन बसलेल्या दुसऱ्या नाकोहसदूताच्या शरीरात जिवंत असल्याचं लक्षण दिसू लागलं होतं. तो मान वळवून गट्टूरामकडे पाहत होता. मृतप्राय डोळ्यांमध्ये उतरून आलेली हिंसक पशूसारखी जागरूक नजर गट्टूरामला न बोलताच इशारा देत होती, 'रडणाऱ्या मानवाच्या अश्रूंनी प्रभावित होणे नाकोहसदूतांच्या इभ्रतीला शोभणारं नाही.....'

निर्विकार चेहऱ्याकडून मूक बोलणी खाऊन गट्टूरामनं आपला हात सुकेतच्या हातावरून काढून घेतला होता. हा निर्विकार बोलतोसुद्धा ? कमाल आहे.... मूक इशारा शब्दबद्ध करत तो गट्टूरामला म्हणाला, "आपण बौनैसर आहोत, विसरू नकोस.... आपलं काम महान आहे, लक्षात ठेव....."

आवाजात काहीच भावना नाहीत....प्री-रेकॉर्डेड मेसेज वाजवणाऱ्या मशिनचा आवाज.

मृत्यूनंतर आणखी काही होवो की न होवो; ज्ञानात वृद्धी नक्कीच होते. अजून

नाकोहसच कळला नव्हता; आता हे बौनैसर ! हे दोघं बौनेसर्स आहेत? बौनैसर म्हणजे कोण असतात ?

"बौद्धिक, नैत्तिक, समाजरक्षक- बौनैसर !" बौनैसरच्या व्याख्येचं प्री-रेकॉर्डेड सूत्रवाक्य प्रसारित करून निर्विकार पुन्हा आपल्या पूर्व स्थितीत गेला.

"बौद्धिक, नैतिक, समाजरक्षा ? लोकांना पळवून नेऊन ?"

मेलोय तरीही ही जिज्ञासा.... बहुधा मेलो नाहीये.... कदाचित हा भास... डोकं चक्रावलंय .... परतीची शक्यता.... कदाचित हेसुद्धा स्वप्नच.... बहुधा मी मेलोच आहे. जीवनाची सीमा ओलांडून मृत्यूपर्यंत सोबत आलेली जिज्ञासा... सोबत घेऊन आलीय जीवनाची शक्यतासुद्धा ... बहुधा.... बहुधा.....!

गट्टूरामनं सुकेतच्या खांद्यावर हलकेच थोपटलं. निर्विकारही जरासा हसला. बोललं मात्र दोघांपैकी कोणीच नाही. निर्विकारकडून ओरडा खाऊन गट्टूरामसुद्धा फक्त गप्पच नाही, तर निर्विकार झाला होता. सुकेतचं लक्ष कारच्या खिडकीमधून डोकावत बाहेरच्या बाजूला गेलं. त्याच सडका, तेच रस्ते. प्रकाशसुद्धा त्याच प्रकारचे! त्यात शंकाच नाही. अधूनमधून कारच्या खिडक्या जणू टीव्ही स्क्रीनमध्ये रूपांतरित होत होत्या. सिनेमा चालू होता; आठवणींचा. त्यांना ना आगा ना पीछा! कोणतंही दृश्य उमटायचं आणि एकाएकी अदृश्य व्हायचं. मधूनमधून दिसत होत्या - मोठमोठ्या होर्डिंगजवर, फ्लायओव्हर्सवर आणि अंडरपासांच्या भिंतींवर लिहिलेल्या जाहिराती आणि घोषणा.

सुकेत पाहतोय, छोट्याशा शहरात सरलेलं बालपण.... त्याही वेळी होते असे नरपुंगव; जे गट्टूराम आणि निर्विकारच्या भाषेत बौद्धिक, नैतिक समाजरक्षक म्हणवले जावेत. सुकेत पाहतोय आणि ओशाळा होतोय की त्या नरपुंगवांच्या गर्दीत अधूनमधून तो स्वतःसुद्धा सामील आहे.

घडलं असं होतं की आम्हा सर्व तरुण नरपुंगवांसाठी मुलगी म्हणजे जगातलं सगळ्यात मोठं आश्चर्य होतं. वडिलांना किंवा भावाला सोबत न घेता, मुलींच्या घोळक्यात न जाता एकटीच रस्त्यावर निघालेली मुलगी अद्‌भुत वाटायची..... स्कूटर तर सोडाच, सायकलवर जाणारी मुलगी अचंबित करायची.... सगळ्यात मोठं आश्चर्य होतं - मिळालेली तंबी की प्रत्येक मुलीला बहीण आणि प्रत्येक स्त्रीला मातेसमान मानायचं.... कसं मानणार, यार तंबी देणाऱ्यांना काही जाणीव आहे आम्हाला होणाऱ्या त्रासाची..... त्या दाहाची, जो दिव्य कुमारिका संस्थेत मुलींना गाताना पाहून होतोय त्याची..... तो मनात उठणारा वणवा जो त्या मुलींशी हसत-खिदळत बोलणाऱ्या महापापी मुलांना पाहून पेटून उठतोय त्याची..... परमेश्वरा......

या उसासण्याच्या पलीकडे जे होतं ते आठवून आज सुकेतला हसू येत होतं; पण काल स्मृतीच्या खिडकीत जे उमटत होतं; सुकेत आणि त्याच्यासारख्या इतर किशोरांचा जीव त्या उसासण्याच्या पलीकडे अडकलेला असायचा..... त्या पलीकडे

पोचण्याची वासना प्रत्येकाला होती; पोचू मात्र कोणीच शकत नव्हतं.... जो कुणी एखादा पोचत होता, तो मित्रांचे शिव्याशाप घेऊनसुद्धा व्यवस्थित राहू शकत होता - हे सत्य या जुन्या म्हणीला यथार्थ ठरवणारं उदाहरण होतं की 'कावळ्याच्या शापानं गाय मारत नसते.' कारच्या खिडकीवर दृश्य उमटतंय.....

दिव्य कुमारिका संस्थेनं घोषणा केलीय की प्रलय होण्यात आहे. फक्त दहाच वर्षं बाकी आहेत..... पण चिंता करू नका, परमेश्वर धरेला वाचवण्यासाठी पुन्हा अवतरेल. हे आश्वासन ज्या तसबिरींच्या माध्यमातून शहरात दिलं गेलं होतं, त्यात बाळगोपाळाच्या हातात गोळा होता. लोण्याचा नाही; पृथ्वीचा! खाण्यासाठी नाही, वाचवण्यासाठी! जरी फरक जवळून पाहिल्यावर कळत होता; दुरून पाहताना असंच वाटत होतं की प्रलय होई ना का; नवनीतचोर नवनीत खाण्यात मग्न आहे. सांगायची गरज नाही; धरेला लोण्याच्या गोळ्यासारखं हातात पेलत नवनीतचोर वाचवेल तर त्याच दूरदर्शी लोकांना- जे या वेळी दिव्य कुमारिका संस्थेत येऊन बचाव-एक्स्प्रेसमध्ये सीट बुक करतील. नरपुंगवांनी या प्रचाराचा बराच विरोध केला. बराच नाही अगदी कडाडून! कारण दिव्य कुमारिका संस्थेच्या अग्रभागी स्त्रिया होत्या... नरपुंगव गर्ल्स कॉलेजच्या दरवाजावर तास न् तास ड्यूटी बजावत होते, जेणेकरून क्षणभरासाठी का असे ना 'आपली' आपली नसली तर कुणा दुसऱ्याची का असे ना, सुंदरी दृष्टीस तर पडेल! आणि इथे कुमारिका चार तर कुमार एक.... तेसुद्धा स्त्रियांच्या मागे जाणारे, त्यांना नेता आणि गुरू मानणारे..!

पौरुषाच्या नावावर कलंक, साले..... स्त्रीलंपट नाही तर..... पौरुष हरवलेल्यांनी कमरेतून ओघळणाऱ्या पायजम्यात नैतिक चिंतेची नाडी घालून घेतली होती... .

दिव्य कुमारिकांच्या मते प्रलय यायला अजून दहा वर्षं बाकी होती. नरपुंगवांचा विश्वास होता की पुरुषांशी 'हा हा ही ही' करणाऱ्या, दिव्यदर्शनाच्या नावाखाली छचोरपणा करणाऱ्या दिव्य कुमारिकांवर उपाय केले गेले नाहीत तर प्रलय उद्यावरच येऊन ठेपलेला आहे. तर पोहोचले, जगाला प्रलयापासून वाचवण्यासाठी वीस-पंचविसाचा जमाव जमवून, घोषणाबाजी करत.

सुकेतला सारं दृश्य जसंच्या तसं दिसतंय.... तो स्वतःतर घटनास्थळी नव्हता, वीणेच्या जागी खांद्यावर ब्रेकिंग न्यूजचा कॅमेरा धारण करणाऱ्या नारदमुनींचा जमाना अजून भविष्याच्या उदरात होता; पण तरीही शेवटी प्रत्येक जमान्याचे असे नारदमुनी असतातच.... सत्याविषयी अशा मुनींनी केलेल्या चटकदार चुगलखोर कथनांमुळे ही घटना फक्त सुकेतच्याच नाही, तर अनेकांच्या स्मृतिपटलावर जशीच्या तशी कोरलेली आहे.

ज्या ठिकाणी दिव्य कुमारिकांचं ऑफिस होतं, त्याच्या खालीच पानाचं प्रसिद्ध दुकान होतं; तिथे राघवदास पैलवान उपस्थित होते. पैलवानाला पाहून नरपुंगव

अत्यंत प्रसन्न. अजून काल-परवाच तर राघवदास दादा हनुमान मंदिराच्या चौथऱ्यावर बसून बुद्धिबळाचा डाव मांडता मांडता दिव्य कुमारिकांची खिल्ली उडवत होते, "आरं, परलय धा वर्सांनी येल न्हाय तर लाक वर्सांनी .... ये ना; साले.... समदे मरतल.... आमी बी मरून घिऊ की ..... तूर्तास डाव मांडून घिऊ ...." आणि थोड्याच वेळात मस्त चाल चालल्यामुळे खूश होत म्हणाले, "तसं भगा किसनराव, परलय येल तवा येल...... परलयकाळ तर या कुमारिकांच्या संगच आलाय... कसं म्हनता ..... ही....ही...ही... चला, शह लागलाय, वाचवा की सोताला....."

"आता मजा येईल..." नरपुंगव आश्वस्त झाले.

राघवदास दादासुद्धा वीस-पंचवीस जणांच्या त्या जमावाकडे कौतुकानं पाहत होते. त्यांचा गदारोळ ऐकून मजेत हसत होते.

"दादा, आज या हरामखोर बायकांना आम्ही पाहूनच घेऊ. तुम्ही बस्स, बघत राहा..."

नरपुंगवांच्या शिरोमणीनं आपला संकल्प दादाला सांगितला आणि चला पुढे - कूच करा असं आव्हान देत पायऱ्यांकडे वळले. ते धावले होते पायऱ्या चढायला; पण क्षणात त्यांना जाणवलं की ते अर्धे रस्त्यावर आणि अर्धे गटारात आहेत... मानेत जबरदस्त आखडल्याच्या वेदना, अचानक पडल्यामुळे कमरेतून येणाऱ्या कळा आणि डोळ्यांसमोर दात-ओठ खाणाऱ्या राघवदास दादांच्या मुखकमलाच्या मागे दिसणारं निळं- पिवळं आकाश!

राघवदास दादांची हीच शैली होती- शब्द -घोषणा नाही; न बोलता प्रभावी काम! नरपुंगव शिरोमणींना आकाशदर्शन घडताच बाकीचे नरपुंगव जणू उभ्या जागी खिळून उभे राहिले होते, त्यांची जीभ टाळूला जणू चिकटली होती. आपल्या संतोषकारक हस्तक्षेपाकडे नजर टाकत राघवदास दादांनी नरपुंगवांबरोबरच दिवसेदिवस बिघडत जाणाऱ्या काळाशीसुद्धा शारीरिक जवळीक साधण्याची इच्छा तर प्रगट केलीच; शिवाय व्यावहारिक आदेशही दिला, "चला, निगा इथून.... त्या बिचाऱ्या त्यांच्या मताने द्येवाचं नाव घितायत.... तुमच्या का पोटात कळ येती म्हनतो मी? काही आक्रित घडत असंल तर पुलीस भगून घ्येतील.... तुमी कोन निवाडा करनारे म्हनतो मी .... निघा..... साले बकरीची भारंभार लेंडकं - ना लीपापोतीच्या कामाला, ना काई कामाला ..... माय-बाप दिन-रात मरतायत की पोरांनी ल्ह्यावं-वाचावं आणि हे भेंचोद बाईमानसांला माराया निगालेयत, हला हितून, साले ....."

आपल्या वाणीतून सिंहगर्जना करण्याबरोबरच राघवदास दादा आपल्या कृतीतून पारंपरिक 'शेपूट घालणे' हा वाक्प्रचार प्रत्यक्षात घडताना पाहत होते.... एक-एक नरपुंगव शेपूट घालून पळ काढत होता ..... विश्वाला प्रलयापासून वाचवण्याचा निर्धार पलायनात बदलता झाला होता.

'त्या काळी टीव्ही असता तर?'

सुकेतच्या मनात असा विचार आल्याशिवाय राहिला नाही.... हाताला जाणवणाऱ्या कंपनामुळे एकाएकी सुकेतचं लक्ष हातातल्या मोबाइलकडे गेलं...... कमाल आहे; कुमारिका संस्थेवाल्या घटनेचं टीव्ही युगातलं संभाव्य दृश्य दाखवलं जातंय....

टीव्हीवाले नरपुंगवांच्या मागे लागले आहेत; विचारत आहेत, "काय आहेत तुमच्या मागण्या?"

उत्तरं तयार आहे, "मागण्याबिगण्या काही नाहीत; आमच्या धार्मिक भावनांना दुखावणाऱ्या या परदेशी एजंटांच्या विरुद्ध सरकारनं कारवाई करावी; नाहीतर..."

"नाहीतर...?"

"नाहीतर.... यापुढे विनवण्या नाही; संघर्ष होईल; हा संघर्ष तीव्र स्वरूपाचा असेल..."

नरपुंगवाचं वक्तव्य त्याच्या सहकाऱ्यांच्या मुखातून घोषणांच्या स्वरूपात निघत आहे.... लाइव्ह टीव्ही पंचवीस-तीस रिकामटेकड्यांचा स्वर देशभरात संपूर्ण समाजाच्या दुखऱ्या भावनांच्या चीत्कारात रूपांतरित करत आहे.

राघवदास दादासुद्धा लाइव्ह फुटेजमध्ये आले आहेत. बहुतांश चॅनल्सच्या रनिंग कॉमेंट्रीमध्ये खलनायक म्हणून, एखाद्या-दुसऱ्यामध्ये गोंधळलेल्या - कन्फ्यूज्ड - चरित्र अभिनेत्याच्या स्वरूपात. प्रत्येक कथेचा नायक तर जनसमूहच आहे.... राघवदास दादांच्या मूक कारवाईनंतर समूहनायकाला कोणी एक रिपोर्टर विचारतोय, "मार खाल्ल्यानंतर कसं वाटतंय, सर? वेदना गटारात पडल्यामुळे जास्त झाल्या की रस्त्यावर पडल्यामुळे?"

"वेदना, नाही मानसिक क्लेश झालाय या धर्मद्रोही राघवदासाच्या अधःपतनामुळे...." समूहाचे ते शिरोमणी आपल्या सडकपतनाचे अश्रू दुखावलेल्या भावनांच्या अश्रूंमध्ये बदलत सांगत आहेत, "हरामखोर (बीप-बीप)ला आम्ही दादा म्हटलं; तो तर या रांडेच्या (बीप-बीप)चा दलाल निघाला...."

"दलालाला बीप-बीप करायला हवं की तो जे करतोय ते करू देत? ऑनलाइन एडिटर्स शेवटी ठरवताहेत, करू देत यार, दीज डेज हे सारं जग तर अगदी पॉलिटिक्समध्येसुद्धा चालवून घेणेबल झालंय. सगळेच एकमेकांना विचारत आहेत... आमचं कोणी काय बिघडवून घेणार आहे?"

कुणी एक रिपोर्टर राघवदास दादांना विचारतोय, "सर, आमच्या प्रेक्षकांना सांगा; तुम्ही इतक्या इफेक्टिवपणे चोपण्याचं एक्स्पर्टीज कुठून मिळवलं?"

दुसरा स्वतःच्या प्रेक्षकांना सांगतोय, "आमचा चॅनेल, रिस्पॉन्सिबल चॅनेल आहे.... गंभीर घटनांची खिल्ली उडवत नाही. भावनांशी निगडित मुद्द्यांवर स्मार्ट टॉक करत नाही, हल्लेखोरांना ग्लोरिफाय करत नाही....." प्रेक्षकांसमोर आपले

क्रेडेन्शियल्स मांडल्यानंतर, राघवदास दादांना विचारत आहेत, “संस्कृतीच्या रक्षणासाठी निघालेल्या देशाच्या भविष्याला, युवा सामाजिक कार्यकर्त्याला गटारात फेकताना तुम्हाला किंचितही लाज वाटली नाही.... काहीच पश्चात्ताप नाही तुम्हाला तुमच्या व्हायोलंट कृत्याबद्दल?”

राघवदास गोंधळले आहेत, “फेकलं खुटं बे, धरलं आनी खेचलं तर हुतं ... बीप-बीपला. आता बीप-बीपची तंगडी सटकली .... गटरात निसटला, त्येला आमी बीप- बीप काय करनार.....”

बीप-बीप करणारे राघवदास दादा बातम्यांमध्ये आहेत...... युवा सामाजिक कार्यकर्त्यांची सांस्कृतिक कारवाई चालू आहे..... दिव्य कुमारिकांचे केस खेचले जात आहेत, कपडे ओरबाडले जात आहेत, बीप-बीप शब्द अत्यंत सहजपणे उच्चारले जात आहेत.... कॅमेरे चालू आहेत... ब्रेकिंग न्यूज - पोलिस निघाले आहेत, पोहोचण्यातच आहेत.... कुमारिकांना त्यांच्या हिश्शाची शिक्षा मिळालेली आहे, जमावाला त्यांच्या हिश्शाचे फिफ्टीन सेकंड्स ऑफ फेम.... प्रसिद्धीचे चार क्षण... नाही, नाही; चार क्षणच का.... आत्ता तर लाइव्ह झालंय; कुमारिकांचा सांस्कृतिक द्रोह आणि जमावाचं शौर्य! दिवसभर एक्स्क्लुसिव्हमध्येसुद्धा तर चालू राहील.... मग संध्याकाळी प्राइम-टाइममध्ये डिस्कशन.... आरडाओरडीची स्पर्धा.... जशी आत्ताच काही वेळापूर्वी टीव्हीच्या पडद्यातून निघून घराच्या भिंतींपर्यंत पसरली होती.

हा गोंधळ आजचा नाही, वर्षानुवर्षं चालत आलेला आहे.

राघवदास दादा काही कुणी ‘प्रोग्रेसिव्ह’ व्यक्ती तर नव्हती..... त्यांच्या भावना इतक्या तीव्र का नव्हत्या..... रघू म्हणतो ते योग्यच आहे की ज्या देशात, जगात जगण्याची आपल्याला सवय आहे; ते जग पूर्णतः बदललंय.... पण का.... कसं..? अचानक तर नाही, रघू..... अचानक तर नाही!

काय बदलत जात होतं; ज्याकडे आमचं लक्ष गेलं नाही... ज्याच्याविषयी आम्ही विचारच केला नाही.... भावनांच्या पावलोपावली संवेदनशील होण्याचा आणि त्यांच्या रक्षणकर्त्यांच्या लठ्ठा-लठठीचा काळ अचानक आकाशातून तर टपकला नाही!

वेगानं धावणाऱ्या कारच्या खिडक्यांवर या वेळी निघून गेलेल्या काळाची प्रतिमा नाही; आजच्या ब्रेकिंग न्यूजच्या सावल्या नाचत होत्या. नाचतच नाही, तर धिंगाणा घालत होत्या.

पहिल्यांदाच.... पहिल्यांदाच.... पहिल्यांदाच सुकेतला वाटलं, तिन्ही नाकोहस दूतांचे आवाज तर आहेतच .... कारच्या खिडक्यांमधून ... हातात थिरकणाऱ्या मोबाइलमधूनही आवाज येत आहेत.... पहिल्यांदाच.... पहिल्यांदाच.... गोंधळून त्यानं इकडेतिकडे पाहिलं.

पहिल्यांदाच.... पहिल्यांदाच.... खिडक्यांमध्ये चालू असलेल्या प्रत्येक ब्रेकिंग

न्यूजच्या खाली येणारा टिकर हेच सांगत होता.... पहिल्यांदाच.... पहिल्यांदाच.... खिडक्यांच्या पलीकडे कर्तृत्वाची वाखाणणी करणाऱ्या आणि नागरिकांना कर्तव्याची आठवण करून देणाऱ्या होर्डिंग्जवर अपरिहार्यपणे संदेश हाच होता...

पहिल्यांदाच.... पहिल्यांदाच.... ब्रेकिंग न्यूज सांगणारे चेहरे ओरडत होते... पहिल्यांदाच.... पहिल्यांदाच....

ब्रेकिंग न्यूज आहे की देशात पहिल्यांदाच दिवस उगवत आहेत, पहिल्यांदाच रात्री होत आहेत.... पहिल्यांदाच सूर्य आकाशात उगवलाय, पहिल्यांदाच पाऊस पडतोय... लोक पहिल्यांदाच जन्म घेत आहेत, पहिल्यांदाच मरत आहेत. पहिल्यांदाच प्रेम करत आहेत, पहिल्यांदाच प्रेमकथा लिहीत आहेत.... प्रत्येक चॅनेलवर टिकर.... 'फक्त इथेच', तीच बातमी सगळीकडे..... पाहत राहा अगदी ताज्या गरमागरम ब्रेकिंग न्यूज.... इतक्या झगमगत्या दिवसांत, इतक्या रात्रीत लोक पहिल्यांदाच 'योगा' करत आहेत, पहिल्यांदाच सुफी होत आहेत.... .

'सुफी'वाला टिकर पाहून सुकेतला आठवण झाली शम्सच्या पोटतिडकीनं बोलण्याची .... "चीस्तीया, सुहरावर्दी.... काय काय प्रकार आहेत न सुफींच्यात, हल्ली फॅबिया प्रकाराचा जोर आहे...... सालं ज्याला पाहावं, फॅब इंडियाचा कुर्ता घालून, गळ्याभोवती दुपट्टा टाकून सुफी होऊन फिरत आहे..... मूर्खासारखे डोळे इकडेतिकडे नाचवा.... डाव्या -उजव्या बाजूला डोलायला लागा.... झालं मन्सूर..... आय-ओय, फाय- फुय म्हणायला लागा, खारीसारख्या इकडून तिकडे उड्या मारा आणि कबूतरासारखं गुटर्गू करायला सुरुवात करा..... बस्स, झाली राबिया.... तसव्वूफ तर परमेश्वरच जाणे. हो, पण हा सुफी प्रकार साला इतका जगात व्यापलेला आहे, की कोणत्याही लेखक-कवी-कलाकाराच्या भांड्याचं झाकण उघडून पाहा, त्यात सुफीत घोळलेली कढी उकळत असते..."

कारच्या बाहेर सुकेतला सोबत पळणारे; नाहीतर हवेत तरंगणारे आकार दिसत आहेत, बहुदा गॅसपासून तयार झालेले असावेत.... ही बौनैसरांची एक जमात आहे.... की माझ्या आधी नाकोहसकडे पोहोचवलेल्या लोकांची प्रेतं? ते बौनैसरांचं अभिनंदन करत हसत आहेत; की माझ्या दुर्दैवावर रडत आहेत?

गॅसची बनलेली प्रेतं.... विलीन होत आहेत.... पुन्हा दिसत आहेत.. गात आहेत.

'जंगल, जंगल पता चला है, चड्डी फेकून फूल खिला है, नागवेगिरीचा टूल मिला है.... पहिल्यांदाच..... पहिल्यांदाच..... ...'

एकही होर्डिंग किंवा ब्रेकिंग न्यूज अशी नाही जी विसरू देईल.... पहिल्यांदाच....!

फटफटू पाहणाऱ्या पहाटेतसुद्धा इतका काळोख? अंधार इतका आकर्षक आणि चमकदार.... सकाळ होऊ घातली असताना? हो, नाही तर काय ? तीन वाजता तर मी जागा झालो, सुसरींनी भंडावून सोडलेल्या हत्तींचा आक्रोश ऐकून...

एव्हाना तर फटफटायला हवं होतं.... बहुदा फटफटलंच आहे.... .

बहुधा सूर्य काळवंडतोय... पहिल्यांदाच! दिवसाचा अंधार रात्रीपेक्षाही घनदाट होऊ पाहत आहे... पहिल्यांदाच...!

सुकेतच्या मोबाइल स्क्रीनवरसुद्धा तोच आकर्षक अंधार पसरला आहे, किमान या बाबतीत तरी सुकेतला समाधान वाटलं.... पहिल्यांदाच... आकाशातून विजेचं चमकणं हरवत चाललंय, गंगासती.... पहिल्यांदाच..... पहिल्यांदाच...!

कार धावतच होती.... जो आत्ता झर्रकन मागे गेला तो तर तोच अंडरपास होता; ज्याच्या भिंतींवर लिहिलेले कुणा प्रियकराचे संदेश सुकेतला नेहमीच भावुक करायचे... तो विचार करायचा, हे संदेश लिहिणारा जर त्याला कधी, कुठे भेटला... माहीत होतं, हे अशक्य आहे; पण आणखी एक अशक्य फँटसी का असेना... एकदा भेटावा तो वेडा....

काय पराकोटीचा वेडेपणा असेल; जो इतक्या मोठ्या मोठ्या अक्षरांत अंडरपासच्या भिंतींवर उमटला असेल.... कशा पोलिसांच्या नजरा चुकवून... की कदाचित बीट-कॉन्स्टेबलला पटवून त्या वेड्यानं इतक्या मोठ्या मोठ्या अक्षरांत आपल्या वेदना भिंतींवर कोरल्या असतील... रात्री भिंतींना आपल्या प्रेमाच्या रंगानं रंगवणारा तो वेडा दिवसा काय करत होता... रात्री कुठे झोपत होता... कदाचित याच अंडरपासच्या फुटपाथवर.... याच फुटपाथवरून, हातात हात घालून कधी काळी फिरले असतील ते दोघं.... एखाद्या संध्याकाळी याच अंडरपासच्या भिंतीच्या आधारानं खेटून पट्कन पहिलं चुंबन घेतलं असेल, लाजले असतील... मग विचार केला असेल; इतक्या भन्नाट वेगानं धावणाऱ्या गाड्यांमधून कोणी काय पाहणार...... त्या पहिल्या चुंबनाच्या कधीही न पुसल्या जाणाऱ्या आठवणीतूनच या भिंतींवर लिहिले असतील त्या वेड्यानं आपले अश्रू, इतक्या तन्मयतेनं, मेहनतीनं, इतक्या मोठ्या मोठ्या अक्षरांत...

हे कसं प्रेम असेल, जे आपल्या हरवलेल्या प्रेमाला अशा घुमणाऱ्या शांततेत साद घालत राहिलंय; या जागी, इतके दिवस, 'वेटिंग... विल वेट एव्हर... प्रतीक्षा... प्रतीक्षा... यू विल हॅव टू कम वन्स बिफोर आय लीव्ह फॉर एव्हर... मी कायमचा इथून निघून जाईन त्या आधी फक्त एकदाच ....

कसं ते वाट पाहणं, कशी ती वेळ, कसं ते प्रेम ...एकदाच.... एकदाच... एकदाच....

सुकेत पाहतोय.... या वेळी अंडरपासच्या त्या भिंतींवर त्या वेड्याच्या आर्त हाकेचं नामोनिशाणसुद्धा शिल्लक नाहीये.... सुकेतच्या हृदयात गलबललं, वाटलं, भिंतींवर लिहिलेली जी अक्षरं मिटवली गेली आहेत; ती त्याची स्वतःची होती.

'मी कायमचा इथून निघून जाईन त्याआधी फक्त एकदाच....'

हाच तर आहे माझा टाहो.... करुणा... हाच तर आहे माझा टाहो... आणि मी

तर आता इथून चाललोय, मित्रांनो.... मी तर आता इथून चाललोय या यमदूतांच्या बरोबर.... करुणा, फक्त एकदाच... यू विल हॅव टू कम वन्स बिफोर आय लीव्ह फॉर एव्हर... मी कायमचा इथून निघून जाईन त्याआधी... फक्त एकदाच....

ही आर्त साद पुन्हा कधीही या भिंतींवर आता दिसणार नाही.... वेड्या प्रेमाच्या विलापाच्या स्मृतींची जागा दिशादर्शक उद्घोषणांच्या चतुर शहाणपणानं घेतलीय....

एका फक्त याच अंडरपासच्या भिंतीवर? की ...की कदाचित सगळीकडेच ...

पहिल्यांदाच आलेल्या चांगल्या काळाच्या घोषणा सगळीकडे चमकत आहेत 'नाश होवो इतिहासाचा; ज्याने काला केलाय डोक्याचा', 'दस्तऐवज खाक करा, नष्ट करा', 'डाउन विथ मेमरी', 'लाँग लीव्ह इग्नोरन्स', 'आठवणींना फेका आडात, नाकोहस बोले लाडात', 'जो लक्षात ठेवेल तो मार खाईल', 'कला तीच जी मन रिझवेल', 'साहित्य तेच जे मजा आणेल', 'चिंतन तेच जे पट्कन कळेल', 'लेखन तेच जे लगेच पचनी पडेल', 'बुद्धी तीच जी नाकोहस देईल...'

'या घोषणा काही अचानक नाही चमकू लागलेल्या; बराच वेळ लागलाय त्यांना साजशृंगार चढवून होर्डिंगपर्यंत पोहोचायला... आता तर त्यांच्या साजशृंगारासमोर कोणताच प्रश्न उभा राहू शकत नाही, त्यांच्या हुंकाराच्या पुढे कुठलाच आवाज निघू शकत नाही....'

खरोखरीच जे जग आपल्याला सवयीचं होतं; ते बदलून गेलंय; कायमचं....

अचानक नाही; हळूहळू.... हलके-हलकेच....

बाहेर चमकणाऱ्या होर्डिंगांमध्ये सुकेतला दिसतंय बालपणीच्या त्या शहरातल्या सर्वांत गजबजलेल्या रस्त्यावर लागलेलं कुठल्याशा क्रीमची जाहिरात करणारं होर्डिंग.... त्यात दाखवलेली टू पीस बिकिनीतली सुंदरी... त्याच्या सहकाऱ्यांनीच तर चळवळ उभारली होती; त्या होर्डिंगमध्ये डोकावणाऱ्या अर्धनग्नतेविरुद्ध.... 'सांगा बरं, रस्त्यावरून जाणाऱ्या वाहनचालकांनी लक्ष रस्त्याकडे द्यायचं की बिकिनी घातलेल्या सुंदरीकडे.... अपघात झाले.... जबाबदार असेल नगरपालिक, जिने असले होर्डिंग लावायला परवानगी दिली...'

एक-दोन दिवसांच्या चळवळीतच नगरपालिकेला अश्लील अपघातांचा धोका लक्षात आला.... सुंदरीच्या मांड्या आणि बिकिनीच्या दोन्ही तुकड्यांमध्ये दिसणाऱ्या गोऱ्या शरीरावर काळा रंग फासला गेला... होर्डिंगमधल्या जाहिरातीतला संदेश चुकीच्या संदेशात बदलला गेला की हे क्रीम वापरले तर चेहरा आणि गुडघ्याच्या खालील अंग गोरं होईल आणि कमनीय, आव्हान देणारा देहाचा मध्यभाग आणि मांड्या काळ्या....

जाहिरात करणाऱ्या एजन्सीने होर्डिंग काढून टाकण्यातच असलेलं शहाणपण जाणलं.

'अश्लीलतेच्या नावावर त्या बिचाऱ्या सुंदरीच्या शरीराला रंगवण्याच्या पापात

सहभागी झाल्याचीच शिक्षा भोगतो आहेस, बेट्या, सुकेत! हो, ही शिक्षा पहिल्यांदाच नाही..... परत परत, परत परत...'

आठवणी इतक्या जास्त आणि कल्पना इतक्या कमी झाल्या की समजावं की आपण म्हातारे झालो.

म्हातारपण? म्हातारपण कसलं रे.... म्हातारपणाच्या आधीच मृत्यूनं गाठलंय... यमलोकाच्या यात्रेवर आहेस, यमदूतांच्या कंपनीत... तरीही , आठवणींवर, कल्पनेतच रडतो आहेस.

लोक खरं तेच म्हणतात, मी सिनिकल झालोय.... याही वेळी मी बहुधा स्वप्न तरी पाहतोय किंवा तापात फणफणतोय तरी.... होणारे भास खरे समजतोय.

आता याच दोन नमुन्यांना पाहा.... कसले बौनैसर आणि कुठला नाकोहस... हे त्यांचेच तर भाऊबंद आहेत जे कधी आपल्या गल्लीत दिसतात, कधी एखाद्या टीव्ही स्क्रीनवर. कधी एखाद्या फिल्म शोमध्ये दगडं मारताना दिसतात, तर कधी पार्कमध्ये बसलेल्या तरुण जोडप्यांना सतावताना. कधी एखाद्या साहित्य महोत्सवात एखाद्या लेखकाच्या येण्याची शक्यता जरी जाणवली तरी तिथे नमाज पढून शक्तिप्रदर्शन करताना, कधी मुलींना रेस्टोरंटमधून मारपीट करून पळवताना, कधी भांगात सिंदूर लावून घेणाऱ्या मुलींच्या विरुद्ध ॲसिड मोहीम काढताना, कधी एखाद्या फिल्मवर बंदी आणणे, हे सामाजिकरीत्या न्याय्य म्हणताना. बालपणीची ही गुंड मुलंच आडवी-उभी वाढून, गुंडगिरी करून नाकोहसचे बौनैसर झाली आहेत.

असे बेदरकार आहेत गुंड की सरकार कोणत्याही रंगाचे का असेना; मंत्र्यांच्या मुखातून तेच बोलत असतात. राज्य आणि समाजाच्या नेत्यांच्या मनात तेच वास करून राहतात. कधी एखाद्या लेखिकेला धर्माचार्यांच्या पाया पाडण्याचा आदेश फर्मावतात, तर कधी एखाद्या पेंटरला देशाबाहेर काढण्याचा... लोकशाहीचे नेतालोकं विचारत आहेत, "जनतेच्या भावना दुखावण्याची तुम्हा लेखक लोकांना अशी काय खाज असते? हा तुमच्यात असलेला प्रतिभेचा वास म्हणायचा की आम्हाला होणारा त्रास? लोकांना मिरच्या झोंबतील असं लिहिण्यात तुम्हाला काय मजा येते? समजून घ्या यार, डेमॉक्रसी म्हणजे नंबर गेम; आणि नंबर कोणासोबत आहे? भावना दुखावलेल्यांच्या.... समजलं? समजलं असेल तर चालू लागा.... नसेल समजलं तर आधी हात-पाय तोडून घ्या आणि नंतर निघा..."

राजकारण आणि समाजातच नाही; आता तर दुखावलेल्या भावनांचे बौनैसर कायद्याच्या राज्यातही राहू लागले आहेत....

'हाच तर फरक आहे, यार,' सुकेत स्वतःशीच म्हणाला, 'त्या काळातले दादागीर फक्त दादागीर होते.... या काळात दादागिरीने आपल्यासाठी रिस्पेक्टेबल नाव शोधलंय- बौद्धिक नैतिक समाज रक्षक.... बौनैसर ....कमाल आहे...'

"दादागिरी? भावना दुखावल्यामुळे नाकोहससमोर तुम्हाला उभं करायला नेत आहोत आणि तुम्ही आमच्याच भावना दुखावता आहात...." गट्टूरामच्या आवाजात खोडसाळपणा होता आणि घनदाट भुवयांच्या खाली चमकणाऱ्या डोळ्यांतही, तुमच्याशी काय गुंडगिरी केली आम्ही? कुणाशीही केलीय का? आम्ही तर फक्त परसुएड करण्याचा, समजावून सांगण्याचा प्रयत्न करत आहोत, सुकेतसाहेब! प्रश्नाचं उत्तर चुकीच्या पद्धतीने शोधायला गेल्यावर मास्तर चापटी मारत नाही का? तुम्हाला तर बराच अनुभव आहे. सुरंगे सरांनी अल्जिब्राचे प्रश्न तुमच्या गालांवर, केसांवर नव्हते का सोडवले?"

'या साल्या मनकवडेपणाला काही लिमिट आहे की नाही?' सुरंगेंचं नाव ऐकताच सुकेत चिडला. गणितात स्वतः कच्चा असल्याची चेष्टा झाली तर तो शम्स आणि रघूवरसुद्धा चिडायचा.... हा साला गट्टूराम कोण लागून गेला! हा साला बौनैसर म्हणवणारा असभ्य... बौनैसर... वाटतोय तर पक्का बाउन्सरसारखाच..... माझ्या जीवनातल्या चुकलेल्या गणिताच्या साऱ्या डिटेल्स याच्या ढोल्या खोपडीत नोंदलेल्या आहेत का? जेव्हा जे हवं ते ओकायला...'

"मनकवडेपणा? उगाचच कशाला जुन्या गोष्टी.... आम्ही तर ॲक्युरेट इन्फोच्या माध्यमातून सिक्युरिटी ॲश्युअर करतो, बस्स...!" गट्टूरामच्या आवाजातला मस्करीचा सूर अजूनही टिकून होता.

"वा, काय पण.... सिक्युरिटी.... कोणाची सिक्युरिटी रे, गट्टूरामच्या बच्चा? माझ्या प्रायव्हसीमध्ये, आठवणींमध्येसुद्धा तुम्ही लुडबुडताय.... बेअकलांनो.."

ना गट्टूरामच्या शरीरात काही हालचाल झाली; ना त्याच्या सहकाऱ्याच्या; पण सुकेतला जाणवलं मात्र असं, की त्याच्या गालावर सणसणीत चपराक बसलीय. अशीच सणसणीत चपराक देऊनच तर गणितज्ञ सुरंगे सर लिंगभेदाच्या बाबतीत उदासीन राहायचे, समानतावादी होऊन साऱ्या क्लासला धारेवर धरायचे - मुलगा असो की मुलगी. गालावर होणारी आग अजून शमली नसतानाच त्याचे केस निर्दयीपणे खेचले गेले होते. अगदी तसेच जसे सुरंगे सर खेचायचे. धडपडणाऱ्या सुकेतचे व्याकूळ डोळे इथेतिथे पाहायला लागले. गट्टूराम आणि त्याचा सहकारी अगदी शांत बसले होते. तो सहकारी तर पुन्हा कारच्या सीटचा भाग झाला होता. अत्यंत स्पंदनरहित देह! गट्टूरामच्या डोळ्यांत पुन्हा तीच कोब्रा नजर होती, ओठांवर पुन्हा तेच खिल्ली उडवणारं हसू.

गट्टूरामनं वाट पहिली की सुकेत पुन्हा ताळ्यावर येईल; मग बोलता येईल. सुकेत 'तुम्ही' वरून 'तू'च्या स्तरावर तर आधीच आला होता; गट्टूरामच्या आवाजात जरब होती.

"प्रायव्हसी? सुकेत, तू इडियट तो इडियटच राहिलास.... कोण जाणे

कोणत्या बर्फात गोठलेले आहात तुम्ही लोक..... माय डियर, प्रायव्हसीची गोष्ट तर मनकवडेपणापेक्षाही जास्त मागासलेली आहे. समाज सुरळीत चालण्यासाठी हे आवश्यक आहे की चालवणाऱ्यांच्या हाती चालणाऱ्यांची सगळी माहिती असायला हवी - एकदम सायंटिफिकली अप टु डेट..... कुणास ठाऊक कधी ही आवश्यक गोष्ट तुमच्या पचनी पडेल! कुणास ठाऊक कधी आपल्या काळात वावराल तुम्ही मागासलेले लोक! कुणास ठाऊक किती वेळा परसुएशन टेक्निक वापरायला लागणार तुमच्यासारख्या ठोंब्या लोकांसाठी....''

अजब गोष्ट आहे, हा गट्टूराम बोलायला सुरुवात करतो अत्यंत क्रोधित होऊन; पण बोलणं संपवता संपवता त्याचा आवाज माणसाच्या सहानुभूतीच्या स्तरावर येतो.

खरंच? की मला उगाचच भास होतोय.... कुणास ठाऊक.... हो, पण गालाची होणारी आग आणि केस खेचले गेल्यामुळे सुकेतनं इतकं नक्कीच जाणलं होतं की 'अरेला कारे' करणं खचितच धोक्याचं आहे.

''सॉरी, पण थोडंसं फिजिकल होणं हा तर परसुएशन टेक्निकचा एक भागच आहे.'' गट्टूरामचा आवाज आता समेवर आला होता, आजारी पडल्यावर कडू औषध द्यावं लागतं की नाही? डॉक्टर, हकीम, वैद्यांवर तर तुम्ही गुंडगिरी किंवा जबरदस्तीचा आरोप करत नाही!''

''ओ.... म्हणजे तुम्ही वैद्य आहात; आजारी समाजाचे?''

''हो, विशेषतः बुद्धिजीवींचे, इन्टलेक्च्युअल्सचे..... किती राडा करून ठेवलाय तुमच्यासारख्या इन्टलेक्च्युअल्सनी देशात, जगात...''

बुद्धिजीवींनी करून ठेवलेल्या राड्याचं नाव घेताच गट्टूराम तर उत्साहात आलाच; पण निर्विकारच्या चेहऱ्यावरच्या हावभावांमध्येसुद्धा सुकेतला त्याला अनुमोदन करणारे भाव दिसले.... निर्विकारची मान गट्टूरामचं समर्थन करत आणि बुद्धिजीवींचा तिरस्कार करत डोलू लागली.

गट्टूराम या वेळी सुकेतला नाही, तर निर्विकारला संबोधून बोलत होता, ''नेहमीच राडा करून ठेवतात हे साले बुद्धिजीवी; सगळीकडेच..... नाही?''

''विचारायची गरज आहे का?'' इतकं बोलून निर्विकार पुन्हा नेहमीच्या मौनात!

गट्टूरामचं लक्ष सुकेतवर, ''समाजाला विकासाच्या मार्गावर घेऊन जाणाऱ्या प्रत्येक व्हिजनरीला तुमच्यासारख्या बुद्धिजीवींची बुद्धी जागेवर ठेवण्यासाठी उपाय करावा लागला आहे. कुठेही पाहा..... जर्मनी, इटली, रशिया, चीन, इराण; सगळीकडे तीच कथा.... बुद्धिजीवी होतात.... बुद्धीचा उपयोग करत नाहीत...... बुद्धिमत्ता यात आहे की कालानुरूप बदलावं, आहत भावनांच्या कोरसमध्ये सूर मिसळावा.... बहुसंख्य लोक पट्कन स्वतःला बदलत आहेत.... पण तुम्ही आहात की बस्स....''

गट्टूरामनं निराशेनं डोकं हलवलं, मोठ्या, जाड्याभरड्या बोटांनी डोकं कुरवाळलं.

जणू कुणी एखादा शिक्षक नालायक विद्यार्थ्याला कंटाळलाय. शिक्षकासारखंच बोट उचलून म्हणाला, "बस्स, म्हणूनच परसुएड करावं लागतं.... हेच पाहा नं; जराशा परसुएशननं तुमच्या स्वतःत किती बदल झालाय!"

खरं होतं ते, परसुएशनचा प्रसाद मिळालेल्या सुकेतला गोष्ट कळली तर होती; तो चकितही होता. हा गडी फक्त बाउन्सर नाहीये, भाऊ.... बरंच काही माहिती आहे त्याला.

'असा माणूस नाकोहसचा बाउन्सर झालाच कसा?' सुकेतच्या डोक्यात विचार आल्याशिवाय राहिला नाही, 'याच्याशी बोलण्याची, याचं मन, जीवन जाणण्याची संधी मिळेल का?'

इकडे सुकेतच्या मनात ही जिज्ञासा; तिकडे गट्टूरामच्या ओठांवर रहस्यमय हास्य.... आवाजात कठोरतेच्या जागी पुन्हा गोड समजावणीचा सूर, "बरोबर कळतंय आता तुम्हाला, बाउन्सर नाही; बौनैसर आहोत आम्ही..."

सुकेतला आश्चर्य वाटलं नाही.... बौनैसर महाराज मनकवडे आहेतच.

आणखीही प्रश्न विचारूनच घेऊ. बौनैसर मास्तर ज्ञानदानाच्या मूडमध्ये आहेत.

"हा चोवीस तास चालणारा चिकटू टीव्हीसुद्धा ट्रीटमेंटचा भागच असणार?"

प्रश्न ऐकून निर्विकारच्या निर्विकार चेहऱ्यावर थोडं समाधानाचं हसू पसरलं. बोलण्याची जबाबदारी पुन्हा गट्टूरामचीच होती, "तुम्ही स्वतःच पाहा, जराशा परसुएशननंच किती समजूतदार झालात नं तुम्ही सुकेत सर! या नाकोहस काळात तुम्ही टीव्ही नाही पाहणार; टीव्ही तुम्हाला पाहील..... विचार करण्याच्या अपराधापासून वाचवेल... चोवीस तास सोबत राहील.... झोपता-उठता, खाता-पिता, चढता-उतरता, हागता-मुतता, त्याला वाटलं तर चालेल, त्याला वाटलं तर बंद होईल; जसा आत्ता तुमच्या मोबाइलवर बंद झालाय....क्षणोक्षणी टीव्हीची सोबत... मस्त एकदम..."

"आणि कुणाला ही सोबत नको असेल तर?"

गट्टूरामच्या चेहऱ्यावर थोडा वैताग, थोडी चीड... निर्विकारच्या चेहऱ्यावर क्षणभर उमटलेल्या हास्याच्या जागी पुन्हा दगडी औदासीन्य.... गट्टूरामकडे पाहणारं एक तिरस्काराचं मंद हसू, मौन कथन, 'कळलं ? फार भाषण देत होता नं....'

गट्टूरामच्या चेहऱ्यावर आरोपी सुकेतशी सहानुभूतीनं बोलण्याचा अपराध करताना 'रंगे हाथ'पकडले जाण्याचा अपराधी भाव!

....सुकेतला पुन्हा केस खेचले गेल्याची जाणीव.... डोळ्यांमध्ये वेदनेचे अश्रू आणि आवाजात व्याकुळता!

"ओह...आह...त्याला तुम्ही लोकं बघून घ्याल..आह.. हो नं?"

हळूच कळत-नकळत दिलेल्या वेदनेतून नाकोहसचा संदेश आरोपीपर्यंत पोचवण्यात यशस्वी झाल्याचा आनंद दोन्ही नाकोहस दूतांकडून व्यक्त झाला- काहीशा अक्कड-

बक्कडसारखं गुणगुणण्यातून. ड्रायव्हरची मानसुद्धा अक्कड-बक्कड आनंदात नाचू लागली.

सुकेत आता मृत्यू विलाप सोडून जीवन प्रलापात आला होता..... नाकोहस? आहत भावनांचा राष्ट्रीय आयोग? मनकवडा बौनैसर? गालावर सणसणीत थप्पड, केस खेचले जाणं.... नक्कीच ही फक्त एक झलक होती... आणखी कुणास ठाऊक काय काय आहे या यमदूतांच्या परसुएशनच्या भांडारात! सक्तीचा टीव्ही? बरोबरच आहे. टीव्हीवरसुद्धा जे रोज दर्शन देतात ते कुठे एखाद्या यमदूतांपेक्षा कमी असतात?

आपल्याला वाटत होतं की टीव्हीचा रिमोट आपल्या हातात असतो. आता कळलं की खरा रिमोट; प्रत्येक चॅनेलचा मास्टर रिमोट तर कुणा दुसऱ्याच्याच हातात आहे. आणि तो हात आपल्यापासून इतका दूर आहे.... इतका रिमोट आहे की आपण तो पाहूसुद्धा शकत नाही.... छान, खूपच छान!

... इतकं आसुसून ज्याची वाट पहिली, त्या सायन्स आणि टेक्नॉलॉजीनं परिपूर्ण एकविसाव्या शतकात यमराज का नाही बदलले? यमदूत का नाही बदलले? का हायटेक झाले नाहीत?

"सुकेत सर, गोष्ट समजून घ्या, प्लीज.... यमाचे दूत नाही आम्ही.... आम्ही बौनैसर आहोत आणि तुम्ही जात आहात नाकोहस...." गट्टूराम अक्कड-बक्कडच्या धुंदीत आपलं मनकवडेपण कसं विसरणार?

गोष्ट तर योग्यच वाटते आहे; बाउन्सर, बौनैसर गट्टूराम नाकोहस दूताची, तेच रस्ते, तेच फ्लायओव्हर, तेच अंडरपास.... त्यांच्यावरूनच तर मी रोज जातो.... या भरधाव कारसारख्याच भरधाव वाहनांतून. कधीकधी चालतही. चालत जाताना बऱ्याचदा वाटतं की, जिथे जायचंय तिथे न जाता बहुधा मी त्या जागी पोचणार जिथे शेवटी जायचंच जायचं आहे.

असो, आत्ता तरी मी तिथे जात नाहीये. सुकेतला हायसं वाटलं; जीवनातले अपूर्ण वायदे, ढीगभर अधुऱ्या संकल्पांना वेगळं रूप देण्याची संधी कदाचित अजूनही मिळू शकते आहे. हायसं वाटण्याबरोबर चिंतासुद्धा, की हा प्रवास शेवटाकडे जाण्याचा नाही; नाकोहसकडे जाण्याचा आहे.

मृत्यूचं भय ही वेगळी गोष्ट आणि जीवनाची चिंता वेगळी. मृत्यू निमिषार्धात येऊन जातो, जीवनात प्रत्येक क्षण अन् क्षण लक्ष ठेवायला लागतं.... अरेच्चा, आयुष्यभर चुकीच्या ठरलेल्या जीवनात आपण एकदा पुन्हा चुकीचे ठरलो. कोणतीच फँटसी पूर्ण होत नाही, संधी मिळाली नाही- मृत्यूनंतरचं जीवन जाणण्याची. आपण जिवंत आहोत... गालावर, केसांवर नाकोहसची स्वाक्षरी घेऊन जिवंत आहोत.

हा नाकोहस प्रकार काय आहे ? काय करू पाहताहेत हे बौनैसर माझ्याशी?

इतक्या रात्री रस्त्यावरचा गोंगाट खूप कमी असायला हवा होता.... पण इथे

तर वाढतानाच दिसतोय... असं वाटतंय, काही तासांपूर्वीची पीक-अवर ट्रॅफिकची प्रतिमा काळाच्या कागदावर राहून गेलीय आणि पहाटेकडे जाणाऱ्या रात्रीत हट्टानं वर उफाळून येतेय..... गॅसची बनलेली प्रेतं जी सुकेतला कारसोबत पळताना, उडताना दिसत होती. त्यांच्या आणि वेगानं धावणाऱ्या वाहनांच्या प्रतिमा एकमेकांत मिसळत होत्या. आकार, प्रकार नीट दिसण्यापूर्वीच सूं... सूं... करत त्या प्रतिमा झर्रकन दुसऱ्याच एखाद्या वेगवान प्रतिमेत मिसळत होत्या. का आहे इतका वेग? कुठे जायचंय इतक्या लवकर? कुठल्या दिशेनं धावत आहेत सगळेच्या सगळे इतक्या चमचमत्या उजेडात आणि पिचपिच्या अंधारात? माणसाचा आकार असो की वाहनांचा....... एकमेकांत का गुरफटताहेत? त्यांचा थकवा आणि लागलेली धापसुद्धा त्यांची स्वतःची न राहता एकमेकांत डिझॉल्व्ह का होत आहे?

कुणास ठाऊक गट्टूरामनं आदेश दिला होता की निर्विकारनं, की ड्रायव्हरच्या स्वतःच्याच मनानं..... कारमध्ये वेगानं धावतं गाणं घुमायला लागलं.

कारच्या आतही आणि बाहेरही, चहूबाजूंनी जोरदार वेगानं म्हटल्या जाणाऱ्या गाण्याचा वेग जोरात धावणाऱ्या ट्रॅफिकच्या तालावर ताल देत होता .... हेच तर ते गाणं हे तिघं आत्ताच थोड्या वेळापूर्वी गुणगुणत होते. या प्रकारची गाणी सुकेतनं एक-दोनदा मॉल्समध्ये तरुणांच्या आवडत्या हँगआउटमध्ये ऐकली होती :

अक्कड-बक्कड बंबे बौ, अस्सी नब्बे पूरे सौ
सौ मे लगा धागा/ विकास निकल के भागा/
इसके संग-संग तू भी दौड/ बाकी सबको पीछे छोड
बुद्धी को तू रख पकड/ मुठ्ठी में कसके जकड
जो ना माने तेरी बात, खुपडिया उसकी फौरन फोड
बाकी सबको पीछे छोड
बम-चिक बम-चिक बम-चिक ...

गट्टूराम तर गट्टूराम; निर्विकारसुद्धा आपलं निर्विकारपण विसरून गाण्याच्या प्रभावात मग्न होता. दोघंही सुकेतच्या खांद्यांवर तळहातानं ठोकत तालावर ताल देत होते, 'खुपडिया उसकी फौरन फोड / बाकी सबको पीछे छोड.... बम-चिक बम-चिक बम-चिक' गट्टूरामशी संवादाची शक्यता संपली होती. त्याचं पूर्ण लक्ष 'बम-चिक बम-चिक' गाण्यावर होतं; विशेषतः एक ओळ तो जोर देऊन परत-परत म्हणत होता, 'जो ना माने तेरी बात, खुपडिया उसकी फौरन फोड / बाकी सबको पीछे छोड....

सुकेतचं त्रासिकपणे बघणं किंवा स्वतःचं शरीर आक्रसून घेणं याचा त्या दोघांवर किंचितही परिणाम होताना दिसत नव्हता. सुकेतशी बोलण्यात किंवा मनकवडेपणे त्याच्या मनात विहार करण्यात गट्टूरामला आता काही रस नव्हता. सुकेतचा देह चिरडला जात होता; दोन्ही बौनेसरांच्या थिरकणाऱ्या शरीरांच्या

दबावात, डोकं भणाणत होतं 'अक्कड-बक्कड'च्या भणाणणाऱ्या माऱ्यात!

त्याचा जीव घुसमटत होता, पण.....

करता काय येणार होतं.... डोळे बंद करून वाट पाहण्याखेरीज.... कुणास ठाऊक काय होऊ घातलंय या अजब नाकोहस रात्रीत!

सुकेतनं डोळे मिटून घेतलेच होते अन् कार थांबली.

थकून भागून डोळे मिटून घेतलेल्यावर थोडीशी कृपादृष्टी ठेवण्याची पद्धत आहे काय नाकोहसच्या प्रोटोकॉलमध्ये?

दरवाजा उघडला, दोन्ही बौनैसर उतरले. सुकेतसुद्धा कुणी काहीही न सांगताच उतरला.... नरकात का पोचलो असेनात; या कारमधून बाहेर तर पडू! त्यानं पाहिलं, जिथे त्याला आणलं गेलंय ती काही पोलिस ठाण्यासारखी इमारत नाही; बहुमजली अपार्टमेंट टॉवर आहे. त्याच्या सभोवती फक्त अंधार... नाही; अंधार नाही; आकाशाकडे झेपावणारे काही आणखी आकारसुद्धा ... अगदी या इमारतीसारखेच.... की सगळे हे काळे आकार समोर उभ्या अपार्टमेंट टॉवरच्या फक्त सावल्या आहेत?

सावल्या? अंधारात सावल्या? जमिनीवर पसरण्याऐवजी आकाशाच्या दिशेनं उठणाऱ्या सावल्या...?

कारमधून उतरून गट्टूराम आणि निर्विकार त्या इमारतीच्या ज्या फ्लॅटमध्ये सुकेतला घेऊन गेले; तिथे पाहून वाटत नव्हतं की आत इतक्या उंच भिंतींचा गोलाकार हॉल असेल. सर्वसाधारण घर, साधारण दरवाजे... पाऊल ठेवेपर्यंत सुकेतला एखाद्या सामान्य ड्रॉइंगरूममध्ये पाऊल पडण्याची अपेक्षा होती; पण दरवाजा उघडला भयाण असामान्य, विशाल गोल, मंद उजेड असलेल्या खोलीत.

ज्या सर्वव्यापी बम-चिक बम-चिकच्या कल्लोळातून सुकेत आला होता; त्यानं या खोलीच्या भिंतींकडून उधार घेऊन मनमोहक शांतता पांघरून घेतली होती. ज्या घुसमटीतून वैतागून तो कारमधून बाहेर पडून कुठेही जायला तयार होता; ती भावना त्या खोलीच्या भव्यतेत, गर्तेत कडेलोट होत असल्याच्या भावनेत बदलत होती.

"तू तर म्हणत होतास; रघू आणि शम्ससुद्धा भेटतील..."

उत्तर कोण देणार ?

गट्टूराम आणि निर्विकार दरवाजापर्यंतच सुकेत सोबत होते. त्यानंतर सुकेत होता, आठवणी होत्या.... भयाण शांतता होती.... आणि होता काळ!

जो काळ निघून गेला होता; त्याच्या तुकड्यांचा मोंटाज सुकेतच्या आठवणींमध्ये अजूनही एकमेकांवर आदळत आकार घेत होता, पुन्हा विस्कळीत होत होता. ज्या काळाला निघून जायचं होतं तो काळ सुकेतच्या डोळ्यांसमोर अनाकलनीय, अंधारा बोगदा होऊन पसरत जात होता.

तीन

ज्याच्यापासून भय असतं
त्याच्यावर दया नाही येत....

आठवणींचा मोंटाज रघूच्या नजरेसमोरही तयार होत होता... येणारा दिवस अनाकलनीय, अंधाऱ्या सुरुंगासारखा रघूच्या डोळ्यांसमोर पसरत होता..... रात्र अर्धी अधिक बऱ्याच वेळापूर्वी ओसरली होती.... आता तर पहाट होण्यात होती.

सुकेत आणि शम्सला खात-पित आणि गप्पा करताना सोडून तो सुकेतच्या घरून आठ वाजताच निघाला होता. त्यापेक्षा जास्त थांबला असता तर आश्चर्यच होतं. शम्सनं टोकलंसुद्धा होतं, "कधी तरी फौजी डिसिप्लीनमधून बाहेर पडत जा यार.... एक दिवस उशिरा झोपलास तर काय बिघडेल.... अच्छा चल, एक पेग तरी मार जाता-जाता..."

"कशाला उगाच कुरापत काढतोयस शम्स, त्याला ड्राइव्ह करायचंय ... दारू पिऊन ड्राइव्ह करणार... आपले सर रघू रुबेन.... प्रश्नच उद्भवत नाही..." सुकेत म्हणाला होता.

"यार, तसंही, डायनोसॉरवर स्वार होऊन जाताना दिसतात एकदम मारू..... आपले सर... अगदी पोस्ट मॉडर्न एंजल.... काळ्या डायनोसॉरवर गोरा देवदूत..."

डायनोसॉरच्या उल्लेखानं सुकेतला तर हसू आलंच; पण रघूसुद्धा हसला, "असं आहे मित्रा, अशा जुरासिक जगात तुमच्यासारख्या जिवांना सहन करत जिवंत राहण्यासाठी डायनोसॉरसारखं वाहन आवश्यक आहे...."

"ठीक आहे बेट्या, पाहू, किती आम्हाला सहन करू शकतोस ते!" तुझ्या मरणानंतर आम्हीच तुला देवदूताचा फुलफ्लेज्ड देव बनवून पुजू. तुझं वाहन असेल डायनोसॉर....जसं लक्ष्मीचं वाहन.... मूर्ख तर आपण तिघं आहोतच; गणपतीचं वाहन सारं जग होत चाललंच आहे... आता देवांच्या वाहनाची आयडिया थोडी चेंज व्हायला हवी..." सुकेतनं उठून रघूला रीतसर नमस्कार केला, "अशीच कृपा असू द्या, प्रभू रघू रुबेन, देव डायनोसॉर आरूढ! चला, तुम्हाला निरोप देता-देता तुमच्या डायनोसॉरलासुद्धा दंडवत घालून येतो आम्ही दोघं तुच्छ प्राणी..."

तिघं खाली आले. रघूच्या ८४च्या मॉडेलनं, काळ्या डायनोसॉरनं स्टार्ट होताना नखरा केला. शम्स या वेळी गंभीरपणे म्हणाला, "यार, विकून टाक हिला; फार जुनी झालीय.... कधी स्टार्ट होताना नखरा, कधी दरवाजा उघडताना.... शहरात ट्रॅफिकचा राग-रंग पाहता.... कुठे फास्ट ट्रॅफिकमध्ये एकाएकी रुसून बसली तर...."

शम्सच्या आवाजात चिंता होती. रघूला शेकडो वेळा दिलेल्या सल्ल्यात सुकेतनं या वेळीसुद्धा आपला सूर मिसळला होता....

सल्ला ऐकून रघू हसला, "आता दोघही सल्लागार झालेच आहात, तर माझ्या मोबाइलविषयीसुद्धा होऊन जाऊ द्यात...."

तिघंही हसले. शम्सने खोट्या-खोट्या रागात म्हटलं होतं, "जा साल्या खड्ड्यात आपल्या या डायनोसॉरवर बसून.... एखाद्या गुहेत का जाऊन राहत नाहीस.... जाताना सोबत रबरबँड्सूचं पॅकेट न्यायला विसरू नकोस; नाहीतर तुझ्या मोबाइलचा पुढचा भाग पुढे पळेल आणि मागचा मागे..."

रघूनं खिडकीतून हात बाहेर काढून शम्सला प्रेमानं ठोसा दाखवला, डायनोसॉरला पुन्हा सांगितलं की स्टार्ट हो.... या वेळी तिनं ऐकलं आणि आपल्या वयोवृद्ध गुरगुराटीसह स्टार्ट झालीच....

"मित्रांची खूप बोलणी खातो तुम्हा दोघांमुळे...." गियर बदलत, मोबाइल डॅशबोर्डवर ठेवत रघू आपल्या डायनोसॉरला आणि मोबाइलला म्हणाला.

सगळ्यांना माहीत होतं की यात कंजूसपणा नव्हता..... करुणा तर म्हणायची, "या दोन्ही मशिन्सशी रघूची तशीच दोस्ती आहे.... जशी ऋत्विक घटकच्या 'अजांत्रिक'च्या नायकाची त्याच्या टॅक्सीशी होती.... सो, ये दोस्ती हम नाही तोडेंगे, आम्ही साथ सोडणार नाही.... हो न रघू?"

घरी येऊन रघूनं पटपट जेवण केलं आणि इंटरनेट उघडलं. तो सुकेतसारखा टीव्ही-ॲडिक्शनचा रुग्ण नव्हता. त्याचे बातम्यांचे स्रोत वर्तमानपत्र आणि इंटरनेटच होते. त्यांचा वापर करतानासुद्धा रघूनं स्वतःला शिस्त लावलेली होती. दहा-साडेदहापर्यंत तो झोपायचाच!

रात्र पहाटेकडे सरकत होती आणि रघू जागत होता.

नेटवर ती बातमी.... तो फोटो... ती अक्षरशः रक्तानं न्हाऊ घातली गेलेली स्त्री... रक्तानं चिंब पण अपराजिता उभी होती त्या कॉम्प्युटरच्या पडद्यावर... तिच्या चेहऱ्यावर खंबीर भाव होते आणि होती भयाविषयी बेफिकिरी!

अशी बातमी वाचून, रक्तानं माखलेल्या अपराजिता तस्विरीला पाहून कुणी बसून कसं राहू शकेल! रघूची व्याकुळलेली पावलं या एका खोलीतच नाही, तर साऱ्या घरभर बेचैनीच्या खुणा विखुरत होती.... ती तस्वीरसुद्धा प्रत्येक ठिकाणी सोबत होतीच....!

बेचैनीत तो कॉलनीच्या पार्कमध्येसुद्धा चक्कर मारून आला होता. बेंचवर काही वेळ डोळे बंद करून बसूनही राहिला..... डोळे जेव्हा उघडले तेव्हा अंधारही होता, थकलेला चंद्रही दिसत होता..... स्लेटी आकाशात एखाद-दुसऱ्या ढगाचं फिकट सावळेपण..... समोर झाडांची रांग अशी; जणू कुणीसं काळपटपणाकडे झुकणाऱ्या हिरव्या रंगाच्या जोरदार स्ट्रोकनं कॅनव्हासवर जाडसर रेषेचा फटकारा मारला असावा!

अंधाराच्या त्या चित्रावर मधून मधून गडद लाल रंगाचे धब्बेसुद्धा दिसत होते; जे बहुधा घरातल्या कॉम्प्युटरच्या पडद्यावरून उडून इथवर आलेले असावेत.... .

रघू या पार्कमध्ये रोज सकाळी व्यायाम करायचा. व्यायाम करताना रघूला

कावळ्यांची सतत होणारी काव-काव आणि समोरच्या बंगल्यातल्या अल्सेशियनच्या तितक्याच सततच्या भो-भोचा राग यायचा.... या वेळी भयाण शांतता होती... इतकी रात्र झालीय का, की कॉलनीच्या पार्कमध्ये स्मशानशांतता पसरावी... कावळ्यांचं एक वेळ ठीक आहे; ते रात्री काय काव-काव करणार.... हा अल्सेशियनचा बेटा का मौनासनात बसलाय?

सकाळच्या ताज्या हवेत झाडांच्या फुटलेल्या पालवीची थरथर किती छान वाटते... या वेळी कुठेच काही थरथर नाही....

'झाडं आहेतच कुठे, या तर निर्जीव कॅनव्हासवर ओढलेल्या अंधाराच्या रेषा आहेत...' रघू हातात पकडलेल्या मोबाइलच्या देहाला विखुरण्यापासून थांबवणाऱ्या रबरबँडला ठीकठाक करत स्वतःशीच म्हणाला. रघूच्या बोटातून आपल्याविषयी चिंता जाणून मोबाइल निश्चिंत होऊन रघूच्या हातात लपून बसला.

तू सकाळखेरीज या पार्कमध्ये येतोच कधी रघू.... तर इथले आवाज ओळखशील, भयाण शांतता जाणशील?

मनातली बेचैन भयाण शांतताच बघ.... इथे येऊन बसूनही कुठे मुक्ती मिळाली!

ऊठ, भल्या गृहस्था, परत घरीच चल....!

.... बेचैनी दूर करण्याच्या प्रयत्नांत अपयशी रघू घराकडे चालू लागला. जेमतेम पाच मिनिटंच तर लागतात; पण आज एक-एक क्षण जड वाटतोय. अत्यंत बिकट परिस्थितीतसुद्धा धीर न सोडणारा रघू आज चिडचिडलाय.

'यार, किती वेळ लागणार घरी पोहोचायला.... उगाचच बाहेर पडलो मी.... असं बाहेर पडून किती लोक बेचैनीतून बाहेर पडले आहेत की मीसुद्धा त्यातून बाहेर पडेन....'

रस्त्यावर पार्कमध्ये होता त्यापेक्षा जास्त प्रकाश आहे; त्याहीपेक्षा तुकडे आहेत - कुठे जास्त, कुठे कमी प्रकाशाचे तुकडे......? तुकडे तर त्या फोटोतही होते.

रघू झपाझप पावलं उचलतोय; जेणेकरून तो लवकर घरी पोहोचेल आणि....

आणि? काय करणार घरी पोहोचून रघू? जे काही करशील त्याला अर्थ काय असेल?

अशा प्रश्नांची उत्तरं रघूनं कधी निराश होऊन लिहिलेली नाहीत.

आधी डोकं शांत करीन, शांतपणे विचार करीन.... त्यानंतर सुकेत आणि शम्सशी बोलेन..... बातमी तर त्यांनाही कळलीच असेल.

सगळ्यांना माहीत आहे की रघूमध्ये अजब धैर्य आहे.... बेचैन होतो.. पण व्यवस्थित कामाला लागतो.... नैराश्य किंवा सिनिसिझमला जवळ फिरकू देत नाही.... या बाबतीत तो आपल्या दोन्ही मित्रांपेक्षा वेगळा आहे.... खरंतर असं आहे

की त्यांच्यासाठी हा प्रेरणास्त्रोत आहे.

शम्सचं मत होतं की कौटुंबिक धार्मिक पार्श्वभूमी टाळण्याचा कितीही प्रयत्न केला तरी मिशनरी स्पिरिटचा आशावाद रघूच्या डीएनएमध्ये आहे. वाट चुकलेल्या मेंढरांनाच नाही, तर माकडं, अस्वलं, सगळ्याच सजीवांना; अगदी सगळ्यात तिरकस सजीव म्हणजे माणूस; त्याच्यासकट सगळ्यांना सरळ रस्त्यावर आणलं नाही, तर फादर रघू रुबेन जगणार कसे? ही गोष्ट वेगळी की ज्या रस्त्यावर रघू बॉस या साऱ्या जीवजंतूंना घेऊन जातात, तो रस्ता ना आकाशातल्या बापाला आणि त्याच्या लेकरांना पटत, ना जमिनीवरल्या बाप-बेट्यांना....

सुकेतसुद्धा रघूला कधी संत रघू रुबेन म्हणायचा, कधी सरळ जीजस क्राइस्ट.

रघू म्हणायचा, "यार, मी ख्रिश्चन घरात जन्मलो खरा; पण तुम्हाला माहिती आहे मी ख्रिश्चन नाहीये.

"जीजस क्राइस्टसुद्धा कुठे ख्रिश्चन होते संत रघू रुबेन." सुकेत म्हणाला होता, "पोन्टियस पायलटने तर सुळावर त्या यहुदीलाच चढवलं होतं; जो यहुदींचा प्रेषित राजा- प्रॉमिस्ड किंग- असल्याचा दावा करत होता, तिथे यहुदी त्याच्यावर धर्मद्रोहाचा आरोप ठेवत होते. म्हणून चल, हे ब्लासफेमस मानवा, तुला सुळावर लटकवलं जावं...नजरथ निवासी येशू, यहुदींच्या राजा-इसीस नजीरेन रेक्स इयुदिन...आयएनआरआय..."

"तसं बेटा रघू," शम्सनं टोकलं होतं, "त्या दिवशी तर लगेच स्वतःचे ख्रिश्चन क्रीडेन्शियल दाखवले होते. त्या बिचाऱ्या माणसाला सतवायला मजा येत होती नं..."

"चूक! त्या दिवशीसुद्धा मी हेच म्हटलं होतं; वडील ख्रिश्चन आहेत... बस्स.."

ती कुठलीशी पार्टी होती. रघूशी ओळख होताच एक सद्गृहस्थ त्याच्या सामान्य ज्ञानाची परीक्षा घेण्याच्या मूडमध्ये आले होते. पार्टीचं वातावरण, रघूच्या आणि स्वतःच्या वयाचं भान न ठेवता ते विचारून बसले, "फक्त नावापुरते रघू आहात की महाराज रघूविषयी काही जाणता?"

शेजारीच उभा असलेला शम्स या असंस्कृत प्रश्नावर काही बोलणारच होता; पण रघूनं त्याला डोळ्यांच्या इशाऱ्यानंच थांबवलं होतं. शम्स जाणत होता की संत रघू रुबेन पराकोटीचा मूर्खपणा पेलण्याचं अपार धैर्य घेऊनच धरेवर अवतरलेला आहे. त्याचबरोबर अशा लोकांना धडा शिकवण्याची उत्तम कलासुद्धा ... तेव्हा गुपचूप संत रघूद्वारा उदंडाचाऱ्यांच्या कलात्मक उपचारांचं विलोभनीय प्रदर्शन पाहत बसावं.

"तसं फार नाही; फक्त इतकं माहितीय की, कालिदासाच्या रघुवंशम्च्या तिसऱ्या अध्यायानुसार महाराज दिलीपनं रघि धातूवरून मुलाचं नाव रघू ठेवलं होतं; जेणेकरून मुलगा इतका पराक्रमी होईल की ना शास्त्रांचे व्यूह त्याला कधी रोखू शकतील, ना शस्त्रांचे.... प्रत्येक येणाऱ्या अडचणीवर मात करणं हा त्याचा स्वभावधर्म असेल...."

रघू नामकरण कथा ऐकून त्या उदंडाचार्यांचं तोंड आ वासून असं काही उघडं राहिलं होतं की शम्सला हनुमानाची सुरसा- मुखप्रवेश- कथा आठवायला लागली... त्या अचंबित उघड्या मूर्ख तोंडात एखादं हनुमानासारखं कार्य केलं तर... ? अरेरे, आपणच बजरंगबली होऊन या सुरसाच्या मुखात आपल्याला एक्स्प्लोर करता यायला हवं होतं.

तिथे, रघूचे शब्द उदंडाचार्य सुरसाच्या 'आ' वासलेल्या तोंडातून त्यांच्या साष्टांग चकित देहात कुणास ठाऊक कुठे कुठे प्रवेशत होते, "रघूनं आपलं नाव सार्थकही केलं होतं.... इंद्राच्या वज्राघातानंसुद्धा फक्त क्षणभर मूर्च्छित झाला होता .... वरतंतूचा शिष्य कौत्स्य, याला गुरुदक्षिणा देता यावी म्हणून चौदा कोटी सुवर्णमुद्रा दान देण्याच्या उद्देशानं तो कुबेरावर आक्रमण करणार असल्याची बातमी ऐकताच कुबेराची तर फाटलीच.... माझ्या म्हणण्याचा उद्देश.... कुबेर घाबरला; इतका की त्यानं आदल्या रात्रीच महाराज रघूच्या कोशात सुवर्णमुद्रांचा वर्षाव केला...."

"वा, वा, अति सुंदर, ...हा.... हा....हा ....मायसेल्फ नंदनंदन शुक्ल.... आपणही..."

"नाही, हा दास ना शुक्ल आहे, ना जोशी, ना दीक्षित, ना आचार्य.... रघू वंशीसुद्धा नाही..... दासाचा जन्म तर म्लेंच्छ वंशात झालाय..." रघूनं सांगितलं, "माझे पिता ख्रिश्चन आहे - ब्रिगेडियर रुबेन..."

"हा...हा...हा.. हे तर आणखी चांगलंय, ख्रिश्चन असूनही भारतीय संस्कृतीवर इतकं प्रेम.... इतकं ज्ञान आम्हा हिंदूंमध्येसुद्धा पाहायला मिळणार नाही हो..." नंदनंदन शुक्ल उदंडाचार्यांनी शम्सला आपल्या खजील संकोचलेल्या हिंदुत्वात घेण्याचा प्रयत्न केला.

"आम्ही'सारख्या समावेशक शब्दाचा प्रयोग इथे योग्य नाही मान्यवर, हा दाससुद्धा म्लेंच्छ आहे.... शम्स नाव आहे माझं... मी या ख्रिस्त्यासारखा संस्कृत पांडित्य असलेला तर नाही; हो, पण ओंगळ ज्ञानाचं प्रदर्शन इतक्या चांगल्या प्रकारे करू शकतो की तुमच्या तोंडाचा आ वासेलच, आणखीही कोण जाणे काय-काय... बस्स, हुकूम करण्याचा अवकाश आहे...."

तोपर्यंत सुकेतसुद्धा पार्टीत पोचला होता. होस्टला हॅलो म्हणत, आणखी

एक-दोघांशी हस्तांदोलन करत तो या दोघांच्या दिशेनं आला.

"हॅ....हॅ.....हॅ......" उदंडाचार्य रघू आणि शम्सच्या शब्दांच्या व्यूहातून बाहेर पडण्याचा प्रयत्न करत होते... "अरे, नाही, नाही, कसला हुकूम, कसला आदेश.... तुम्ही लोकं वाईट वाटून घेऊ नका... तसंही, नावात काय ठेवलंय हो, आहेत तर सगळी माणसंच, त्या एका ईश्वराची लेकरं..."

"हो, ती तर आहोतच, पण आपले जमिनीवरचे कलियुगीन बाप लोकं जनरली कमीत कमी चालणेबल तरी असतातच.... आणि तुमचे हे आकाशातले बाप, परमपिता, परमात्मा.... अत्यंत अनपेलेबल.... कशा-कशा न पेलणाऱ्या गोष्टी पेलून धरल्या आहेत या पृथ्वीच्या छातीवर, हो ना रघू?... हा निळ्या छत्रीवाला बाप आदीकाळापासून नरतारक आहे... अनंतकाळापर्यंत नरतारकच राहील... शिवाय, खूप पार्शियल प्रकारच्या खोड्या करतो हो..... काही लेकरांवर लाडाचा वर्षाव करत असतो आणि काहींची....."

"ऐशीतैशी करत असतो." वाक्य पूर्ण रघूनं केलं. त्याला भीती होती, एखाद्या वेळी शम्स लाडाशी यमक जुळवण्यासाठी आपल्या अश्लाघ्य ज्ञानाच्या प्रदर्शनाचा वायदा पूर्ण करत नंदनंदन शुक्लंच्या धवल भावना दुखावेल.... तर नको-पुरे व्हायचं...

शुक्लंना वेगळाच पश्चात्ताप होत होता की परीक्षा घ्यायला निघाले होते महाराज रघूच्या संदर्भात, सापडले राक्षसांच्या हाती!

"अरे, साने साहेब.... हॅलो...." साने साहेब कुणास ठाऊक त्या कोपऱ्यात उपस्थित होते की नव्हते.... शुक्ल त्यांच्या नावाचा बुडत्याला काडीचा आधार घेत पळाले....

"रघुवंशमवाल्या रघूला घाबरून कुबेराला मजबूत दोरखंडाची गरज भासली होती." शम्सनं सुकेतला सूचित केलं, "हा साला कुलीन म्हणवणारा आणखी थोडा वेळ आपल्या सेंट रघू रुबेनसमोर थांबला असता तर त्याची... शिवावी लागली असती... "शम्सनं डोळे मिचकावले.

"असं अश्लाघ्य बोलणं सर्वथा अयोग्य आहे, तात... विशेषतः एका सामूहिक भोजन समारंभात..." सुकेत आपल्या विशिष्ट शैलीत म्हणाला.

"बोलणं तेल लावत पाठवावं, आर्य," शम्स सुकेतची नक्कल करत म्हणाला, "मधुशाला आपल्या प्रतीक्षेत आहे... किमाश्चर्यम्, कदाचित एखादी मधुबालासुद्धा कृपाकटाक्षासाठी प्रतीक्षारत असेल! प्रिय रघू, तूसुद्धा आता कालिदासाला जाऊ देत. चुकून कुमारसंभव वगैरे कोट करण्याची हुक्की आली तुला आणि सन्माननीय सुकेतला, तर इथे साल्या पार्टीत दोऱ्याची कितीतरी रिळंसुद्धा शिलाईसाठी कमी पडतील...." शम्सनं रघूचा हात पकडून बार काउंटरच्या दिशेनं चालताना म्हटलं,

"सगळ्या जनतेची आणि आपल्या तिघांची कुणास ठाऊक काय-काय आणि कुठून-कुठून फाटण्याची वेळ यायची आहे.... तुम्हा दोघा ज्ञानींच्या भानगडीत हा अज्ञानीसुद्धा मारला जाणार आहे...."

"अच्छा, तुम्हाला फार पर्वा आहे न पिटलं जाण्याची, सर," रघू म्हणाला, "मघाशी त्या संस्कृतिपुरुषासमोर लाडावर यमक कोणत्या शब्दांत जुळवणार होतात?"

"यमक जुळवूच कुठे दिलंत आपण महाराजाधिराज रघू.... यमकाची तर पार वाट लावलीत ऐशीतैशीच्या आधारानं.... लाडाचं योग्य यमक जुळवलं असतं तर शुक्ल साहेब झाडाच्या आड लपले असते.... मजा आली असती.... खूप फिकीर लागून राहिलेली असते, फादर रघू तुम्हाला सभ्य भाषा बोलण्याची..."

"काय सांगताय, तुम्हा दोघांच्या खांद्यांवरच तर टिकून आहे जगभरातली सभ्यता...." सुकेत म्हणाला, "ठीक, चला आता सभ्य लोकं, बारकडे प्रस्थान करू यात ...."

"करुणा दिसली नाही..." शम्सनं सुकेतला विचारलं. तिघं बारपर्यंत पोहोचले होते. सुकेत आपली प्रिय व्हिस्की शोधत होता. शम्सच्या बोलण्यावर उत्तर देण्याऐवजी हळूच म्हणाला, "काय यार, सिंगल माल्ट तर जाऊ देत; ब्लेन्डेड स्कॉच पण नाहीये...."

शेजारी उभ्या असलेल्या सुंदरीच्या कानावर सुकेतचं बोलणं पडलं, स्मितहास्य करत म्हणाली, "ग्लेन आहे का आपलं फेवरेट ड्रिंक...."

"ग्लेन-बिन नाही; अस्मादिक ला फाय घेतो..."

सुकेतला कळतच नव्हतं की बेपर्वा वृत्ती कधी त्याच्या आवाजात कोरडा आखडूपणा घेऊन आलीय. एक शम्सच नाही तर आणखी एक-दोघा मित्रांनाही हे जाणवलं होतं की हा 'ॲरोगंस' सुकेतच्या व्यक्तिमत्त्वाविषयी स्त्रियांमध्ये विलक्षण आकर्षण निर्माण करतो.

या सुंदरीनंसुद्धा सुकेतच्या बोलण्यावर नाराजी नाही, हास्य केलं. "कल्टिव्हेटेड टेस्ट आहे तुमची..... ऑल द बेस्ट..." आणि स्वतःचं ड्रिंक घेऊन ती निघून गेली.

"काही हरकत नाही, राणी सरकार....." इथे शम्सनं सुकेतला छेडलं, "ला फाय नाही, नसेना का; ला मादमोजेल तर कल्टिव्हेटेड टेस्टची वाखाणणी करूनच गेली... हिंट घे मित्रा..... जा लवकर.... सिद्ध कर, कल्टिव्हेटेड टेस्ट फक्त दारूपर्यंतच मर्यादित नाही... जा मित्रा, पळ...चीअर्स...."

"सोड यार, शम्स... गोष्ट जास्त ताणू नकोस." आपलं ड्रिंक तयार करत रघू म्हणाला, "सुकेत, करुणाला यायला किती वेळ आहे? कुठे आहे ती?"

"माझ्या खिशात ठेवलीय करुणा.... काढू बाहेर? कमाल आहे यार.... करुणा

कुठे आहे.... करुणा कुठे आहे.... करुणा बिझी आहे, इंडिपेंडन्ट पर्सनॅलिटी आहे तिची... स्वाभिमानी व्यक्तिमत्त्व आहे.... येईल, जेव्हा यायचं असेल.....''

सुकेतची चीड शब्दांत आणि आवाजातच नाही; त्याच्या पावलांमधूनही बोलत होता, जी या दोघांपासून थोड्या दूर कुण्या दुसऱ्या ग्रुपकडे चालली होती.

माहीत होतं शम्स आणि रघूला की करुणा आणि सुकेतमध्ये सगळं काही आलबेल नाहीये..... लपवण्याचा प्रयत्न दोघंही खूप करतात; तरीही चुणूक तर दिसतेच!

सुकेत आणि करुणानं लग्न नव्हतं केलं. घरसुद्धा दोघांचंही वेगळं-वेगळं होतं. दोघं कधी एकत्र राहायचे; कधी आपापल्या घरी. विवाहाच्या बाबतीत दोघांचंही वागणं असंच की, ''करू यार, जेव्हा मनापासून वाटेल की आता करायला हवं....''

तरीही दोघांची ओळख एक म्हणूनच होती. हीच ओळख कधीकधी दोघांनाही चीड आणायची; जशी या क्षणी सुकेतला.

पुढे बोलण्यात अर्थ नव्हता.... तरीही रघू आणि शम्सच्या मनात एक प्रश्न पुन्हा एकदा डोकावलाच, ''करुणा या संबंधाविषयी जितकी गंभीर आहे ; सुकेत तितका आहे का?''

...दावा तर तो हाच करत होता; पण त्या दाव्यात काही तरी गडबड होती. कदाचित त्याची तऱ्हा प्रामाणिक असेलही; पण तरीही कुठेतरी सुरकुती जाणवत होती नक्की!

रघू घरी पोहोचला होता, पुन्हा कॉम्प्युटरच्या समोर होता.

'आता तर ती सुरकुती जणू कधीही न सुटणारी निरगाठ झालीय....'

करुणा सुकेतशी बोलूसुद्धा इच्छित नाही. रचनाच्या भानगडीत सुकेत ज्या प्रकारे जवळजवळ आत्महत्येच्या रस्त्यावर निघाला....'तसं यार पाहिलं काय होतं सुकेतनं त्या गर्विष्ठ, मूर्ख, सेल्फ-ऑब्सेस्ड स्त्रीमध्ये....' रघू बऱ्याचदा विचार करायचा.... सुकेतला कधी विचारू शकला नाही... दशा ही होती की सुकेतनं बाहेरून मजबूत खडकासारखा दिसण्याचा प्रयत्न कितीही केला तरी रघू आणि शम्स जाणत होते की त्या शिळेच्या खालून किती माती वाहून गेलेली आहे... बस्स... जेमतेम टिकून आहे शिळा आपल्या जागेवर.

'एखादे दिवशी अचानक काही...'

पुढचा विचार करायलाही रघूला भीती वाटत होती... सुकेतला एक-दोनदा बोलले होते; रघू आणि शम्ससुद्धा .... दोघंही घाबरले होते सुकेतचे डोळे पाहून; जे रचनाचा उल्लेख ऐकून क्षणात एखाद्याला फाडून खायला तत्पर हिंस्र पशूसारखे धगधगताना दिसत होते... आणि पुढच्याच क्षणी वधस्तंभावर बांधलेल्या असहाय बळीच्या पशूच्या व्याकूळ डोळ्यांसारखे!

काही उपाय नव्हता; वाट पाहण्याखेरीज .... काळच सांभाळून घेईल सगळं... असा विचार करून मनाला समजावत राहिले होते रघू आणि शम्स ... तीच गोष्ट पुन्हा आठवत होता रघू.

रघू आपल्या मदत करण्याच्या स्वभावाबरोबरच आपल्या शिस्तप्रिय जीवनासाठीसुद्धा प्रसिद्ध होता.... मित्रांना जेवायला जरी बोलावलं तरी स्वतः आठ-साडेआठ वाजेपर्यंत जेवून घ्यायचा; मित्र केव्हाही जेवोत, दहा-साडेदहाला झोपायचा; मित्र केव्हाही आपापल्या घरी जावोत, किंवा ड्रॉइंगरूम, स्टडी जिथं हवं तिथं लोळोत. सकाळी त्यांना जेव्हा हवं तेव्हा उठोत, पण रघूचा दिवस पाच वाजता सुरू व्हायचा. योगासनं, ध्यान.... जास्तीत जास्त आठ वाजेपर्यंत नाश्ता करून आपल्या वर्क स्टेशनवर.

फौजी पित्याच्या शिस्तीच्या शिकवणीला अस्ताव्यस्त विखरून टाकणारी रात्र पहाटेकडे सरकत होती... रघू जागत होता.... पार्कमधून परत येऊनही अनेक तास झाले, त्यानंतर ध्यान, योगनिद्रा... सगळंच तर करून पाहिलं... कसंही करून झोप यावी.... डोकं थोडं शांत व्हावं, तर झाल्या प्रकाराबाबत काही विचार करता येईल.... काही करण्याची योजना आखता येईल... सुकेत आणि शम्स सवयीनुसार उशिरा झोपले असतील, बातमी पाहिलीच असेल.... या वेळी काय डिस्टर्ब करणार; सकाळी बोलतो दोघांशी.

कोपऱ्यात उभं ग्रँड फादर क्लॉक नावापुरतंच नाही; खरोखरीच रघूच्या आजोबांनी स्पेशल ऑर्डर देऊन बनवून घेतलेलं छान सुंदर घड्याळ होतं.... घाटदार घड्याळाच्या मधोमध क्यूट क्युपिड- रोमन आकड्यांत लिहिलेल्या वेळेच्या संकेतांना स्पर्श करणाऱ्या काट्यांचे चेहरे एखाद्या बाणासारखे..... तास, मिनिटं दाखवण्याबरोबरच ग्रँडफादर क्लॉक हे पण दाखवत होतं की निघून जाणाऱ्या मिनिटांमध्ये एक मिनिट असा नाही, ज्याला इच्छेच्या बाणानं लक्ष्य केलेलं नसेल.

या वेळी क्युपिडचा छोटा बाण तीन आणि चारच्या मध्ये होता, मोठा सहावर.

झोपेचं नाव नाही.... जागरण होतंय पण काही विचार नाहीत, काही योजना नाहीत, काय करायचं ते ठरत नाही; फक्त बेचैनी....आठवणी... शंका-कुशंका... चिंता... बेचैनी.... ध्यान वगैरेच्या बरोबर सायको-ॲनालिसिसनंसुद्धा गेले काही दिवस बरीच मदत केली होती; अशा प्रकारच्या बेचैनीपासून मुक्त होण्यासाठी.... म्हणूनच तर सुकेतलासुद्धा सुचवलं होतं.... पण या वेळी सगळंच व्यर्थ !

रघू कॉम्प्युटरच्या समोर बसला होता.

सवयीनुसार त्यानं एकीकडे कॉम्प्युटर उघडला होता; दुसरीकडे साउंड सिस्टिममध्ये तीन सीडी लावल्या होत्या. तो काम करत राहायचा .... ई-मेल, फेसबुक, ब्लॉग.... सोबतीला पार्श्वसंगीत चालू राहायचं.... कितीतरी तास होऊन गेले; सीडी आपली

आपणच बदलत राहिली, स्वतःला पुन्हा-पुन्हा वाजवत राहिली... रघूला कळलंच नाही..... या वेळी लक्ष गेलं; आफ्रिकन संगीत चालू आहे.... त्या वाद्याच्या तारेतून झंकारणारं दुःख आत्म्याला आणि ड्रममधून होणारी हळुवार थप-थप जागृतीला थापटत आहे... हे त्या लोकांचं पारंपरिक अंत्येष्टी संगीत आहे.... मानवी कंठाच्या शब्दांच्या पल्याड ऐकू येणारे स्वर संगीताच्या ध्वनीला मृत्यूच्या चाहुलीत बदलत आहे.... औदासीन्य आणि उल्हासाचा हा अनोखा संगम रघूला खूप प्रिय होता..... विद्वान, सिद्ध योग्यांच्या, साधू-संतांच्या गोष्टी सांगायचा - मृत्यू सहज समाप्ती आहे - दुःखाचा विषय नाही; त्याला जीवनाच्या नव्या मुक्कामाचा उल्हास मानायला हवा...

पण रघूप्रमाणेच हे संगीतसुद्धा जाणत होतं की सांगणारे सांगोत मृत्यूला सहज समाप्तीचा उल्हास; खरंतर मृत्यू म्हणजे कथा अर्ध्यावर संपण्याचं, बरंच काही मध्येच हिसकावून घेतलं जाण्याचं दुःख आहे; न संपणारं दुःख!

या आफ्रिकन संगीतात ऐकू येणाऱ्या मानवी स्वरातल्या ध्वनीत रघूला भारतीय 'हाय...हा..हाय' ऐकू येत होती.....

आंतरिक वेदनेचा आवाज शेवटी प्रत्येक भाषेत एकसारखाच असतो....

समोर कॉम्प्युटर स्क्रीनवर होती ती- आपल्या जोडीदाराच्या ताज्या, उष्ण रक्तात न्हाऊ घातलेली.... तिच्या स्वतःच्या जखमांमधून वाहणारं रक्त तिच्या जोडीदाराच्या रक्ताच्या शिंतोड्यांमध्ये मिसळलंय. तिनं त्यांचा प्रतिकार करण्याचा प्रयत्न केलाय; जो तिच्या रहमान आणि रहीम खुदावंद करीमच्या गौरवाला अधिक उज्ज्वल करतोय. त्यांनी स्वतःच्या आहत भावनांचा हिशेब चुकता करण्यासाठी एका मनुष्यदेहाचे तुकडे-तुकडे केले होते. खुदाच्या दरबारात दयेला जागा किती असते हे त्याचं त्यालाच माहीत; पण हे लोक मात्र नक्कीच जाणून आहेत की दरबार जगाचा असो की धर्माचा; दयेवर नाही, भयाच्या जोरावर चालतो. भयाच्या या कारभारातला भयाचा वचक राखण्यासाठीच तर कत्तल केली होती त्यांनी त्या दुबळ्या माणसाची, ज्यानं इस्लाम 'कबूल' न करताच; 'काफिर' असतानाच मुसलमान मुलीशी लग्न करण्याची आगळीक केली होती. इतकंच नाही, हा धोका देणारा माणूस भयाच्या कारभाराला आव्हानसुद्धा देत होता. आस्थेला तर्काच्या शेजारी येऊन बसण्याचं बेदिक्कत आमंत्रण देत होता.

पूर्व-पश्चिम-उत्तर-दक्षिणेच्या कोपऱ्या-कोपऱ्यात, गोशा-गोशात अशा भयानक, बेमुर्वत उर्मटांना धडा शिकवणं हे त्यांचं मिशन होतं. हा त्यांचा प्रतिष्ठा पणाला लावण्याचा क्षण होता. त्यांचं यश त्या देहाच्या तुकड्यांत नोंदवलं गेलं होतं. त्याच्या जोडीदारीणीच्या शरीरावर सर्वत्र पसरलेल्या रक्तात मुजाहीद्यांचं (धर्मवेड्यांचं) तेज चमकत होतं. दोन्ही देहांचं रक्त तसंच एकमेकांत मिसळलं होतं; जसं त्या

देहांमध्ये स्पंदन करणारं चैतन्य सारं जीवन एकरूप होऊन राहिलं होतं.....

विना सेज शृंगारताही एकरूपले प्रेम कसे रे.....

लाल रंग शृंगाराचा रंग मानतात. शृंगार, प्रेम, समर्पण, प्रतीक्षा आणि मिलनाच्या क्षणी केसात माळल्या जाणाऱ्या ताज्या फुलांची लाली आपल्या जोडीदाराच्या जीवनासाठी लढणाऱ्या नायिकेनं साऱ्या शरीरावर माळली आहेत. एकमेकांपासून वेगळं होण्याच्या क्षणाला मिलनाच्या शाश्वत क्षणात बदललं आहे. तना-मनानं एक केलं आहे. तिच्या शरीरावर आच्छादलेल्या लालीत या रेंगाळणाऱ्या वेळी आपल्या पायांवर उभं राहण्याची किंमत चुकवू शकल्याचं तेज आहे. रक्तानं माखलेली ती उभी आहे.... डोळ्यांत याचनेची आसवं नाहीत, ओठ सामना करावा लागणार म्हणून किंचाळण्यासाठी उघडलेले नाहीत, तर आत्मविश्वासानं विलगले आहेत.... फोटोत काही लोकंसुद्धा दिसत आहेत..... रक्तानं माखलेल्या तिच्यापासून सुरक्षित अंतरावर. अवाक? घाबरलेले? की तुकडे-तुकडे करणाऱ्या त्या वीरांना मनोमन वाखाणत, मनातून खट्टू होत; की जे आम्ही मनात करत होतो ते तुम्ही प्रत्यक्षात केलंत.

ती रक्तानं माखलेली होती.... ती एकटी होती.... पण ती हार मानणारी नव्हती.

रस्त्यावर माणसाचे तुकडे-तुकडे होऊन पडलेल्या तिच्या सहचरानं जो केला, तोच अपराध तर रघूसुद्धा सुकेत आणि शम्सच्या जोडीनं करत होता..... आस्थेनं वागण्याचा अधिकार आहे असं समजण्याचा, समजावण्याचा अपराध.... राइट टू ब्लासफेमीची मागणी करण्याचा अपराध. या अपराधाची शिक्षा थोडी-थोडी तर ते अनेक वर्षं भोगत आलेले होते. आता शिक्षा होण्याचं प्रमाणही वाढलंय आणि तीव्रताही.....

.....जगभरात आमच्यासारख्या लोकांवरचे हल्ले वाढत चालले आहेत.... ही मुलगी उभी आहे आपल्या देशाच्या राजधानीच्या रस्त्यावर.... आपल्या जोडीदाराच्या देहाच्या तुकड्यांसोबत. इथे आपल्या राजधानीच्या शेजारी जिवंत जाळली गेली होती ती मुलगी, जिने निम्न जातीच्या मुलावर प्रेम करण्याचा अपराध केला होता. आपल्या करुणावरसुद्धा हल्ला झाला होता कारण तिने तिच्या त्या मैत्रिणीला साथ दिली होती, जी ऑफिसर म्हणून नियुक्त झाली होती आणि जिने आपली 'निम्न जात' सोडून 'दुसऱ्या जाती'च्या मित्राशी लग्न केलं होतं. करुणाच्या आई-वडिलांवर हल्ला झाला होता कारण त्यांनी आपल्या मुलीला साथ दिली होती. या मुलीचा गुन्हा हा होता की ऑफिसर झाल्याचा दबदबा, त्यातून मिळणाऱ्या सुखसोयी

आपल्या जातीला देण्याऐवजी ती दुसऱ्या जातीला द्यायला निघाली होती.

किती अंतरावर आहोत आपण मनुष्य देहापासून मांसाच्या गोळ्यात बदलण्यासाठी?

असं कसं बदललं हे जग; कुठे राहिला तो देश, जिथे आम्ही जन्मलो, जिथे आम्ही मरू इच्छित होतो?

कॉम्प्युटरच्या शेजारीच टेबलवर ठेवलेल्या मोबाइलमध्ये काहीशी हालचाल झाली. काम करत असताना नेहमीप्रमाणेच मोबाइल मौनात होता. आवाज नाही; फक्त त्याचं शरीर काहीतरी सांगत होतं.... मेसेज? या वेळी?

'श्री. रुबेन आपल्याकडून अपेक्षा केली जात आहे....'

असेल यार, एखाद्या सरकारी खात्याचं काहीतरी.... पाठवला असेल दिवसा; डिलिव्हर होतोय आत्ता... हे साले सर्व्हिस प्रोव्हायडरसुद्धा नं.... पाहता येईल नंतर.

रघूनं मेसेजची फक्त पहिली लाइन वाचली आणि मोबाइल एका बाजूला सरकवला. काही वेळापूर्वी रघूच्या हातात निश्चिंत होऊन दडून बसलेल्या मोबाइलचा रबरबँडनं बांधलेला देह थरथरत होता..... रघूला काही सांगू इच्छित होता... 'रघू, प्लीज, बघ माझ्याकडे.... इट्स इम्पॉर्टन्ट.... प्लीज....'

समजूतदार लोकांनी समजूतदारपणे गप्प बसण्याची सवय लावून घेतलीय; आपल्याकडून अपेक्षा केली जाते आहे की आपणही लावून घ्यावी... सुधरावं. का लोकांच्या भावना दुखावत राहता..... का विकासाच्या मार्गावर अडथळे आणता... का आपापली ओळख दाखवणारे उत्सव साजरे करणाऱ्या समाजांच्या मंगल कार्यात शिंकून व्यत्यय आणता.... का पवित्र परंपरांची टर उडवत राहता.... जर अशा वाईट सवयी नाही सोडू शकत, जर गप्प बसून दिवस पसार होताना पाहण्याची सवय नाही लावून घेऊ शकत.... तर एकच मार्ग उरतो.... मार खाण्याची सवय लावून घ्या.

करायचं झालं तरी कुणी काय करणार मिस्टर रघू रुबेन.... तुमचं आणि तुमच्या मित्रांसारख्या मार खायलाच लायक असलेल्यांचं कुणी करायचं तरी काय!

'रघू, माझ्याकडे बघ, प्लीज.... हा मेसेज इम्पॉर्टन्ट आहे... लक्ष दे इकडे...'

मोबाइलच्या मूक देहानं वळवळत पुन्हा रघूचं लक्ष वेधण्याचा प्रयत्न केला.

पाहता पाहता कसं बदललं जग... हल्ले होत आहेत, हल्ल्यात शिकार झालेल्याकडूनच जबाबसुद्धा घेतला जातोय... बातम्यांऐवजी हल्ले सवयीचे व्हायला लागले आहेत.... बातमी म्हणजे अशी घटना असते, जी क्वचित कधीतरी घडते... रोज-रोज होणाऱ्या गोष्टीची बातमी म्हणून काय किंमत ?

हल्लीच, त्या दिवशी सुकेतला टीव्ही स्टुडिओमधून बाहेर पडताना फटके बसले होते. टीव्हीवर होणाऱ्या चर्चेत त्यानं विचारलं होतं की 'मित्रांनो, वेदांत मंगळ ग्रहापर्यंत पोहोचवणारी विमानं शोधून काढणारे लोक घरापासून कचेरीपर्यंत पोहोचवणारी

दोन चाकी- सायकल- का नाही शोधून काढू शकले? आता ही तर कॉमन सेन्सची गोष्ट आहे की टेक्निक सोप्यापासून क्लिष्टच्या दिशेनं जातं. विमान दोन चाकीच्या आधी कसं येईल? पण हो, प्रश्न तर आर्यांच्या गौरवाचा आहे नं.... विमानाच्या श्रीमंतीपुढे सायकलची काय किंमत असणार?

या गोष्टीने भारतीय परंपरा आणि हिंदू धर्मप्रेमींच्या भावनांना दुखावलं; ज्याचं उत्तर सुकेतच्या चेहऱ्यावर पडलेल्या मानहानिकारक चपराकींमधून मिळालं. नशीब बलवत्तर म्हणून फक्त मार खाण्यावर भागलं; तुकडे नाही पडले. पण हे असं कुठवर? चपराकीचं पर्यवसान तुकड्यांमध्ये होण्यात असा कितीसा अवकाश आहे....? किती दिवस बाकी आहेत आम्हा तिघांपैकी कुणी एखादा किंवा तिघंही याच प्रकारे तुकडे-तुकडे होऊन सडकेवर पडलेले असू त्याला....!

"तिघं," रघूनं स्वतःशीच बोलत स्वतःला टोकलं, "तिघं? करुणा का आठवत नाही तुला, रघू? स्त्री आहे म्हणून? तुम्हा तिघा पुरुषांच्या लढाईचीच गोष्ट खरी आहे.... करुणाची लढाई तुमच्या पुरुषार्थानं भरलेल्या वीर गाथेची फक्त पुरवणी? की तेवढीसुद्धा नाही, फक्त फुटनोट?"

खरंच लाजिरवाणी गोष्ट आहे.... पण इतक्या वर्षांत करुणाशी काही संपर्कसुद्धा नाही. शेवट ऐकलेली बातमी हीच तर होती की ती कोणत्याशा आदिवासी भागात आहे... तिथलीच झालीय .... या महानगरापासून दूर.... आपल्या या मित्रांपासून दूर..... हल्ली कधी अबुझमाडमध्ये असते, कधी गडचिरोलीमध्ये... कधी ओरिसामध्ये, कधी झारखंडमध्ये.... किती वाईट स्थिती होत चाललीय तिथे... राजधानीच्या मीडियावर चोवीस तास बातमी असते एखाद्या फिल्म स्टारला जामीन मिळण्याची.... एखाद्या फाइव्ह स्टार मर्डर मिस्ट्रीची....... तिथे, त्या भागात कोणत्याही माणसाच्या जीवनाला कोणताच जामीन नाही.... दहा-बारा वर्षांची मुलं उग्रवादी म्हणवली जाऊन बंदुकीचं लक्ष्य केली जात आहेत.... हा कसा समाज घडत चाललाय, यार!

कसा काय? आता राव, विकासाच्या आड जो येणार तो धक्का तर खाणारच नं... जो आडकाठी ठरेल; त्याचा बंदोबस्त तर होणारच नं.... मंगल कार्यात शिंकणाऱ्याचं नाक तर कापायलाच हवं नं...

आमचे झाले नाहीत याचा अर्थ असा नाहा, की कुणाचेच तुकडे केले जात नाहीत... आम्ही जिवंत आहोत, याचा अर्थ असा नाही की सगळ्यांना जिवंत राहण्याची मुभा आहे.... काळ सगळ्यांसाठी एकसारखा नसतो; त्याचे अनेक पैलू असतात. रघू, तू किमान सहीसलामत तरी आहेस.... असे कितीतरी लोक आहेत ज्यांचं जीवन मृत्यूपेक्षा वाईट आहे; आणि मृत्यू त्यांच्या जीवनाच्या कोणत्याही क्षणाचं नाव आहे.

रघूची नजर कॉम्प्युटरवरून घरंगळत बुक शेल्फवर ठेवलेल्या तसबिरीवर

गेली. आई विशाल सोफा चेअरवर बसून हसत होती, मागे सोफा चेअरच्या पाठीवर तळहात टेकून रुबाबदार ब्रिगेडियर रुबेन ओठांत सिगार ठेवून गंभीर मुद्रेत उभे होते, "लकी आहे तुमचा मुलगा, मॉम, डॅड," रघू तसबिरीलाच म्हणाला, "माझा 'अपराध' मनुष्यमात्रासाठी होता; परमेश्वराच्या संदर्भात असता तर कदाचित मीसुद्धा ..... किंवा कदाचित ईश्वराच्या बाबतीत आगळीक करूनही वाचलो असतो. शेवटी त्या गोष्टीलाही इतकी वर्षं लोटली; त्या वेळी कदाचित ईश्वराच्या भावनासुद्धा तितक्या कोमल नव्हत्या..."

भाग्यच तर होतं की रघू तुकडे तुकडे होऊन नाही; पूर्ण शरीरानिशी जिवंत होता. जरी पायांत लोखंडाचे रॉड घातलेले असले तरी.....कितीतरी वर्षं सरली.... त्याला भर दुपारी, भर रस्त्यात मोटरसायकलवरून पाडलं गेलं होतं; लाठ्या, लोखंडी साखळ्या आणि लाथा-बुक्क्यांचा वर्षाव होत होता... तोसुद्धा असाच या रक्तानं माखलेल्या स्त्रीसारखा एकटा होता.... ओरडायची लाज वाटत होती. शरीरावर होणारे प्रहार किंचाळ्यांच्या रूपात गळ्यातून बाहेर पडत होते; त्यांना थांबवणं त्याच्या हाती नव्हतं. प्रहार आणि किंचाळ्यांची ती तीन-चार मिनिटं रघूच्या मनात पुन्हा-पुन्हा चिघळणाऱ्या प्रश्नांच्या जखमांच्या रूपात घर करून राहिली होती. ज्या ज़ागी त्याला मारलं गेलं तो वाहता रस्ता होता. इतका भरधाव वाहता रस्ता की कोणीही रघूच्या मदतीसाठी तर सोडाच, तमाशा बघण्यासाठीसुद्धा थांबलं नाही.

कॉम्प्युटरच्या पडद्यावर तमाशा बघणारे तर दिसत आहेत..... या तमाशात तर मृत्यूचं तांडवही आहे.... तमाशा पाहायला लोक कदाचित तिथेसुद्धा थांबले असते; जर माझेसुद्धा तुकडे केले जात असते....

मी यापैकी कुणाला ओळखतही नाही, त्यांचा हेतू मला लुटण्याचासुद्धा नाही; का मारता आहेत मला? का जाणीवपूर्वक माझ्या डोक्याला मार बसणार नाही याची काळजी घेत आहेत? त्यांची इच्छा आहे की मी जिवंत राहावं, हा मार लक्षात ठेवावा, सुधरावं, त्यांच्या आड येणं थांबवावं. आहेत कोण ही मुलं? का इतकी चिडलेली आहेत? त्यांच्या तोंडून निघणाऱ्या शिव्यांमध्ये तिरस्कार जाणवतोय .... या पिटण्यात एक संदेश आहे माझ्यासाठी- मार खात जगू, जगत मार खाऊ...... पक्के गुंड तर नाहीत; स्टुडंट्सच आहेत... कुणास ठाऊक; कदाचित आपल्याच कॉलेजातले असतील... शिक्षणाऐवजी शिक्षा देण्याच्या कामाला का लावलंय यांना?

आम्हीसुद्धा तर काही वर्षांपूर्वी शिकणं सोडून वर्गातल्या शत्रूंचा सर्वनाश करण्यासाठी निघालो होतो.

काय मूर्खासारखी तुलना... चुकीची असेलही; पण ती हिंसा महान उद्देशासाठी

होती..... ही पोरं अर्थशून्य मारपीट करत आहेत.

असं तुला वाटतंय नं रघू..... या मुलांनासुद्धा स्वतःचा उद्देश महान वाटत असेल. तो साध्य करण्यासाठी रक्तात हात बरबटवणं आवश्यक वाटत असेल. तुझे साथीदार क्रांतीसाठी रक्तपात करत होते; कुणी सांगावं कदाचित हे लोक देश-धर्मासाठी, त्यांच्या प्रकारच्या सांस्कृतिक क्रांतीसाठी तुझं रक्त सांडत असतील.....?

रस्त्यावर आपल्याच रक्ताच्या थारोळ्यात चिंब होऊन शुद्ध हरपताना मनाच्या एका कोपऱ्यात उमटलेलं हास्य एका पुसटशा रेषेच्या रूपात त्याच्या ओठांवर उमटलं. त्याला आठवत होतं; क्रांतीच्या नेत्यानं खऱ्या क्रांतिकारीची कसोटी निश्चित केली होती, 'किमान एका वर्गशत्रूच्या रक्तानं हात लाल केल्याखेरीज कोणी स्वतःला क्रांतिकारी म्हणवूच कसा शकेल?'

रघू इतक्या दीर्घ कालावधीपर्यंत 'ॲक्शन'मध्ये नव्हता की स्वतःला या कसोटीवर खरा सिद्ध करून दाखवेल... हो, पण रक्ताचा बाप्तिस्मा प्राप्त केलेल्या अनेक पवित्र आत्म्यांच्या संपर्कात येण्याची संधी त्याला जरूर मिळाली होती... त्यांच्यापैकी कित्येकांना आपल्या पवित्रतेचा इतका अभिमान नसता.... जर पवित्रता खुनानं माखलेली नसती.

'तशीच, जशी ही.... समोर कॉम्प्युटरच्या पडद्यावर...' क्षणभरासाठी रघू घडून गेलेल्या काळातून घडणाऱ्या काळात पोहोचला, 'फरक इतकाच आहे की हे रक्त त्याच्या आपल्याचं आहे...'

त्या दुपारी, पिटला जात असताना जी प्रश्नोत्तरं त्याच्या मनात चालू होती ती रघूच्या मनात त्यानंतरच्या प्रत्येक दिवशी आणि प्रत्येक रात्री चालूच होती.

'.... काहीही असो; ती गोष्ट वेगळी होती, ही गोष्ट वेगळी आहे....'

हो,... गोष्ट नक्कीच वेगळी आहे.... पण रक्ताचं आकर्षण, ॲक्शनचा रोमांच... गोष्टी वेगवेगळ्या आहेत; पण विश्वास एकच आहे की ऐकलं तेव्हाच जाईल... जेव्हा रक्ताच्या भाषेत सांगितलं जाईल....

मनात जे घडतं, क्षणभरात घडतं. वेळ लागतो तो ते समोर मांडण्यासाठी, त्याला शब्दरूप देण्यासाठी आणि नंतर शब्दातून ते परत घेण्यासाठी. रघूला मोटरसायकलवरून पाडलं गेलं होतं, त्याच्या नजरेसमोर आकाश होतं. सरळ-सरळ डोळ्यांत सामावणारं आकाश नाही; जखमांच्या मधून चमकणारं दुपारच्या रणरणत्या उन्हानं भरलेलं आकाश! लाथा-बुक्क्या, हॉकी स्टिक्स, चेन्सच्या प्रहारांच्या मधून चमकणारं आकाश. बालपणापासून अगदी सरत्या क्षणापर्यंतच्या आठवणींचं आकाश. प्रश्नांच्या मधून चमकणारं आकाश.... स्वाभिमान ज्याला दाबत होतं आणि वेदना ज्याला बाहेर ढकलत होतं, त्या किंचाळ्यांच्या आवाजानं थरथरणारं आकाश .... रघूच्या शुद्धीला बेशुद्धीच्या दरवाजापर्यंत आधार देत नेणारं आकाश.....!

आयुष्यभर ज्या व्यक्तीला मस्करीच्या नाही, तरी साशंक नजरेने पाहिलं होतं.... शुद्ध हरपणाऱ्या रघूच्या आकाशात त्याचंच प्रिय गीत घुमू लागलं....'वैष्णव जन तो तेने कहिये...' आईसुद्धा तर हेच गाणं म्हणायची. आई ज्या रूपात ते गायची ते ऐकून या मुलाला तेव्हासुद्धा कळलं नव्हतं आणि आजही कळत नाही आहे यावर काय विचार करावा, काय बोलावं. त्या वेळी आईच्या मधुर गळ्यातून ते गाणं ऐकून तो हसायचा. या वेळीही मार खाल्ल्याच्या वेदना, अपमानाची सल यातही शुद्ध हरपता हरपता ती धून आठवली, गाणाऱ्या आईचा सश्रद्ध चेहरा, कारूण्यपूर्ण आवाज आठवला आणि चेहऱ्यावर पुन्हा हास्य उमललं, 'ख्रिश्चन जन तो तेने कहिये...'

आईचा जो आवाज रघूच्या चेहऱ्यावर हास्य आणत होता तो इतर कोणी कसं ऐकणार? पण त्या हास्याकडे नक्कीच रघूला पिटणाऱ्या मुलांपैकी एकाची नजर गेली आणि तिथेच चकित होऊन खिळून राहिली. मार खाऊन शुद्ध हरपताना माणसाच्या चेहऱ्यावर हास्य?

नेहमी कामाला येणाऱ्या पोलिस अधिकाऱ्याला त्रास देण्याचा गुन्हा करणाऱ्या या परदेशीय ख्रिश्चन दुष्टाला धडा शिकवण्याचं अनुष्ठान पूर्ण केलेले त्याचे साथीदार निघण्याच्या गडबडीत होते, 'चल रे..... या ख्रिश्चन, नीच माणसाचं थोबाड कुठवर बघत राहणार; ते नंतर बिघडवू! त्या वेळी बघत राहा, हवं तितका वेळ... आत्ताचं काम तर झालंय, निघ.... नाहीतर मारशील आम्हाला!'

साथीदारांनी त्या मुलाला मोटरसायकलवर खेचून घेतलं होतं.

नंतर कळलं होतं, ते त्या एसएचओनं पाठवलेले लोक होते; सांप्रदायिक दंगलीत ज्यांची भूमिका उजेडात आणण्यात रघूनं पुढाकार घेतला होता. कळल्यानंतरसुद्धा त्या एसएचओचं त्यांच्याच शब्दांत- रघूसारखे लोक 'काही बिघडवू शकले नव्हते'..... तसंच, जसं दंगल करणाऱ्यांचं आणि एसएचओसारख्या त्यांच्या अन्य पाठीराख्यांचंसुद्धा काहीही बिघडवू शकले नव्हते.

सुकेतने जी एक दिवस कविता ऐकवली होती, त्यात होती नं ती इमेज - 'रक्तालोकस्नात पुरुष' रक्तासारख्या लाल प्रकाशात न्हालेला मनुष्य. पण रक्तानं न्हाऊ घातलेल्या या मुलीला रक्तालोकस्नाता कसं म्हणू? त्या कवितेमध्ये रक्ताचा रंग प्रकाशात बदलत होता. इथे अंधकाराचा रंग रक्तात बदलतोय. कॉम्प्युटरच्या पडद्यातून प्रकाशाची किरणं नाही, अंधकाराचे धब्बे आणि रक्ताचे थेंब उडत आहेत.

कसं वाटत असेल या स्त्रीला आपल्या जोडीदाराचे तुकडे-तुकडे होताना पाहून? तिची स्वतःची बोटं कापली जाण्याच्या वेदना अधिक असतील की आपल्या जोडीदाराचं रक्त आपल्या शरीरावर सांडण्याच्या? पारंपरिक पद्धतीनं लग्न जरी केलं नसलं तरी लाल पोशाखाशी निगडित रोमांच या उपमहाद्वीपावरच्या कोणत्या

मुलीला माहीत नाही? लग्नाच्या दिवशी लाल वस्त्र परिधान केली असोत किंवा नसोत; आजच्यासारख्या लाल वस्त्रांचा विचार तर तिच्या वाइटात वाईट स्वप्नातही तिला आला नसेल.

जे लोक तिला ही वस्त्र परिधान करून गेले आहेत ते कोणत्याही कार्याच्या सुरुवातीला आपल्या खुदाला दयाळू, करुणासागर म्हणून आठवतात... करुणा परमात्म्याचा गुण असला तर असो; त्याच्यासाठी लढणाऱ्यांचा या योद्ध्यांचा तर नक्कीच वाटत नाही!

विवेकमणी वंचित अश्वत्थाम्याच्या डोक्यातून वाहणारं रक्त रघूला मनुष्याच्या वेदनेचं आणि विटंबनेचं सर्वांत विदारक रूपक वाटत होतं.... रक्त वाहणाऱ्या शिरावर शापग्रस्त अमरतेचा नियतीचा लेखा वाहणारा दुर्दैवी योद्धा या वेळी आठवला.

त्याचबरोबर आलं ओठांवर फिकट हास्य..... हसरं नाही; डोकं आपटून घेणारं हसू! हे फिकट हसू पहिल्यांदा मार खाल्ल्यानंतरच्या अनेक वर्षांनंतरच्या त्या घटनेपासून रघूच्या आठवणीत अश्वत्थाम्याबरोबर कायमस्वरूपी घर करून राहत होतं.

एका लेखात रघूनं अश्वत्थाम्याच्या रूपकाचा प्रयोग केला होता. नंतर कित्येक भाषणांमध्ये, चर्चांमध्ये. अशाच एका चर्चेत उमानाथ उठून उभे राहिले होते. त्यांचा आक्षेप यावर होता की ख्रिश्चन असूनही रघू महाभारतातलं एक चरित्र मनुष्याच्या अभिशापित नियतीचं सगळ्यात मोठं रूपक म्हणून दर्शवत आहे.

'आपल्या नावाचं तर मी मानतो की आपण काही करू शकत नाही...' हे सांगणं आवश्यक होतं. बिचारे उमानाथ स्वतःसुद्धा तर क्रांतिनाथ बनू शकले नव्हते, "पण आपल्या विचारात, लिखाणात, बोलण्यात तरी तुम्ही मेजोरिटेरियन दबावातून बाहेर यायला हवं. स्वतःची ख्रिश्चन ओळख अधोरेखित करायला हवी. महाभारताच्या पात्राचं नाव घेऊन तर तुम्ही हिंदू सांप्रदायिकतेला व्हॅलिडीटीच देताय. सॉफ्ट हिंदुत्वाला पाठिंबा देताय...." दाढी-मिशांच्या जंजाळातून डोकावणाऱ्या मुखचंद्राचा ओजस्वी स्वर हॉलमध्ये विहार करत राहिला होता.

"ख्रिश्चन आहे तर आएंगा, जाएंगा, मोना डार्लिंग, इधर आने का.... राबर्ट क्या मांगता मॅन - करत राहू?...." रघू आपल्या रागावर, संतापावर ताबा ठेवण्यात तरबेज होता; पण आज उमानाथ त्याचा संताप परिसीमेला पोहोचवण्यात यशस्वी झाले होते. त्यानं बोलणं सुरू केलं, तर न थांबता बोलतच राहिला, "तुम्ही संतुष्ट होणार जर मी शोधून शोधून बायबलमधून एखादा दृष्टान्त किंवा गोष्ट आणू आणि आपल्या शुभहस्ते हिंदू मेजोरीटेरीयनिझमपासून वेगळा, खरा ख्रिश्चन असल्याचे प्रमाणपत्र मिळवू? तुम्ही अश्वत्थाम्याचं नाव घेतलं तर चालेल.... कारण तुम्ही हिंदू

आहात.... म्या 'ख्रिश्चन' पामरानं घेतल्यामुळे हिंदू सांप्रदायिकतेला व्हॅलिडिटी मिळाली? महाभारताचा एक्स्क्लुझिव इन्टेलॅक्च्युअल प्रॉपर्टी राइट, सॉफ्ट किंवा हार्ड हिंदुत्वाच्या हाती तुम्ही कधी सोपवला? वडिलांनी माझं नाव रघू ठेवून चूक केली... बरोबर? सुधारू, रघूचा रॉबर्ट बनून, बरोबर? बायबल वाचला असल्याचं सिद्ध करून, बरोबर?.... गॉस्पेल ऐकवून- ऐकवून.... तेव्हा सेक्युलॅरिझम सुदृढ राहील? तसं, मी तर तुम्हाला हव्या तितक्या बायबल कथा ऐकवेन; पण तुम्हाला कळेल हेरोद आणि सलोमीचा किस्सा? सॉलोमन आणि शिबाचा रोमान्स? फरक माहीत आहे तुम्हाला 'मॅग्डलीन मेरी' आणि 'व्हर्जिन मेरी'मधला? निघालात सेक्युलॅरिझमचं सर्टिफिकेट वाटायला....''

एक क्षण श्वास घ्यायला थांबला आणि नंतर शेवटचा प्रहार, ''ऐका श्रीमान, शोव्ह एनी सच सर्टिफिकेट; यू नो व्हेअर...''

उमानाथ ख्रिश्चन धर्माविषयी जरी जाणत नसले तरी इतकं इंग्रजी तर नक्कीच जाणत होते....

गोंधळ सुरू झाला... आता तर रघू हिंदू मेजोरिटेरियनिझमच्या बरोबर एलिटीझम - उच्चभ्रूवादाचासुद्धा अपराधी ठरला..... सोशल मीडियावर चालू असलेल्या चळवळीच्या इतिहासात नाव येण्यासाठी धडपडत असलेले उमानाथ अशी अनायासे हाती आलेली संधी सोडणार कसे? त्यांनी हिंदू सांप्रदायिकतेची भाषा संस्कृत, त्याचबरोबर एलिटीझम आणि त्याची भाषा इंग्रजीची भरपूर नालस्ती करत प्रदीर्घ प्रवचन सुरू केलं - 'फ्रेंड्स, कंट्रीमेन, रोमन्स, लेंड मी युअर इयर्स'च्या आविर्भावात मार्क अँटनी होऊन हॉलच्या मधोमध उभे राहिले, जेणेकरून क्रांतीरूपी ज्युलियस सीझरच्या पाठीत खंजीर खुपसणाऱ्या ब्रूट्स रघूचा बंदोबस्त जमावाकडून केला जाईल. पण जरी आविर्भाव आणला तरी उमानाथ नशीब मात्र मार्क अँटनीचं घेऊन आले नव्हते. त्यांचं ते ऐतिहासिक भाषण होऊच शकलं नाही. इतर श्रोत्यांनी त्यांना त्यांच्या दोन-चार साथीदारांबरोबर कुठलीही पत्रास न बाळगता जवळजवळ धक्के मारूनच बाहेर काढलं.

मोबाइल एकदा पुन्हा हलला.... या वेळी, खूप बेचैनीत... 'रघू, माय फ्रेंड, लुक हियर....'

'गप्प बस रे, जी काही नोटीस असेल ती सकाळी पाहू....' रघूनं चिडून मोबाइल टेबलच्या खणाच्या हवाली केला.

रक्तात न्हाऊ घातलेली ती स्त्री रघूच्या मनात प्रश्न होऊन रुतली होती, रहम... दया... मर्सी... प्रत्येक धर्म गुणगान करतो, प्रत्येक परंपरा त्यांची गाणी गातात... प्रत्यक्षात इतकं क्रौर्य... आपापल्या परमेश्वराला करुणानिधान सगळेच म्हणतात .... प्रत्यक्षात कुठे लपते ही करुणा...?

रघूला आठवली कित्येक वर्षांपूर्वीची ती संध्याकाळ... कितीतरी मित्र आणि परिचित लोक हजर होते.... रघू तो बसलेला मार आठवत होता....

"प्रोफेशनल असते तर समजू शकलो असतो .... यार, आपण मिडल क्लास टाइप्सना कितीही विचित्र वाटलं.... तरी त्या लोकांसाठी सुपारी घेणं, काम तडीस नेणं हा तर त्यांच्या धंद्याचा एक भाग आहे, धंद्याचे आपले एथिक्स पण असतात; पण ही मुलं कुणी प्रोफेशनल नव्हती..."

"तसा प्रोफेशनल कॉम्पिटन्स तर त्यांनी पूर्णपणे दाखवला, बॉस... पाहा नं, फक्त पाय तोडले.... तुमचा जीव नाही घेतला.... दे डिझर्व क्रेडिट फॉर प्रोफेशनल एथिक्स..."

असा विटी रिमार्क करणारे ते सद्गृहस्थ लोकांच्या डोळ्यांत नाराजी पाहून संकोचून गेले; पण रघूला राग आला नाही. अशा प्रसंगी यायचाच नाही. तो या सगळ्या घटनाक्रमाच्या आठवणीत कोणत्याही प्रकारच्या कडवटपणासह किंवा आत्मदयेनं नाही, तर तत्त्ववेत्त्यासारखा त्रयस्तपणे पाहत होता.

'विसरू कसे त्या चितचोराला' — या गाण्यात दम आहे. गोकुळातल्या गोपिकांनी उद्धवाला कृष्णाला न नेण्यासाठी विनवण्यातसुद्धा आणि कवीच्या भावुकतेतसुद्धा!

जसं पहिलं प्रेम, तसाच पहिल्या बसलेल्या मारालासुद्धा मनात वेगळंच स्थान असतं..... आयुष्यात पावलोपावली आठवतो.... मार तर रघूनं नंतरही खाल्ला होता, पण सर्वांत आधी त्याला तो पहिला खाल्लेला मारच आठवायचा.... पायात टाकलेले ते स्टीलचे रॉड सोडल्यास पहिल्या माराच्या खुणा शरीरावरून तर गेल्या होत्या, पण मनात पुन्हापुन्हा उमटणाऱ्या प्रश्नांच्या रूपात कायमस्वरूपात घर करून होत्या... सर्वांत महत्त्वाचा प्रश्न- वैयक्तिकपासून सार्वजनिक जीवनापर्यंत हिंसेची भूमिका आणि महत्त्व समजून घेण्याचा; हिंसा-अहिंसेचं द्वैत तसंच परस्पर संबंध आणि संवाद समजून घेण्याचं.....!

ज्या वेळी ते सद्गृहस्थ मारणाऱ्यांच्या प्रोफेशनल एथिक्सची प्रशंसा करत होते, त्याही वेळी हाच प्रश्न रघूच्या मनात घोळत होत- कुठलंही व्यक्तिगत वैर नाही, मला मारण्याची सुपारी त्यांनी घेतली नाही.... मग का .... माझ्या विचारांमुळे? माझी जी ओळख आहे त्यामुळे?

"अरे, रघू, त्यातला एक मुलगा तर जैन होता नं..." कुणाला तरी आठवलं, "हे जैन लोकं तर अगदी अहिंसावादी, पक्के शाकाहारी असतात. त्या मुलाशी कधी कुणी बोललंय ...?"

स्वतः रघूचंच त्याच्याशी बोलणं झालं होतं. हल्ल्यानंतर युनिव्हर्सिटीतच नाही, संपूर्ण शहरातसुद्धा नाही; देशभरात त्या विरोधात जो आवाज घुमला, रघूच्या

सच्चेपणाचे आणि माणुसकीचे जे किस्से वर्तमानपत्रात छापून आले, त्यामुळे त्या मुलाच्या मनात पश्चात्ताप निर्माण झाला. पश्चात्ताप खरा होता; भीतीपोटी केलं गेलेलं नाटक नव्हतं!

"तुम्हाला वाटलं तर आत्ता, लगेच तुम्ही मला पोलिसांच्या हवाली करू शकता, सर!" त्यानं घरात प्रवेश करताच पाय धरत म्हटलं होतं.

"अरे, असं सगळं नको करूस, यार...." रघूला हे पाया पडणं - पडू देणं विचित्र वाटायचं!

त्यानं ओळखलं होतं त्या मुलाला. शुद्ध हरपण्याच्या आधी हाच मुलगा रघूचा चेहरा निरखून पाहत होता.

त्याला पाहताच रघूच्या मनात सर्वप्रथम हाच विचार आला की पाय धरणाऱ्या या पराक्रमी पुरुषाच्या पार्श्वभागावर लत्ताप्रहार करावा.... 'ज्या पायाला तू स्पर्श करत आहेस मूर्खा, त्यात तू आणि तुझ्या साथीदारांमुळेच स्टील रॉड पडलेले आहेत...... आता टाकू तुझ्यातही एक रॉड?'

पण रघू शेवटी रघू होता. त्या मुलाला बसवलं, त्याला पाणी पाजलं.... मुलाच्या खऱ्या पश्चात्तापाच्या अश्रूंच्या बरोबर रघूची उत्सुकता जागृत झाली, त्याला विचारू तर खरं.... कशासाठी आला आहे....

"माहितीय काय सांगितलं होतं त्या मुलाने मला....." रघू आठवत होता, "तो म्हणाला होता, त्या सर्वांना सांगितलं गेलं होतं की मी धर्मांतर करवून ख्रिश्चनांची संख्या वाढवून हिंदूंनाच हिंदुस्थानात मायनॉरिटीत आणण्याची कॉन्स्पिरसी करणारा मिशनरींचा एजंट आहे. म्हणूनच त्या धर्मरक्षक एसएचओच्या विरोधात मोहीम चालू ठेवलीय मी..."

"एक्स्क्यूज मी, रघू.... आय डोंट वॉन्ट टू साउंड रूड, बट...." एक महिला मध्येच बोलली, "मी त्या हल्ल्याला जस्टिफाय करत नाही, पण ख्रिश्चन मिशनरीजच्या ॲक्टिव्हिटीज आहेत तर ऑब्जेक्शन घेण्यासारख्याच; हे नाकारता येणार नाही.. यू हॅव टू कन्सिडर धिस पॉइंट..."

अशा नको त्या वेळी बोललेल्या गोष्टीबाबत काही लोक अलिप्त जरूर होते; पण काही लोक आपली सहमती लपवूही शकत नव्हते, काहींनी तसा प्रयत्नसुद्धा केला नाही. सुकेतच्या चेहऱ्यावर प्रचंड तिटकारा उमटला; पण तो स्वतःच भावनांच्या कल्लोळात होता, भांडण्याच्या मूडमध्ये नव्हता.... हातातल्या ग्लासाच्या आडून त्यानं रघूकडे पाहिलं. त्याच्या डोळ्यांतल्या भावना ग्लासातल्या सोनेरी रंगात मिसळत होत्या.... त्याच्या चेहऱ्यावरचं ते विशेषण वाचण्यात रघू जराही चुकला नाही; जे सुकेत मनातल्या मनात त्या महिलेला देत होता... रघूच्या चेहऱ्यावर हसू आल्याखेरीज राहिलं नाही...

तिथे शम्स डोक्याकडे आणि खांद्यांकडे उजव्या हातानं क्रॉसचं चिन्ह करत म्हणाला, ''पाहिलंत सर रघू रुबेन, राहणार तर तुम्ही ख्रिश्चनच. कितीही कंठशोष करा की मी फक्त ख्रिश्चन घरात जन्मलो होतो; ख्रिश्चन नाही...''

''मॅडम,'' रघूनं त्या दोघांवरून दृष्टी हटवून त्या श्रीमतींकडे पाहिलं... स्वरातला कडवटपणा लपवण्याचा प्रयत्न केला, ''व्हाय मी इन पर्टिक्युलर हॅव टू कन्सिडर धिस ऑर दॅट पॉइंट? मी ख्रिश्चन घरात जन्मलो म्हणून ख्रिश्चन मिशनरींच्या कारवायांसाठीसुद्धा मीच जबाबदार ठरलो? मी तर नाही म्हणत की केवळ हिंदू असल्या कारणानं तुम्ही एकोणीसशे चौऱ्याऐंशीसाठी जबाबदार आहात; आणि दोन हजार दोनसाठीसुद्धा ....''

कडवटपणा फारसा लपू शकला नव्हता; उलट रघूचा आवाज पूर्ण टिपेला गेला होता. पार्टीत जे लोक विखुरले गेले होते; परत तिकडे आले. भांडण पाहण्याचं सुख असतंच तसं रोमांचक; तिथे लक्ष दिल्याखेरीज राहवत नाही. मग ते भांडण पार्टीत होत असो की रस्त्यावर! जे लोक आधीपासून तिथे उपस्थित होते; रघूच्या बाबतीत त्यांचा रस 'रघू-महिला' संवादामुळे अधिक वाढला.... कुणी एकानं रघूला टोकलं, ''सोडा ही अर्ग्युमेंट, रघू, द रियल पॉइंट इज.... पण, पुढे काय सांगितलं त्या मुलानं ....''

रघू दोन क्षण थांबला.... आपला पॉइंट कन्सिडर करवून घेऊ न शकल्यामुळे असंतुष्ट श्रीमतींचा अपमानित क्रुद्ध चेहरा त्याच्या डोळ्यांसमोर होता.... आणि त्या मुलाचा अश्रूंनी भिजलेला चेहरा त्याच्या आठवणींच्यासमोर. त्या मुलाला आश्चर्य वाटत होतं की रघूच्या मनात त्यांच्यापैकी कुणाहीसाठी बदला घेण्याचा भाव तर जाऊच द्या, दीर्घ काल टिकून राहाणारा रागही नाहीये- 'कसा माणूस आहे हा; मला पोलिसांच्या हवाली करणं तर दूरच; शिव्यासुद्धा देत नाहीये... उलट माझेच अश्रू पुसतोय.... ज्याला हिंदूविरोधी मिशनरीजचा एजंट म्हणून म्हणवलं गेलं होतं; तो प्रोफेसर तर माझ्या भविष्यासंबंधी विचारपूस करतोय, अभ्यासात शक्य ती मदत करण्याचं वचन देतोय...'

.... रघूचा निरोप घेऊन, दरवाजापर्यंत पोचल्यावर तो रघूनं अडवलं तरी त्याच्या पाया पडला होता, 'तुम्ही हवं तर लाथ मारा सर, पण मी तुमच्या पाया तर पडणारच...' रघू फक्त हसला होता. त्याचं हास्य पाहून त्या मुलाच्या चेहऱ्यावरही हलकंसं हसू उमटलं होतं. तो म्हणाला, ''आता कधी तुम्हाला डिस्टर्ब नाही करणार, सर, पण फक्त एक गोष्ट.... कधीही, काही वर्षांनंतरसुद्धा वाटलं की तुमच्या काही कामाला येऊ शकतो; तर प्लीज, सर... फक्त एक फोन कॉल.... जीवन सार्थकी लागलं असं समजेन...''

झर्रकन वळून तो मुलगा पायऱ्या उतरून गेला होता; बाहीनं डोळे अजूनही

पुसत होता.

तो बॉडीबिल्डिंगचा शौकीन होता, बाहीनं डोळे पुसणाऱ्या त्या मुलाला पायऱ्या उतरताना पाहणारा रघू; इथे पुढील कथा ऐकण्यासाठी उत्सुक श्रोत्यांमध्ये परत आला, ''गल्लीतल्या पार्कमध्ये सकाळ-संध्याकाळ एकत्र येणारी मुलं आणि प्रौढांबरोबर ध्वजवंदन आणि व्यायाम तर करायचाच.... जिमसुद्धा जॉईन केलं... बरोबरीची मुलं टोमणे मारायची, 'अरे जैनी... काय बॉडीबिल्डिंग करून करणार.... एकतर तुझं घासफूसचं डाएट; त्यानं बॉडीबिल्डिंग होत नाही; झालीच तरी नं बेट्या, बॉडीचा वापर करण्यासाठी धाडस कुठून आणणार... साल्या, रक्त पाहून तुला चक्कर येणार....'

''तर, माय डियर बंधू आणि भगिनींनो, मला चोपण्यात, मिशनरींच्या एजंटला धडा शिकवण्याच्या राष्ट्रवादी प्रोग्रॅमबरोबरच जैन साहेबांची टेस्टसुद्धा होती की रक्त पाहून त्यांना मूर्च्छा येतेय की नाही....''

रघूनं रिपोर्ट देणं पूर्ण केलं ....

''ज्यात तो अर्धा पास झाला; अर्धा फेल,'' शम्सनं रिझल्ट ऐकवला, ''मूर्च्छित तर झाला नाही; पण पश्चात्ताप झाला ....''

''तुम्हाला माहितीय...'' एक वयोवृद्ध संकोचून म्हणाले, ''माझं कुटुंबसुद्धा शाकाहारी होतं.... पार्टिशनच्या आधीची गोष्ट आहे..... धर्मरक्षण, राष्ट्ररक्षणवाल्या आम्हा मुलांकडून जबरदस्तीनं कोंबडा कापवून घ्यायचे.... जेणेकरून वेळप्रसंगी एखाद्याच्या पोटात सुरा खुपसताना मन कच खाऊ नये...''

''शाकाहारीबिकाहारी, जैन-बौद्ध फालतू गोष्टी आहेत, रघू...'' आत्तापर्यंत शांतपणे उभं राहून ऐकत असलेल्या सुकेतची नजर हातातल्या ग्लासमधून डोकावणाऱ्या ला-फ्रायच्या सोनेरी प्रतिमेवर होती....पण आवाजात त्या प्रतिमेकडे दृष्टी असल्याचं लक्षण नव्हतं; एखादं गहन, भयानक गुपित समजल्याची वेदना होती... सुकेतचा आवाज कुणास ठाऊक किती दुरून येत होता....

''खरी गोष्ट आहे भीती...भय...फियर... तसंच मूलभूत अटळ सत्य; जशी तहान, भूक आणि सेक्स.... तुझे पाय तोडणाऱ्यांना भय होतं की तू त्यांच्या देशाचा, त्यांच्या धर्माचा शत्रू आहेस... मिशनरी एजंट आहेस.... धर्म आणि परंपरांना डंख मारणारा नाग आहेस... नागाचं नवजात पिल्लू किती सुंदर दिसतं.... पाहिलंय कधी? मी पाहिलंय... इतका छोटासा, इवलासा फणा किती रुबाबात, काय ऐटीत उभारतो... अत्यंत आकर्षक दृश्य असतं; पण आपण त्याला चिरडून टाकतो कारण ते नागाचं पिल्लू असतं.... मोठं झाल्यावर डंख मारणारच... आत्ताच का ठेचू नये? याचा अर्थ हा की... आधी मनात एखाद्या विशिष्ट समाजाविषयी भीती बसवा ... समाज कोणताही असो...हिंदू, मुसलमान, ख्रिश्चन.... कोणताही... मनात बसलेल्या

भीतीला रागाच्या एखाद्या क्षणाची साथ मिळाली की मनातल्या भीतीला हल्ल्याचं रूप घ्यायला वेळ कितीसा लागणार? त्यानंतर तो जैन मुलगाच नाही; रघू, ...शक्य आहे; त्याचे साथीदारसुद्धा पश्चात्ताप पावले असतील.... पण त्या विशिष्ट क्षणी ना तुझ्या किंचाळ्या त्यांना थांबवू शकल्या, ना रस्त्यावर सांडलेलं रक्त.... भीतीच आहे खरं मर्म...फिअर इज द की, माय डियर सर.... ज्याच्यापासून भय असतं; त्याच्यावर दया नाही येत....''

सुकेतच्या मुखातून निघालेल्या या गोष्टीच्या सत्यतेसमोर कोण काय बोलणार? संभाषणाच्या त्या संध्याकाळवर एकाएकी शांततेची छाया पसरली होती... ही शांतता भंगली ती वातावरण बदलूनच!

रघूला सुकेतच्या बोलण्याबरोबरच ती सायंकाळसुद्धा आठवली, जेव्हा सुकेत शरणार्थीवाल्या प्रकरणात मार खाऊन आला होता..... जेव्हा पळभरासाठी सुकेतला वाटलं होतं की रघू वाळवीसोबत राहण्याचं समर्थन करत आहे....

'मी फक्त धीरानं घ्यायला सांगतोय, सुकेत, शेवटी वाळवीचं साम्राज्य तर एका दिवसात पसरलेलं नाहीये.... आपल्यासारखी माणसं वाळवी पसरताना पाहत होती... आणि आपल्यासारखे कितीतरी लोक तर कित्येकदा टाळ्यासुद्धा वाजवत होते....'

कॉम्प्युटरवर त्या रक्तानं माखलेल्या स्त्रीला पाहत, स्वतःच्या आठवणींत डोकावता डोकावता रघूला अचानक आजर नफिसीची कादंबरी 'रीडिंग लोलिता इन तेहरान' आठवली.... तो अविश्वसनीय स्वरूपाचा भयानक प्रसंग.... खोमेनीच्या विरोधात एका मुलाचं टीव्हीवर लाइव्ह कन्फेशन आणि त्याच्या आईचं म्हणणं, 'तुला मिळालेली मृत्युदंडाची शिक्षा योग्यच आहे... अयातुल्लाच्या विरोधात जाण्याचा योग्य दंड आहे हा...'

काळीज कशा प्रकारे पिळवटून हे बोलली असेल ती माता? का बोलली असेल? आपल्या इतर मुला-मुलींना, नवऱ्याला वाचवण्यासाठी?... स्वतःला वाचवण्यासाठी? टीव्ही कॅमेऱ्यांच्या समोर आपल्या मुलाचा वध झाला तो योग्यच होता, असं म्हणताना तिनं स्वतःलाच कशा प्रकारची दूषणं दिली असतील? कशी रडली असेल ती आतल्या आत, घुसमटून...

विचारवंतांच्या मते, अयातुल्लाची क्रांती युरोपीय संस्कृतीच्या विरुद्ध वेगळी सांस्कृतिक ओळख निर्माण करणारा दंडक मानला गेला आहे. सलमान रश्दीच्या विरोधात भावना दुखावल्याच्या आरोपाखाली काढला गेलेला फतवा जगाच्या इतिहासात महत्त्वाचा अध्याय ठरलाय... काही लोकांच्या मते रश्दी अभिव्यक्तिस्वातंत्र्याचे प्रतीक आहेत; तर काहींसाठी ते इस्लामोफोबियाचे प्रवक्ता.... पण ते आहेत नक्की.... विचारांमध्येसुद्धा ... भावनांमध्येसुद्धा .... .

आपल्या मुलाला फाशी देण्यात मदत करण्यासाठी अगतिक केल्या गेलेल्या या मातेच्या भावना, कोणाच्या विचारांमध्ये आहेत त्या? कोणत्या इतिहासात आहेत?

त्या मातेच्या तुलनेत तर तू भाग्यवान ठरलीस.... रक्तानं न्हालेली तू... अपराजिता.... एक तीच नाही.... फक्त खोमेनीच्या इराणमध्येही नाही... कुणास ठाऊक किती मातांना, कोणकोणत्या क्रांतींच्या वेदीवर आपल्या स्वतःच्या अपत्यांना स्वतःच 'डिनाउंस' करावं लागलंय....

तुम्हा दोघींच्या तुलनेत, अपराजिता; मी भाग्यवान होतो, आहे....

त्या मुलांचा प्रयत्न माझ्या शरीराला मासांच्या तुकड्यात रूपांतरित करण्याचा नव्हता; फक्त माझ्या चेहऱ्याचा आकार बदलण्याचा होता; जेणेकरून मी परिस्थितीचा चेहरामोहरा बदलण्याच्या फंदातून कायमचं दूर राहावं. बरोबर म्हणत होता सुकेत, ते मला घाबरत होते; म्हणून मला घाबरवून माझा स्वभाव बदलू पाहत होते... काही लोक भय दाखवूनच जग बदलू पाहत असतात.... काही वर्षांपूर्वीपर्यंत तर मी स्वतःसुद्धा तर हेच करू पाहत होतो ...

..... आणि या प्रयत्नात कोण जाणे कधी असं होतं अपराजिता, की बदल होताना पाहण्यापेक्षा जास्त रक्त पाहण्याची लालसा होते... तो विचार अर्थहीन वाटू लागतो, ज्यासाठी रक्तपात करण्याची आवश्यकता नसते.... ते स्वप्न पाहण्यासारखंच वाटत नाही जे रक्तरंजित नसेल... खरोखरीच अशक्य आहे का असा बदल ज्याच्या मुळाशी भीती नसेल?

हो, बाबा हो, माहितीय, कितीही राग अहिंसा का आळवेनात.... मनुष्य असो की समाज... बदल असो की विकास..... हिंसाचाराखेरीज काही होतं का.... कुठे उघड-उघड तर कुठे लपूनछपून....!

माहितीय, तरीही विचारतोय - कधी एखादी अशी व्यवस्था अस्तित्वात येऊ शकेल; जिच्या निर्मितीत कोणत्याही मनुष्य जमातीच्या तिरस्काराचं मिश्रण वापरलं गेलेलं नसेल?

"खूप फुटेज खात आहेत यार, तुझ्या आठवणी.... आता पुरे, ऊठ... सुकेत आणि शम्स पोहोचलेसुद्धा असतील आत्तापर्यंत..."

हे कोण बोललं? कुठून बोललं? असा पिचपिचा आवाज; जणू एखादं लहान मूल मुद्दाम मोठ्या माणसांचा आवाज काढण्याचा प्रयत्न करत असावं!

कोण बोलणार? कोणी नाही... हॅल्युसिनेशन्स फक्त पाहण्याचे नाही; ऐकण्याचेही होतात.

"ऐशीतैशी तुझी आणि तुझ्या फालतू बकबकीची..."

"अरे, आवाज तर कॉम्प्युटरमधून येतोय... व्हॉट द हेल!"

"हेल अजून पाहिलंय कुठे बेट्या... मोबाइल तर बंद करून टेबलच्या खणात घुसवून टाकला आहेस..."

"ओ माय गॉड......."

विश्वासच बसत नव्हता. रघूनें डोळे चोळले, मिटले, पुन्हा उघडले..... राग दाखवणारा इमोटिकॉन लाल रंगाच्या चेहऱ्यावर शिंग धारण करून कॉम्प्युटरचा पूर्ण पडदा व्यापून पिचपिच्या आवाजात बोलत होता, "आता पाहाच, नाकोहस तुमचं काय काय आणि कुठे कुठे घुसवतो ते..."

हे हॅल्युसिनेशन आहे.... वाईट स्वप्न आहे.... थकलेल्या, व्याकूळ, दुःखी मनाचा बालपणीच्या ऐकलेल्या परीकथांनी ताबा घेतलाय ... ही भानगड काय आहे?

"तुमचा मोबाइल पुन्हापुन्हा प्रयत्न करून सांगत होता की वाचा.... नाकोहसचा मेसेज... तुम्ही साले... उठणार नाही नं अजूनही..... बेइज्जत होऊनच निघाल...."

इमोटिकॉनचा चेहरा आणखी लाल होत होता, शिंगं स्थिर राहण्याऐवजी फडफडत होती.

"नाकोहस? व्हॉट नाकोहस?"

"तुझ्या मायच्या... साल्या, इंग्रजाची औलाद... आम्हाला काय फालतू स्टुडंट समजतो काय की तुझ्या प्रश्नांची उत्तरं देत फिरू.... व्हॉट नाकोहस?.... ये बेट्या आत्ता कळेल; व्हॉट नाकोहस अॅन्ड व्हॉट नॉट नाकोहस...."

इमोटिकॉनने फडफडणाऱ्या शिंगांचा पाश करून रघूची मान पकडली आणि त्याला कॉम्प्युटरमध्ये खेचून घेतला.

चार

कोणत्या जगाची स्वप्नं पाहिली होती
कोणत्या जगात पोहोचलो

'बरोबर म्हणतो, रघू..... अगदी बरोबर म्हणतो सुकेत.... हे ड्रिंक आणि ड्राइव्ह मिक्स करणं योग्य नाही शम्स बेट्या.... वयसुद्धा होत चाललंय.... आता तरी थोडं सावध व्हायलाच हवं....'

शम्सनं गाडी रस्त्याच्या कडेला लावली होती; स्वतःशीच तो बोलत होता....

सुकेतच्या कॉलनीतून मुख्य रस्त्यापर्यंत तर तो आरामात आला होता. त्यानंतरही तो गाडी अगदी हळू चालवत होता; खूप सावधपणे चालवत होता. पिऊन गाडी चालवताना शम्स जास्तच सावधगिरी बाळगायचा. थोड्याच वेळात त्याला जाणवलं की त्याची गाडी जरी सावकाश चालत असली तरी भोवताली खूप जोरदार ट्रॅफिकचा आवाज येतोय.... फक्त आवाजच....

'आश्चर्य आहे.... आश्चर्य कसलं ? जरा जास्त चढलीय.... कानात वाजतंय...'

थोड्या वेळातच त्याला जाणवलं की हा प्रकार कानात वाजण्याचा नाही. त्याच्या डावी-उजवीकडे जोरदार वेगाने धावणाऱ्या गाड्या तर नाहीत; पण त्यांच्या वेगाच्या चमकत्या रेषा नक्कीच दिसत होत्या. आवाज तर इतके तीव्र झाले होते की शम्सनं गाडीच्या काचा पूर्ण बंद केल्या असूनही त्याला वाटत होतं की आज कानाचे पडदे नक्की फाटणार.... सूं..... शा... सूं..... शा...चा गोंगाट जीव नको करून सोडत होताच; अधूनमधून हांव...फांव....पँप...पूं... करणारे कर्कश हॉर्न..... गाड्या तरीही दिसत नव्हत्या... फक्त पांढरे, लाल, पिवळे दिवे दूर-दूरपर्यंत चमकत होते. त्यात मधून हा मधून तो रंग स्वतःचं वर्चस्व सांगत होता..... शम्सला तारकोवस्कीच्या मूव्हीतला, 'सोलारिस' मधला भयानक ट्राफिक आठवायला लागला....

अगदी हेच तर दाखवलं होतं तिथे.... अशाच डोळ्यांच्या खाचा करणाऱ्या विजेप्रमाणे चमकत जाणाऱ्या प्रकाशानं आणि कानांचे पडदे फाडणाऱ्या आवाजानं भरलेलं होतं ते दृश्य.... ते तर पडद्यावर होतं.... इथे तर वाटतंय एखादा लांबलचक, इतका लांबलचक सरडा रंग बदलत, गदारोळ माजवत अगदी माझ्या शेजारून जात आहे... इतक्या रात्री मधूनच वाटतंय गजबजाटाचा ट्रॅफिक आहे... मधूनच अगदी शुकशुकाट! आपल्या गाडीच्या पॅरलल कुणास ठाऊक आणखी कोणकोणत्या गाड्यांची भुतं-प्रेतं धावत आहेत.... काही नाही बेट्या... चढली आहे... आणि आपण बसलोय स्टिअरिंग व्हील पकडून.... एकतर स्वतःतरी मरणार किंवा दोघा-चौघांना मारणार.... हे ठीक नाही यार.... बस्स, आज घरी पोचू देत.... त्यानंतर कानाला खडा... कधीही पिऊन गाडी नाही चालवणार...'

ड्राइव्ह करणं अवघड होत होतं. इथून येणाऱ्या सूं..... शा...पासून वाचवायला गाडी तिकडे घेतली तर तेच सूं..... शा... पुन्हा गाडीला छेडून जात होतं. एखाद्या ठिकाणी काहीच नाही; फक्त शुकशुकाट, तीच अर्ध्या रात्रीतली एखाद-दुसरी

गाडी... 'भास होत आहेत मला.... दुःस्वप्न पडणाऱ्यांच्या जमातीतल्यांना होतच असतात असे भास....'

पुन्हा गाडी चालवण्याचा प्रयत्न.... पुन्हा तसंच घडतंय.... भन्नाट ट्रॅफिकमधून जात असल्याच्या भासामुळे एक-दोनदा शम्सचा पाय नकळत ॲक्सेलरेटरवर दाबला गेला; न जाणो वेगवान ट्रॅफिकमध्ये एखादा कुणी धडक मारून पुढे जाईल!

सुकेतच्या घरून निघाल्याच्या दहा मिनिटांच्या आत जवळ-जवळ तीनदा असं झालंय. वैतागून, थकून शम्सनं गाडी कडेला लावली.... हा अजब प्रकार समजण्याचा तो प्रयत्न करत होता.....'नाही यार.... हे बरोबर नाही.... यापुढे अजिबात नाही.... कधीच नाही. नो मिक्सिंग, ड्रिंकिंग विथ ड्रायव्हिंग...' स्वतःच स्वतःला सांगत होता.

'नक्की, या वेळी आणखी एक मद्यपीचा संकल्प नाही; तात सुकेत...' शम्सनं मनातल्या मनात सुकेतला स्वतःच्या आणि त्याच्या विशिष्ट पद्धतीनं संबोधलं, 'मद्यपीचा संकल्प नाही; सत्यप्रतिज्ञा....'

शम्स दरवाजा उघडून गाडीच्या बाहेर आला... रात्रीच्या या शुकशुकाटात हवेत डिझेल-पेट्रोल तर नाही मिसळलं.... काही वेळ फुरसत मिळेल.... नशा उतरेल... भास संपतील.... थोडा वेळ घेऊ यात बाहेरच्या हवेत श्वास.... गाडीतून बाहेर पाऊल टाकता-टाकता शम्सनं दीर्घ श्वास घेतला..... गाडीपासून दोन पावलं दूर जाऊन झक्कपैकी आळस दिला..... दोन्ही हात एकमेकांत अडकवून शरीर आधी मागे आणि नंतर पुढच्या बाजूला ताणलं..... हात डोक्याच्या वरच्या बाजूला घेऊन पंजांवर उभा राहिला.... या व्यायामाने शरीर तर मोकळं होईलच, डोकंसुद्धा जागेवर येईल.... अर्थशून्य भास टाळक्यातून बाहेर, रस्त्यावर भिरकावले जातील .... शम्सनं टाचा पुन्हा जमिनीवर टेकवून अशा दाबल्या, जणू टाळक्यातून बाहेर पडलेल्या भासाला निर्णायक स्वरूपात चिरडत असावा... पुन्हा दीर्घ श्वास घेतला.

बाहेर डिझेल-पेट्रोलपासून मोकळ्या हवेचा गंध नाही; त्याच्या नाकात महिने-महिने साठून राहिलेल्या कचऱ्याचा दुर्गंध प्रवेश करत होता... तजेला नाही; त्याच्या मनापर्यंत एखाद्या मृत तलावाच्या साठलेल्या पाण्याची हिवळण पोचत होती....

अगदी तसाच दुर्गंध; जसा सन चौऱ्यांशीच्या त्या दुर्दैवी रात्री त्या शहराच्या कोपऱ्या-कोपऱ्यात पसरला होता.... हे असं काय होतंय.... ही बाब फक्त जास्त चढल्याची नाही.... की कदाचित या शहरातसुद्धा कुठे एखादा गॅस.....

"नको, खुदा, तुझी कृपा असू दे. असं घडायला नको..." शम्सच्या गळ्यातून निघालेला आर्त धावा मृत तलावाच्या संथ पाण्यावर जाऊन धडकला. वाटलं, जणू दुर्गंधीच्या आणखी काही लहरी उसळायला लागल्या आहेत.... त्याचबरोबर 'खी...खी...खी...' खोडसाळ हसण्याचे आवाज....

बाहेर हे आवाज आणि आत.... या अजब दृश्यात पहिल्यांदाच भयाची चाहूल... शम्सच्या पायांत थरथर.... त्यानं गाडीचा आधार घेतला, 'उगाचच भास होत आहेत, अकारण भीती.... या शहरात आहेच कुठे अशी फॅक्टरी.... जी हवेत अशा प्रकारचा मृत्यू मिसळेल..'

'खी...खी...खी...' वाले खोडसाळ हसण्याचे आवाज आता 'हा...हा...हा...'च्या मुद्दाम काढलेल्या नाटकी ढंगात बदलले; जसे पहिलवान मामा रामलीला करताना रावणाचा रोल करताना तोंडानं काढायचे. या आवाजातसुद्धा नाटकी ढंगाबरोबरच खोडकरपणा होता....

"आपणाला तर जणू काही या शहराच्या कानाकोपऱ्याची आणि गल्लीबोळाची माहिती आहे नं शम्स मिया..... नक्की माहितीय की कुठेही असं विष प्रवाहित नाही; जसं त्या दिवशी, त्या शहरात?"

पहिलवान मामाचा आवाजसुद्धा असा नव्हता, ना ढब.... हा तर वाटतोय; खरोखरीच रावणाच्या दरबारातला कुणी बोलतोय!

नाही, हे अजिबात योग्य नाही..... मस्करी नाही..... खूप जास्त प्यायलोय मी.. अरे यार.... सुकेतच्या घरीच झोपलो असतो.... हे बरोबर केलं नाही मी.

शम्सनं गाडीचा आधार घेतला..... मनाला बरं वाटावं म्हणून इकडेतिकडे काहीतरी शोध घेणारी नजर स्थिरावली समोरच्या महाकाय होर्डिंगवर.... आश्चर्य आणि भीतीनं शम्सचे डोळे विस्फारले, मानेला जोरदार झटका दिला, पापण्या घट्ट मिटल्या... पुन्हा उघडल्या.... समोर त्या होर्डिंगवर तेच भयानक चित्र.... त्या मुलाचं मृत शिर.... अर्धवट दफन केलेली लाश कबरीतून बाहेर डोकावणारी!

एकतीस वर्षांपूर्वीची ती रात्र शम्सच्या समोर असलेल्या या रात्रीच्या वातावरणात मिसळत होती.... या चित्रासारखी आणखी किती तरी चित्रं- एका जागी थिजलेली, धावणारी, अगतिकपणे टाहो फोडत आसमंत दणाणून टाकणारी चित्रं.... सोबत खी...खी...खीचे आवाज..... नाटकी जोरजोरात हसणं.... कुठेसे उंच आवाजात जोरजोरात चालू असलेल्या वादाचे स्वर... जे शम्सच्या कानांवर कुणा भुतांच्या मेजवानीत चालू असलेल्या बॅकग्राउंड म्युझिकसारखे पडत होते आणि....

आणि... तो दुर्गंध ज्याच्या पुढे बालपणीच्या शहरात चहू दिशांनी वाहणाऱ्या गटाराचा दुर्गंध सुगंधासारखा आठवतोय..... ती दुर्गंधी जी १९८४च्या त्या थंडीच्या रात्री त्या सुंदर शहरावर पसरली होती.... जणू मृत्यू आपला प्रिय परफ्यूम लावून पार्टीत आलेला होता.... त्या पार्टीत माणसांची आयुष्यं दारूसारखी प्राशन केली जात होती, वाहून जात होती..... तीच पार्टी या रात्रीपर्यंत चालूच आहे... सूं..... शा... सूं..... शा... करणाऱ्या गाड्यांमधून पळत असलेली भुतं, प्रेतं आणि पिशाच्च त्या पार्टीत पोचण्याच्या गडबडीतच आहेत. शम्सला वाकुल्या दाखवत

पळत आहेत. ....अरेच्चा.... आता तर जोरजोरात हसण्याच्या आवाजात काहीसं गाण्यासारखंसुद्धा ऐकू येतंय.... स्वच्छ नाही; तुकड्या-तुकड्यात.... 'अक्कड बक्कड बंबे बौ, अस्सी नब्बे पुरे सौ....'

लहान मुलाचं हे गीत अर्ध्या रात्री कोण गातंय, का गात आहेत इतके सगळे लोक हे गाणं.... शम्सनं लक्षपूर्वक ऐकायचा प्रयत्न केला... 'सौ मे लगा धागा' आणि पुढे, 'विकास निकाल के भागा' याचा अर्थ काय? आम्ही तर गायचो 'चोर निकलकर भागा'..... त्याची जागा विकासनं कधी घेतली? काय नाटकं आहेत यार? आणि हे पुढे काय ऐकू येतंय.... 'न माने तेरी बात, खुपडिया उसकी फौरन फोड...'

'हद्द झाली, खरंचच हद्द झाली; आता भूत, प्रेत आणि पिशाच्चसुद्धा खोपडी फोडण्याच्या धंद्याला लागले....'

भय आणि गोंधळलेल्या मनःस्थितीतसुद्धा शम्स शेवटी शम्स होता, मनातल्या मनात रघूला छेडल्याशिवाय त्याला राहवलं नाही, 'घ्या, सेंट रघू रुबेन.... आता डेव्हिल्सनी हे कामही सुरू केलंय..... चला ऐकवा यांनासुद्धा देवी अहिंसा आणि करुणाचं गॉस्पेल...'

एक आनंदी हसू शम्सच्या मनातून चेहऱ्यापर्यंत पोचलं; तिथे मृत्यूच्या दुर्गंधीचा असह्य झोत त्यावर बोळा फिरवायला सज्ज होता... हसू नाही शकला शम्सचा चेहरा; उलट दुर्गंधीमुळे येणाऱ्या आठवणींच्या माऱ्यानं विकृत झाला.

ती दुर्गंधी त्या सुशोभित शहराकडून पसरत संपूर्ण देशाच्या इतिहास, भूगोलावर पसरली होती.... आठवणीतून त्यांना पुसून टाकण्याचे निर्लज्ज प्रयत्न यशस्वी होत होते. अमेरिकेच्या कोर्टांनी निर्णय दिला होता की भारतीय किंवा कोणत्याही गैरअमेरिकी, गैरयुरोपियन जिवाची किंमत अमेरिकी-युरोपियन जिवांच्या तुलनेत नगण्यच होती. लोक मेले होते. लोक अजूनही मरत होते. लोकांच्या जीवन आणि मरणाच्या दरम्यान भिंत भुसभुशीत झाली होती. ते सारं शहर गॅसच्या मृत्यूबरोबर इतक्या वर्षांनंतरसुद्धा जगत राहिलंय, मरत राहिलंय.

.... अक्कड बक्कड बंबे बौ.... अस्सी नब्बे पुरे सौ....

खेळणारे अजून खेळतच आहेत. त्या छोट्या मुलाच्या शिरासारखी कोण जाणे आणखी किती शिरं फुटबॉलसारखी लाथेनं इथेतिथे तुडवत या ना त्या प्रकारे विरोधी गोलात टाकण्याचा खेळ.... ज्या स्टेडियममध्ये हा खेळ चालला होता, तिथं प्रेतंच प्रेतं होती - कधी रडत होती, कधी हसत होती. जबाबदारीच्या फुटबॉलला लाथाडत, खेळत उत्तेजित होऊन गोंगाट करणारी प्रेतं.

'आम्हाला भावना दुखावल्या म्हणून मारतात, पिटतात; ही प्रेतं कुणाच्या भावना नाही दुखावत?'

शम्सला ओरडायचं होतं, 'हरामखोरांनो....'

शम्स अगदी जोरात ओरडला होता.... पण त्याचं ओरडणं मूक अश्रू आणि किंचित कण्हण्यात बदललं..... दुर्गंधीच दुर्गंधी.... आणि त्याबरोबर आठवणी; जळवा, पाली आणि सापांच्या बिळबिळीत स्पर्शाची किळसवाणी जाणीव!

माझ्या, आम्हा सगळ्यांच्या आठवणींमध्ये, जाणिवांमध्ये फक्त हेच सगळं उरलंय का?

या एकतीस वर्षांत..... सगळं कसं बदलून गेलंय नं..... आम्ही कोणत्या जगाची स्वप्नं पहिली होती आणि कोणत्या जगात पोचलो..... पाहावं तिथे भांग भरलेल्या विहिरी आणि अफू पेरलेली शेतं.

अवतीभवती गोंगाट वाढत चालला होता, लांब ट्रॅफिकच्या सरड्यासारख्या धावणाऱ्या सावल्या रस्त्यावर आणखी जोरात पळत होत्या. शम्स कडेला उभ्या गाडीच्या आडोशाला होता; पण भीती होती की कोणत्याही क्षणी धावणाऱ्या घोंगावणाऱ्या या सावल्यांचा एखादा भाग मूर्त रूपात येईल आणि शम्सला आणि त्याच्या गाडीला धक्का देऊन उडवेल.

'खरं बोलतात सेंट रघू रुबेन...' शम्सचे डोळे मिटलेले होते; जेणेकरून मन शांत होईल. तो विचार करत होता, 'मी प्रत्येक गोष्ट मजेत घेतो.... सुकेतसुद्धा तर भयानक स्वप्नांनी बेजार आहे... त्याला मनोविश्लेषकाकडे जायला सांगण्यात काय चूक करतोय रघू.... खरंतर आम्हा तिघांनाही.... गरज आम्हा तिघांनाही आहे.... मी तर साला जागेपणी, भर रस्त्यात, अर्ध्या रात्री या वाईट स्वप्नातून ... किंवा कदाचित वेडाच्या झटक्यातून जात आहे... भासबिस नाही, खरचंच डोक्यात झालेला बिघाड आहे.... बस्स, कसं तरी घरी पोहोचतो.... मग.. सकाळ होताच रघू, सुकेत.... सायकोॲनालिस्ट...'

निर्णय घेऊन डोळे उघडले, क्षणभरासाठी ही विचित्र रात्र नेहमीसारखी वाटायला लागली.... तशाच एखाद-दुसऱ्या गाड्या... अरे, नजरेच्या बरोबर समोर.... नाही, रात्र सामान्य तर नाही; पण समोर या वेळी जे दृश्य होतं; ते भीती किंवा राग आणणारं नव्हतं; बरं वाटणारं होतं.... अगदी पांढरी दाढी, हिरवा लांब अंगरखा...

शम्स नास्तिक होता, अशिक्षित नव्हता. क्षणभरात समजला की तो साक्षात ख्वाजा खिज्रच्या समोर आहे... वयोवृद्ध काहीशा चिंतेत, काहीशा प्रेमानं हसताना दिसत होते.

"हजरत, आपण?" शम्सच्या तोंडून निघालं, "माझ्यासारख्या नास्तिकालासुद्धा रस्ता दाखवायला आलात, खूप मेहरबानी..."

"एकतर तू स्वतःला नास्तिक म्हणवतो आहेस खरं बेटा; आहेस की नाही याचा निर्णय आमच्यावर सोड...." ते वयोवृद्ध हसून बोलत होते, तशीही अल्लाची रहमत एकाच प्रकारच्या लोकांपर्यंत तर मर्यादित नाही... आणि दुसरं, रस्ता तर

तू निवडला आहेसच...'' आवाजात या वेळी थोडा खोडकरपणा जाणवला, ''समज, मी एखाद्या-दुसऱ्या रस्त्यावरून चालायला सांगितलं तर... ऐकशील?''

शम्सच्या चेहऱ्यावरसुद्धा हसू फुललं, तात्त्विकदृष्ट्या पाहता, एखाद्या अधिकाऱ्याला नाही म्हणणं एक गोष्ट आहे; भरकटलेल्याला मार्ग दाखवणाऱ्या त्या वयोवृद्धाच्या म्हणण्याला नकार; त्याच्या तोंडावर कसा करणार? संकोचून तो हसला; त्याला तो आणि हजरत खिज्रही उत्तर समजले. हजरत पुन्हा हसले, या वेळी त्यात मस्करी नव्हती. ओठांवर, डोळ्यांत वेदना आणि भावनिक नात्याच्या छटा असलेलं हे जे हसू होतं; शम्सच्या हृदयात उतरलं... आशीर्वादासारखं, त्याची काळजी करणारं, डोक्यात माजलेला गोंधळ आणि भयाच्या अंधारातून मार्ग दाखवणाऱ्या प्रकाशासारखं.

''मी तर, माझ्या बाळा, फक्त आशीर्वाद घेऊन आलोय तुझ्यासाठी....'' वयोवृद्ध पुढे बोलत होते, ''रस्ता तर तू निवडलाच आहे.... लक्षात मात्र हे असू दे की रस्ता तू निवडला आहेस; परीक्षा दुसरे घेतील... नेहमी असंच होत आलंय.... आशीर्वाद हाच की तुझा धीर कायम टिकून राहावा...''

''म्हणजे, तुम्हालाही योग्य वाटतोय मी निवडलेला रस्ता?'' विचारल्याशिवाय शम्सला राहवलं नाही.

वयोवृद्ध काहीच बोलले नाहीत; फक्त मंदसे हसले.... शम्सला उत्तर मिळालं... असल्या प्रश्नाचं उत्तर बाहेरून मिळवण्याची अपेक्षाच कशाला?

हजरत खिज्रचे हात आशीर्वादासाठी उचलले गेले होते.... त्यांच्या अंगरख्याचं हिरवेपण हळूहळू हवेत विरत जात होतं... साचलेल्या पाण्याची हिवळण थोडी कमी झाल्यासारखी वाटत होती.... प्रथमच शम्सला वाटलं की या हवेत थोडं बरं वाटतंय... हजरतशी कृतज्ञ होत शम्सनं त्यांना अभिवादन केलं.... त्यांच्या हळूहळू अदृश्य होणाऱ्या हसण्यात त्याला आशीर्वाद जाणवला... त्यानं पुन्हा एकदा आजूबाजूला पाहिलं.

'शेवटी.... शेवटी... काळ्या जादूच्या या रात्री शेवटी..... पुन्हा रोजच्यासारख्या स्ट्रीट लाइट्स..... थँक गॉड.... बरं वाटतंय, निघायला हरकत नाही आता.... शुक्रिया ख्वाजा साहब....'

मनातल्या मनात बोलणं पूर्णही करू शकला नव्हता की ख्वाजाचा मिठास स्वर ऐकू आला, ''बरं वाटतंय? शम्स मिया, इतक्या लवकर बरं वाटतंय? आत्ता तर कुठे सुरुवात झालीय... आराम नाही; हिम्मत....हिम्मत.... हिम्मत...''

इशारा ऐकून शम्स चमकला. घाबरत, काचरत त्या होर्डिंगकडे त्यानं पुन्हा नजर उचलून पाहिलं... लहान मुलाचं मृत शिर नव्हतं.... पण... पण ... तिथे संपूर्ण होर्डिंगवर होत्या विचित्र, आधी कधीही न पाहिलेल्या घोषणा....

'डाउन विथ मेमरी', 'लाँग लीव्ह इग्नोरंस', 'आठवणींना फेका आडात,

नाकोहस बोले लाडात', जो लक्षात ठेवेल तो मार खाईल', 'कला तीच जी मन रिझवेल', 'साहित्य तेच जे मजा आणेल', 'चिंतन तेच जे पटकन कळेल', लेखन तेच जे लगेच पचनी पडेल', 'बुद्धी तीच जी नाकोहस देईल...'

होर्डिंग जणू सिनेमाच्या पडद्यात बदललं आहे. या घोषणा त्यावर चालू आहेत. एक जातेय, दुसरी येतेय.... बरोबर सिनेमासारख्याच चालत्याबोलत्या तसबिरी... एका तसबिरीत पुस्तकं जाळली जात आहेत; तर दुसऱ्या तसबिरीत माणसं ... पुढच्या तसबिरीत मुलींचे कपडे फाडले जात आहेत; तर एखादीत लोकांची डोकी...!

भयंकर चक्रावला, शहारला शम्स. त्यानं आकाशाकडे पाहण्याचा प्रयत्न केला; अशा विचित्र रात्री चंद्र-तारे तरी आपापल्या जागेवरच आहेत नं? कदाचित हजरतच परत दिसतील.... की तिथेसुद्धा .... नजर वर उचल्याचाच अवकाश; एक विशालकाय घार झडप घालताना दिसली.... शम्सला उचलून नेण्यासाठीच येत होती .... शम्स पुन्हा एकदा किंचाळला. डोळे आपोआप मिटले गेले... कानांत पुन्हा तोच गोंगाट.... सोबत घारीचा कर्कश, बराच वेळ घुमणारा आवाज 'क्रॅ...क्रॅ...क्रॅ....'

'म्हणजे शेवटी जीविताचा प्रवास संपण्याची वेळ येऊन ठेपलीय... हे आसमंता... जिथे कुठे असशील खूश राहा.... अलविदा...'

मिटल्या डोळ्यांच्या काही क्षणांत शम्सनं बरंच काही पाहिलं.... आकाशाचा आसवांनी भरलेला चेहरा पहिला.... त्याचे अब्बा आणि त्यांच्या मित्रांचं ते बोलणं ऐकलं; ज्यानंतर ऐकण्यासारखं काही शिल्लकच नव्हतं....

"एकतर, साहेब, शिया..... चला, कशीतरी मनाची समजूत घालू, सहन करून घेऊ.... पण, हा खंजीर तर नास्तिकही आहे.... लाहौल विला कुव्वत.... पवित्र अल्लालासुद्धा नाकारतोय; हुजुरांना पैगंबर मानायला तयार नाही.... अरे जनाब, मला शक्य झालं तर मी अशा मगरूरचं शिर माझ्या हातानं कलम करून या भूमीला या या पापी अस्तित्वापासून आझाद करेन... पाप्याची हिम्मत तर पाहा.... माझ्या मुलीशी लग्न करायला निघालाय... इथे सभ्य लोक राहतात..... अल्ला आणि रसूल सल्लेह सलालहू अल्लहेवसलामचा अपमान करण्याचा अपराध केला तर आपल्या स्वतःच्या रक्ताला तलवारीवर पाहायला एक क्षणही लावणार नाही.... एका नास्तिकाला जावई करून घेण्यापेक्षा मुलीला मारून स्वतःसुद्धा मरणं बरं...."

"अलहम्दुलिल्लाह... अलहम्दुलिल्लाह...."

आकाशाचे अश्रू शम्सच्या मिटलेल्या डोळ्यांतच थिजून राहिले.... आसमंत आणि शम्स.... आकाश आणि सूर्य - दोघांचे थिजलेले अश्रू एकाच डोळ्यांच्या जोडीच्या आत!

डोळे जसे आपोआप मिटले गेले होते; तसेच आपोआप उघडलेही .... गोंगाट अजून आहे, पण घार नाही.... म्हणजे भीतिदायक आभास कितीही असले तरी मृत्यू तूर्तास खरा नाही... मी स्वतःच नाही; सगळेच मानतात की सहजासहजी घाबरत नाही मी... शूर आहे मी.... कोणत्याही परिस्थितीत विनोद सुचतो मला.... पण या एकटेपणात, जिथे माझ्या शौर्याचे गोडवे गायला कोणी नाही.... नंतरसुद्धा या घटनेवर विश्वास ठेवणारा कोणी नाही..... याचं गुणवर्णन करणारं कोणी नाही... या रात्रीची हकिगत नक्कीच भयंकर आहे; पण हा किस्सा माझ्या जीवनातल्या एका रात्रीचा आहे... सुलतान आणि शहजादीमध्ये लागलेल्या पैजेच्या हजार रात्रींची नाही..... घारीनं मला उचलण्यासाठी झडप घातली होती; सिंदबाद खलाशाला नाही.

शम्सचं शरीर घामाघूम झालं होतं.... दारूचा परिणाम असो की डोक्यात झालेला बिघाड....आजारानं गाठलेलं असो की बेचैनीनं.... या वेळी मी एकटा आहे... कोणीही इथे नाही... रघू नाही, सुकेत नाही...

उभं राहणं अवघड झालं होतं. कारचा दरवाजा उघडून तो ड्रायव्हिंग सीटवर जाऊन बसला... हात स्टीअरिंगवर ठेवले.... स्वतःला सांभाळायला हवं, हिम्मत बाळगायला हवी.... हिम्मत? धैर्य? शौर्य?

'खरा शूर एकटा असताना शूर असतो; समुहात नाही...' शम्सनं स्वतःलाच आठवण करून दिली, 'कुणाच्याही डोळ्यांत कौतुक पाहायची इच्छा न ठेवता आपल्या कामातून एकांतात बोलतं ते खरं शौर्य.... धैर्य राखायलाच हवं... कुणी विश्वास ठेवो, न ठेवो; या भयानक रात्रीतून निघून स्थिरस्थावर होऊन, व्यवस्थित विचार करून योग्य निर्णय घेऊ शकेन..... तेव्हा स्वतःला शूर म्हणू शकेन. कसंही करून आधी घरी पोहोचायला हवं; मग पाहू...'

शम्सनं पाय थोडे पसरले.... बाहेर काही बदललेलं वाटत नव्हतं; फक्त आवाज मधूनच कमी, मधूनच जास्त.... समोरच्या होर्डिंगवर मधून भयानक तसबिरी, मधूनच तसबिरींबरोबर घोषणासुद्धा येत होत्या.... शम्सनं डोकं सीटवर टेकवलं, शरीर सैल सोडलं.... तो स्वतःला सावरण्याचा प्रयत्न करत होता.

त्याचे डोळेच बंद होते. कानात तर मधूनच आकाशातलं हसणं आणि आवाजातला गोडवा ऐकू येत होता; कधी त्याच्या वडिलांच्या आवाजातला विखार... मधूनच रघू आणि सुकेतशी केलेले वाद, गप्पा, गोष्टी; तर मधूनच हास्य, विनोद, मस्करी.... मधूनच अम्मी-अब्बांनी केलेले लाड त्याला गोंजारत होते, तर मधूनच शाळेतले पोरवयातले आवाज.

डोळे मिटून आपण समोरच्या जगाकडे डोळेझाक करू शकतो; आठवणींच्या जगाकडे नाही. घुमतोय शम्सच्या कानात पाकिस्तान किंवा कब्रस्तानचा पर्याय.... बाबराची औलाद असल्याचे टोमणे, घरी परतण्यासाठीची बोलावणी.... त्याचं

बरोबर सेल्फ हेटिंग मुसलमान असल्याचा, बहुसंख्याकांच्या संस्कृतीत वाहवत जात असल्याचा आरोप.... इस्लामोफोबियाचा रुग्ण असल्याचं निदान....

कसा बचाव करणार शम्स कानात स्रवणाऱ्या या आठवणींपासून? कारच्या आतपर्यंत येत असलेल्या साचलेल्या पाण्याच्या दुर्गंधीपासून?

त्या दिवशी सुकेत किती शरमिंदा झाला होता! कॉलेजच्या दिवसांत सुकेतबरोबर राहत होता तो मोठा सरकारी ऑफिसर.... सुकेत त्याची लायकी जाणत होता. त्यामुळे माझी ओळख करून देताना मुद्दाम जोर देऊन म्हणाला होता, 'माझा मित्र शम्सुद्दीन...' तरीही तो बेधडक सांगत राहिला होता, 'गुजरातमध्ये धडा शिकवला गेला या डिसगस्टिंग एलिमेंट्सना....बरं झालं....'

स्वतःच्या हिमतीला आणि धाडसाला इतकं आव्हान देतोय मी आणि आठवणी इतक्या जोरात उफाळून येत आहेत..... खरंच ही शेवटची वेळ तर नाही....

"हू वॉज धिस मिस्टर कबीर....?"

भाषण देणाऱ्या वक्त्याच्या चेहऱ्यावर घाबरगुंडी.... ऐकणाऱ्या काहींच्या चेहऱ्यावर आश्चर्य... काहींच्या चेहऱ्यावर प्रश्नकर्त्यासारखंच अज्ञान.... विचारणारा कबिराच्या गावाचाच आहे...... तरुण, साड्यांचा मोठा व्यवसायिक.... नावाच्या पुढे हाजी, मागे अन्सारी! हा फक्त प्रश्न आहे का? प्रश्न विचारणारा एकटाच आहे का?

"ओह.... शम्सुद्दीन... काही शेरो-शायरी होऊन जाऊ देत दीन साहेब... ऐकवा नं काहीतरी."

"पहिली गोष्ट ही की नावाचं संक्षिप्तीकरण करायचंच असेल तर दीन नाही शम्स म्हणा दीनबंधू.... आणि दुसरी गोष्ट ही की मला जे आठवतंय...."

"हो जी, हो जी , जे आठवत असेल ते; आपल्याला वेळ काढायचाय फक्त; लाँग जर्नी आहे......"

"मला तर फक्त यातना आठवत आहेत...."

"यातना?"

"हो, यातना.... एका कोपऱ्यात बसवलं जाण्याच्या यातना.... बसायचं नसेल तर हात-पाय मोडण्याच्या यातना ..... जिवे मारण्याच्या धमक्यांच्या यातना.... कब्रस्तान किंवा पाकिस्तानात पोहोचवून दिलं जाण्याच्या घोषणा. पहिल्या वाढदिवसापासून गेल्या वाढदिवसापर्यंत सतत ऐकण्याच्या यातना..."

"तुम्ही स्वतः मुसलमान आहात तरी किती इन्सेन्सिटिव्ह आहात मुसलमानांच्या इश्यूजच्या बाबतीत..."

"मुसलमानांचे इश्यूज? जे मूर्ख मौलाना लोक आणि स्वार्थी नेता लोक आराम करतात, मुसलमानांच्या नावावर ... जे मुसलमान व्होट्सचं टेंडर मिळवतात.... त्यांच्या किमतीच्या बोलीत तुम्हा लोकांना मुसलमानांच्या इश्यूजचे आवाज ऐकू

येतात...?'' ''धिस इज टू मच.... तुम्ही तर पुरते मेजोरीटेरीयनिझमच्या विळख्यात सापडलेले आहात... ह्युमन राइट्सचीसुद्धा तुम्हाला पर्वा राहिलेली नाहीये...''

''त्यांची घोषणा आहे, 'स्वातंत्र्य म्हणजे काय? लाइलाहइल्लिलाह... निझाम-ए-मुस्तफा...' आणि तुम्ही त्यांचं समर्थन करत आहात.... तुम्हाला काहीच पडलेली नाहीये का, की स्वातंत्र्याच्या घोषणेच्या पॅकेजच्या आत काय आहे, ती गोष्ट कशी आहे, स्त्रियांचे काय हाल होतील... मजुरांचे, मेहनत करून राहणाऱ्यांचे हक्क काय असतील, की नसतीलच... डेमोक्रेटिक राइट्सचं काय होईल.... यासारख्या युनिव्हर्सल इश्यूजची तुम्हाला पर्वा नाही.... बोलत आहात युनिव्हर्सल ह्युमन राइट्सविषयी...''

''नॉनसेन्स.... किती मागासलेले, मागासलेलेच नाही; इल्लिटरेट आहात, यार शम्स.... युनिव्हर्सलचा ढोंगीपणा तर कधीच उघडा पडलाय.....प्युअर बकबक ... गोष्ट युनिव्हर्सल नाही, आयडेंटिटी स्पेसिफिक ह्युमन राइट्सची आहे; या बाबतीत इस्लामिक ह्युमन राइट्सची.... मायनॉरिटी सेंटिमेंट्सना दुखावलेलं आता सहन करून घेतलं जाणार नाही. आमची ओळख आता आणखी दबवून ठेवली जाऊ शकत नाहीत... तुमच्यासारखे लोक मेजोरिटेरियन माइंडसेटच्या कचाट्यात सापडलेले आहात.... खरंतर हे आहे की तुम्ही वेस्टर्न एस्टॅब्लिशमेंटचे एजंट आहात....''

''म्हणजे तुमच्या हिशेबी आता मी ह्युमन... म्हणजे... इस्लामिक ह्युमन राइट्सपासूनही वंचित... सॉरी.... मी 'वंचित' नाही 'बेदखल' म्हणायला हवं होतं....''

''जहन्नूममध्ये जा...''

''ते तर ठीक, एक दिवस जायचंच आहे.... पण तूर्तास तरी तुमच्या किंवा निजामे मुस्तफावाल्यांच्या करवी हॉस्पिटलमध्ये पोहोचेन याची कल्पना आहे मला...''

''अजब नालायक आहेस यार, मायनॉरिटीजच्या, त्यांच्याविषयी सहानुभूती असलेल्यांच्याच भावना दुखावून येतो आहेस... कसा धर्मनिरपेक्ष आहेस...'' सुकेत म्हणाला होता.

''सोड यार, ही साली धर्मनिरपेक्षताच तर आपल्या देशात आहत भावनांची ॲम्ब्युलन्स ठरतेय....'' स्वतःच चिडून जे बोलला होता ते आठवून आत्ताच्या या वेदनादायी, गोंधळलेल्या अवस्थेतही शम्सच्या ओठांवर हसू आलं...

''भावना दुखावल्या गेलेल्यांची ॲम्ब्युलन्स आणि डोकं चालवून बोलणाऱ्यांची शववाहिनी...'' रघूने पुस्ती जोडली.

चेहऱ्यावर हसू आलं होतं, मनात हिम्मत; तरीही शम्सनं डोळे उघडले नाहीत. क्षणभरासाठी रघू आणि सुकेतला फोन करण्याचा विचारही मनात आला होता; त्यानं तो बाजूला सारला, 'काय फायदा उगाचच त्यांना त्रास देऊन.... जायला तर हवंच.... घरी पोहोचू, मग पाहू...'

त्यानं लीव्हर खेचून सीट पसरवून मागे केली, 'इथेच दहा मिनिटं डुलकी घेतो, शरीराला आराम मिळेल.... डोकंसुद्धा थोडं शांत होईल... मग, फक्त हळू, हळू...'

पसरलेल्या सीटवर अर्धवट पहुडलेला शम्स लवकरच अर्धवट झोपेत पोचला होता..... तो कुठल्याशा ऑपरेशन टेबलवर आहे; त्याला पोटावर झोपवून बांधून ठेवलंय.... डोकं वर करून पाहू शकतोय.... वर पाहताच शम्सच्या तोंडून किंचाळी निघते आहे.... गिलोटिनची लांब चकचकीत ब्लेड आहे तिथे; जी घीर्र.... घीर्र....करत शांतपणे खाली येत आहे.... शम्सचं सारं शरीर धडपडतंय.... पण अशक्य आहे जास्त हलू शकणं.... पण मृत्यूपासून जीवनाकडे धावण्याचा प्रयत्न तर बळीचा बोकडसुद्धा करतच असतो.... तो अशक्य कोटीतला प्रयत्न शम्ससुद्धा करत आहे. गिलोटिनची ब्लेड ठरावीक गतीनं आणि ठरावीक उद्देशानं शम्सच्या गळ्याच्या दिशेनं येत आहे.... शम्सच्या शरीराची धडपड आणि ब्लेडची निश्चित गती; शम्सचं आकांतानं ओरडणं आणि गिलोटिनचा घीर्र... आवाज; या दोहोत यातना आणि आतंकाची जुगलबंदी चालू आहे.... जे भुताटकीचे आवाज रस्त्यावर पसरले होते, ते इथेसुद्धा मागे कुठेतरी ऐकू येत आहेत.

तडफडणाऱ्या शम्सची नजर खाली, टेबलच्या जरा समोर, अगदी त्याच्या डोळ्यांच्या समोर जाते... तिथे एक टब आहे... त्यात कितीतरी माणसांची कापलेली मुंडकी पडलेली आहेत.... त्यांपैकी काही शम्सकडे पाहून हसत आहेत, काही अश्रू ढाळताना दिसत आहेत..... कुणाचे डोळे मृत... कुणाचे जीवित; तरीही मिटलेले....

शम्सला मानेवर थंड लोखंडाचा स्पर्श जाणवतोय. एक क्षण; नाही क्षणाच्या छोट्याशा भागाइतकासुद्धा या वेळी त्याला किंचाळण्यासाठीही वेळ मिळत नाहीये.

तो जिवाच्या आकांतानं ओरडतोय.... स्वप्न आणि जागेपणाच्या सीमारेषेवर किंचाळतोय.... स्वतःचं डोकं टबात पडताना पाहतोय.

श्वास रोखून आत्यंतिक भयानं इथेतिथे पाहणाऱ्या डोळ्यांनी, घामाघूम होऊन, थरथरत्या शरीराला एका गुळगुळीत भिंतीच्या आधारे तो शांत करण्याचा प्रयत्न करत असल्याचं त्याला जाणवतं.... तो तर रस्त्यावर, कारमध्ये होता... इथे कुठे? तसं या खोलीत अत्यंत मंद प्रकाशात शांत तर वाटतंय.... स्वप्नात, स्वप्नाच्या बाहेर ऐकलेल्या आपल्या आकांतापासून दिलासा देणारी ही भयाण शांततासुद्धा किती बरी वाटतेय...?

कमाल आहे, रघू आणि सुकेतही आसपास असल्याची अकारण जाणीव होतेय....!

स्वतःवर ताबा ठेवत शम्स इथेतिथे पाहतो.... अकारण कुठे? या गोल खोलीच्या एका बिंदूवर सुकेत उभा आहे आणि दुसरीकडे आहे रघू!

पाच

होमो-इन्फोमॅटिक्सनी करायचं हेच, की काँक्रीटच्या
जंगलात राहायचं, सूचनांच्या वनाचा विकास करायचा
आणि मनोरंजनाच्या उपवनात विहार करायचा

तू तर म्हणत होतास; रघू आणि शम्ससुद्धा भेटतील... सुकेतनं गडूरामला आणि निर्विकारला हे आत्ता आत्ताच विचारलं होतं की अर्ध्या-एक तासापूर्वी? या अंधाऱ्या बोगद्यात वेळ जणू थांबून गेला होता. खोलीत प्रकाशाचा कुठलाच स्रोत दिसत नव्हता. एखादा दिवा, खिडकी, तावदान... काहीही नव्हतं; तरीही गुडुप्प अंधार नव्हता. 'बहुदा भिंती आणि छतामध्ये कुठलासा हायटेक फंडा असावा.' सुकेत चाचपडत-चाचपडत त्या अर्धवट अंधाऱ्या गोलाकार खोलीत एका ठिकाणी भिंतीला टेकून उभा राहिला होता. बहुधा दुसऱ्याच क्षणी, बहुधा अनेक तासांनी सुकेतला त्या खोलीत इतर कुणी असल्याचं जाणवलं. मान इथेतिथे वळवली तेव्हा जाणवलं- गोल खोलीच्या एका बिंदूवर शम्स.... त्याचं शरीर थरथरतंय... दुसऱ्यावर रघू .... बेचैनीत कूस बदलतोय. वेळ जिथे थबकून उभा आहे अशा त्या गोलाकार भुयारात प्रकाश इतका पुरेसा नाहीये की तिघंही एकमेकांचे चेहरे नीट पाहू शकतील, अंधार इतका नाहीये की एकमेकांना ओळखूच शकणार नाहीत.

सुकेतला वाटलं धावत रघू आणि शम्सपर्यंत जावं; अशक्य ! त्याला वाटलं की त्यांना हाक मारून विचारावं की, 'अरे, तुम्ही दोघंसुद्धा इकडे कडमडलात...' अशक्य. तो मान हलवू शकत होता, हातसुद्धा; पण पाय खालच्या फरशीवर चिकटवलेले होते आणि जीभ टाळूला. रघू आणि शम्सच्या शरीरांच्या हालचालींवरून कळलं की ते दोघंसुद्धा याच स्थितीत आहेत..... तिघंही मित्र एकाच छताखाली... अर्धवट अंधाऱ्या गोलाकाराच्या वेगवेगळ्या बिंदूंवर... न बोलता, न ऐकता .... वाट पाहत आहेत - कुणास ठाऊक कसली, कुठल्या घटनेची आणि कुणाची ...!

'गोल खोलीचा नाही; पण काळ थांबलेल्या त्या अंधाऱ्या बोगद्यानं सापाचा आकार घेतलाय. मी सापाच्या देहाला चिकटून उभा आहे...' असं एकाएकी सुकेतला जाणवलं. त्यानं सापाच्या देहाला कधी स्पर्श नव्हता केला... त्या स्पर्शाच्या कल्पनेनंच भीती वाटायची, शिसारीही यायची... दोन पावलं पुढे सरकायचा प्रयत्न केला... अशक्य. पाय जमिनीला चिकटलेले होते... सापाच्या देहाच्या कचाट्यात उभे असल्याची जाणीवच सुकेतला आतून शिसारी आणत होती, भय आणि लाचारी जाणवत होती. खोलीत व्यापलेल्या निळ्या थंडाव्यातही शरीर घामेजत होतं...

.... अरे, अचानक खोलीच्या मधोमध हे व्यासपीठ कुठून आलं? व्यासपीठही आहे, त्यावर टेबलही..... टेबलच्या मागे खुर्ची आणि खुर्चीवर फक्त एक आवाज...!

"वेलकम, सुस्वागतम.... नाकोहसच्या फ्रेंडली इंटरॲक्शन - मैत्रीपूर्ण वार्तालापात तुम्हा तिघा बुद्धिजीवींचं स्वागत आहे...."

शब्द स्वागताचे; पण 'बुद्धिजीवी' म्हणताना स्वरात खिल्ली; अगदी तशीच जशी हल्ली संवाद साधताना मीडियामध्ये, सोशल मीडियामध्ये ऐकू येते....

'मैत्रीपूर्ण वार्तालाप' ज्यासाठी आम्हाला अर्ध्या रात्री गुंडांकरवी उचलून आणलंय... हा नाकोहस आहे काय प्रकार.... ?

"धीर धरा, तुम्हा लोकांना इथे येण्याचे कष्ट यासाठी दिले गेले आहेत की तुम्ही प्रश्न-उत्तरांच्या मूर्खपणातून सुटून सभ्य लोकांसारखं जीवनाच्या शेवटच्या दिवसापर्यंत आरामात जगू शकाल. सुकेत साहेब, तुम्ही जरा पुढे या नं, प्लीज, तसे तुम्ही उगाचच बेचैन आहात; मागे भिंतच आहे आणखी काही नाही..."

'याचे गुंडंसुद्धा जिथे मनकवडे आहेत; तिथे डॉन तर मनकवडा असायलाच हवा. उपकार करतोय मला पाय हलवायला परवानगी देऊन....' सुकेत भिंतीपासून दोन पावलं पुढे होत विचार करत होता...

रघू वेगळ्याच प्रकारे हैराण होता, 'कुठल्या मायावी जगात फसलोय यार, आधी इमोटिकॉनच्या शिंगांनी कॉम्प्युटरमध्ये खेचून घेतलं; आता इथे हा कोणता जीवजंतू बैठक मारून बसलाय या व्यासपीठावर? याचा आवाजसुद्धा तसाच पिचपिचा वाटतोय; जसा रागाच्या भरात इमोटिकॉनचा निघत होता...'

स्वप्नाच्या भयानक प्रभावातून हळूहळू बाहेर येत शम्स विचार करत होता, 'स्वप्नात तर गिलोटिननं कापलं जाऊन फक्त माझंच डोकं टबात पडलं होतं; आम्ही तिघं, अख्खेच्या अख्खे कोणत्या संकटात येऊन पडलोय?'

मनकवडा आवाज पुन्हा बोलायला सुरुवात करेल, त्याआधी सुकेतनं प्रश्न टाकलाच, "भानगड काय आहे.... काय अपराध आहे आम्हा लोकांचा - की गुंड पाठवून...."

सुकेतनं बोलायला सुरुवात करताच तिघाही मित्रांच्या शरीरात चैतन्य संचारलं.... सुकेत बोलू शकला, बाकी दोघं ऐकू शकले.... मूकबधिरतेच्या आतंकातून सुटका झाली होती..... बोलण्या-ऐकण्याच्या जाणिवा खऱ्या आहेत याची खात्री करून घेण्यासाठी रघू आणि शम्स जवळ जवळ एकदमच ओरडले, "हो, काय गुंडागिरी आहे रे, ही...."

"इतकं उतावीळ होऊन कसं चालेल, भाऊ?"

आवाज एका चेहऱ्यात बदलत होता. 'आश्चर्य लोकांत एलीस'च्या चेशायर बोक्यासारखा हळूहळू चेहरा आकार घेत होता; पण बोक्याच्या नाही, सरड्याच्या रूपात.... सुकेतला स्वप्नातल्या सुसरींची आठवण झाली... डोळ्यांसमोर लांबट जबडा होता.... भयानक दातांच्या पंक्तींच्या जागी लपलपणारी जीभ.... शरीर माणसाचंच; अगदी सूट-टायच्या दबदब्यातला मोठा साहेब.... लांबट तोंड अगदी सरड्यासारखं; ज्यावर चेशायर बोक्यासारखा मैत्रीचा खोडकरपणा नाही; प्रत्येक प्रश्नाचं उत्तरं जाणणाऱ्या हुशार ऑफिसरचा करारीपणा होता, प्रचंड आत्मविश्वासाची चमक होती. पिचपिच्या आवाजात जरब होती, "तुम्ही तर जाणताच सुकेत सर, गुंड म्हणून तुम्ही ज्यांच्या

भावना दुखावत आहात; ते नाकोहसचे बौनैसर आहेत.... तुमचा हा दाससुद्धा कोणी डॉनबिन नाही, आहत भावना आयोग- नाकोहस- चा प्रवक्ता आहे....''

सुकेतला समजावून सरडा रघू आणि शम्सकडे वळला, ''सुकेत साहेबांना तर बौनेसरांनी आणताना थोडं चुचकारलं-पुचकारलं होतं; नाइलाज होता.... पण मिस्टर रुबेन तुम्ही तर उगाचच उशीर करून बौनेसरांच्या शिंगांमध्ये फसलात.... आम्ही तर किती सिव्हिल, पोलाइट एसएमएस पाठवला होता तुम्हाला... आणि शम्स मिया, तुम्हाला तर कळलंच नसेल.... तुम्ही तर झोपल्याझोपल्याच इथे येऊन पोहोचलात.... तरीही तुम्ही लोकं म्हणता की मायनॉरिटीजवर अत्याचार होताहेत.... च...च...च.... इजंट इट अनफेअर....?''

''व्वा, काय सेन्सिटिव्हिटी आहे मायनॉरिटीजच्या बाबतीत! वा..वा...वा....!'' शम्स म्हणाला, ''स्वप्नात मान कापलीत; जागेपणी कुणास ठाऊक काय कापण्याचा इरादा आहे.... धन्य झालो आम्ही तर... खूप खूप उपकार झाले... धन्यवाद...''

''थँक गॉड फॉर स्मॉल मर्सीज, ॲन्ड थँ...क.. यू मिस्टर सरडे फॉर ऑल कन्सिडरेशन...'' रघूनं सरड्याचे भरपूर आभार मानत संभाषण पुढे रेटलं, ''आता हेसुद्धा सांगून टाका, की हा प्रकार काय आहे? तुम्ही तर सरडा आहात हे दिसतंच आहे; शिवाय हे नाकोहस नाव कोणत्या जीवजंतूचं आहे?'' सरड्यावरून नजर सुकेत आणि शम्सकडे वळवून रघू म्हणाला, ''मला अजून विश्वासच बसत नाही आहे; तो साला शिंगांचा इमोटिकॉन, पिचपिच्या कुठला; द बास्टर्ड ड्रॅग्ड मी इन टू द कॉम्प्युटर, आणि आता इथे... तुम्ही दोघंसुद्धा ... चाललंय काय?''

''बौनैसर की बाउंसर?'' सरड्याकडे हा प्रश्न टाकून सुकेत रघू आणि शम्सकडे वळला, ''जे कोणी लोक मला घेऊन आले आहेत; शरीरयष्टीनं तरी बाउन्सरच वाटत होते. हो, चेहरामोहरा मनुष्यासारखाच होता; या साहेबांसारखा सरड्याचा नव्हता....''

''नाही, बाउन्सर नाही सुकेतसाहेब, बौनैसर - म्हणजे बौद्धिक नैतिक समाजरक्षक....'' सरड्यानं स्वतःच्या चेहऱ्यावर सुकेतकडून झालेल्या वक्तव्याची पर्वा न करता सांगितलं, ''यू सी... गोष्ट अशी आहे की आता हे नाही चालणार की स्वघोषित बुद्धिजीवी भावना दुखावणारी समाजद्रोही, राष्ट्रविरोधी किंवा फॉर दॅट मॅटर, विचारधारेविरुद्ध कामं करत राहतील आणि समाज हातावर हात ठेवून बसून राहील.... बुद्धिजीवींचा मान राखण्याचा तमाशा आता फार झाला; आता गरज आहे- शिस्तीची... म्हणून बौद्धिक नैतिक समाजरक्षक- बौनैसर - लक्ष ठेवून आहेत की बुद्धिजीवी, गैरबुद्धिजीवी सगळे आपापल्या मर्यादेत राहतील.... या समाजरक्षकांविषयी काहीबाही बोलणंसुद्धा दंडनीय आणि दखलपात्र गुन्हा आहे... तशी ही अपमानकारक टीकासुद्धा तर तुम्हीच काही दिवसांपूर्वी केली होती नं सुकेत सर.... की हल्ली इमारती उंच होत चालल्या आहेत आणि माणसं खुजी...''

"त्यात अपमानकारक काय आहे? कोणाचा अपमान केलाय मी?"

"सगळ्यांना खुजं म्हटलं आणि विचारता आहात की अपमान कोणाचा केला? किती गर्व आहे तुम्हाला! बस्स, फक्त स्वतःला उंच समजता, बाकी..."

"अहो भाऊ, मीसुद्धा माणूसच आहे; तुमच्यासारखा सरडा नाही...'खुजे' म्हणणं जर अपमान आहे तर मी आत्मअपमानसुद्धा तर केलाय..."

"आत्मअपमान असो की आत्महत्या.... तुम्हीच करून घेतली तर आम्ही काय करणार? आमचं काम आम्हाला करू द्या..." सरडे साहेबांच्या आवाजात बर्फासारखा थंडपणा आणि सुईसारखी बोच.... लांबट चेहरा लाल झाला होता. सुईसारख्या बोचणीबरोबर पिचपिच्या आवाजात विचित्र जडपणा आला होता; बर्फाच्या लादीसारखा चहूबाजूंनी घेरणारा जड थंडावा.

सुकेतला आठवलं, लहानपणी फ्रिज- आईच्या शब्दांत बर्फ करण्याचं मशिन - घराघरात पोचलेलं नव्हतं. उन्हाळ्याच्या दिवसांत मुन्ना बर्फवाल्याकडून किलो-दोन किलो बर्फ़ आणायला आई त्याला पाठवायची. मुन्ना टोकदार टोचाच्या आणि हातोड्याच्या मदतीनं मोठ्या बर्फाच्या लादीचा तुकडा तोडून तराजूवर ठेवायचा....असंच काहीतर.... सुकेतचं धाडस नाही झालं; कल्पना करण्याचं.

"तर मग आम्ही काय करायचं, डियर सरडेजी?" हा रघूचा आवाज होता- बर्फाच्या घेराव्यात, टोचा आणि हातोडीच्या शक्यतेत, थोडं दडपण कमी करणारा.

"ओह, तुम्ही करणार काय; लाख मोलाचा प्रश्न; नाही, अगदी दहा लाख मोलाचा - द मिलियन डॉलर क्वेश्चन...." सरडा रागाच्या लाल रंगातून बाहेर पडत, उत्साही स्वरात रघूला म्हणाला, "हे पाहा, मिस्टर रुबेन..."

सरड्याचा लांब जबडा रंग बदलण्याबरोबरच पसरण्याचा-आकुंचन पावण्याचा खेळसुद्धा करायला लागला होता.... तो बोलत होता, "हे पाहा, तुम्ही सगळे डार्विनच्या उत्क्रांतिवादाशी तर परिचित आहातच.... गोष्ट ही आहे की आपण होमोसेपियन आहोत... आहोत ना?... माकडाचा माणूस होण्याच्या प्रक्रियेचं विकसित रूप; पण आपल्या मनुष्य जातीला होमोइकॉनॉमिक्ससुद्धा तर म्हटलं जातं.... बाबांनो, समाजातील आर्थिक उलाढालींच्या मूलभूत महत्त्वामुळे... म्हटलं जातं नं....?"

मान वळवत तिघांवरही भावनाशून्य नजर टाकत सरडा गप्प झाला. वर्गात शिकवणाऱ्या मास्तरांसारखं खात्री करून घेत होता की विद्यार्थ्यांना नीट समजलंय की नाही. तिघंही वैतागले होते, 'हा साला रेप्टाइल जमातीतला जीव आम्हाला होमोइकॉनॉमिक्स समजावतोय, पिचपिच्या कुठला!'

"आता तुम्ही बोलतच नाही, दोन मिनिटांपूर्वी कसे उतावीळ झाला होतात बोलण्यासाठी .... पुन्हा तुमचे आवाज झाकण लावून बंद करू?.... वरून ज्ञानाच्या बाबतीत हा कसला कुलीनतावाद की टीचरला रिस्पेक्ट देण्याऐवजी रेप्टाइल म्हटलं

जातंय...'' सरड्याचा सूर नक्कीच मस्करीचा वाटत होता; पण पुन्हा लाल होत चाललेला- जबरदस्तीनं आकुंचित केलेला लांबट चेहरा ज्या प्रकारे तिघांचा परामर्श घेत होता, त्यावरून जाणवत होतं की झाकण, आवाजाखेरीज इतर जागीसुद्धा लावलं जाऊ शकतं.

डोळे थंड अंधाराला आता सरावले होते.... तिघंही एकमेकांच्या डोळ्यांत दिसणारा प्रश्न पाहू शकत होते.... उत्तरसुद्धा तिघांनी वाचलं, 'नाकोहसविषयी जाणून घ्यायचं असेल तर या सरड्याच्या बच्च्याच्या खेळात सहभागी व्हायलाच हवं. बलवान लोकं नेहमीच दुर्बलांना आपल्या खेळात सहभागी होण्यासाठी विवश करत आलेले आहेत.... बळ या वेळी सरड्याकडे आहे; आपला आवाज, हालचाली तूर्तास तरी त्याच्या ताब्यात आहेत...'

''होय सर,'' तिघं कोरसमध्ये बोलले, ''कळलं मास्तर.... होमोइकॉनॉमिक्स.... कृपा करून पुढे सांगा...''

''दॅट्स बेटर, आय लाइक इट....'' सरड्यानं लांबट चेहऱ्याचा लाल रंग कमी करत डोळा मारला, ''तसं, खरोखरीच समजणारे असता तर इथवर बोलावण्याची वेळच कशाला आली असती? असो, तर माझ्या मूर्ख बुद्धिजीवी विद्यार्थ्यांनो, गोष्ट अशी आहे की आपण होमोसेपियन आता होमोइकॉनॉमिक्सच्या पुढची स्टेज होमोइंफोमेटिक्समध्ये प्रवेश केलेला आहे..... आता आपल्या सगळ्यांची ओळख दाखवणारी ॲक्टिव्हिटी आहे- इन्फर्मेशन आणि एंटरटेनमेंट - माहिती आणि मनोरंजन - एकविसाव्या शतकातल्या मनुष्याला- होमोइंफोमेटिक्स-ला हेच करायचंय की काँक्रीटच्या जंगलात राहायचं, माहितीच्या वनाचा विकास करायचा आणि मनोरंजनाच्या उपवनात विहार करायचा ... मस्त, चकाचक... तुम्ही विचारत होता नं मिस्टर रुबेन, आम्ही करायचं काय?''

मास्तरी खाक्यात आपली ताकद दाखवलेल्या सरड्याचा आवाज आता सामान्य स्थितीत होता. लांबट तोंड पुन्हा पसरत होतं, ''यार किती साधनं उपलब्ध करून दिलेली आहेत इन्फोटेन्मेंटची... वाटलं तर दुसऱ्यांच्या रडण्यात रस घ्या, वाटलं तर स्वतः टीव्हीवर रडून दाखवा, देवाच्या नावानं रडा, देशाच्या नावानं रडा, हर्ट सेंटिमेंट्सच्या नावावर तर रडा काय, रडवासुद्धा.... रे सद्‌गृहस्थांनो...'' मध्येच थांबून सरड्यानं शम्सकडे पाहिलं, जवळीक दाखवत डोळा मारला, ''हो की नाही शम्स साहेब... हो, आणि काहीच नाही तर संप्रदायाच्या नावानं रडा, भक्तांच्या नावानं रडा... फक्त, एकांतात रडण्याच्या फंदात पडू नका....तसं पाहता, एकांत नामक आजाराचे जंतू वाढीस लावणाऱ्या घाणीवर टीव्ही आणि स्मार्टफोनच्या मदतीनं बऱ्याच अंशी काबू मिळवला गेला आहे; पण तुम्ही लोकं, ओ गॉड... ओ गॉड...''

सरड्याच्या आवाजात अजूनपर्यंत मस्करीच जाणवत होती; पण एकांत शब्द

त्याच्या तोंडून मस्करीनं नाही, अशा किळसवाण्या पद्धतीनं निघाला, जणू नाइलाजानं विष्ठा हातानं उचलायला लागत असावी. लांबट तोंड असं आकुंचित झालं होतं की दोन्ही बाजू एकत्र होऊन एखाद्या दाट रेषेसारखं दिसायला लागलं होतं. त्यानं हात झटकले; जेणेकरून त्या घाणेरडेपणातून सुटका व्हावी.... टेबलच्या खणातून काढून तळहातांवर सॅनिटायझर चोळलं. त्या घाणीसारखीच खरी त्याची बेचैनीसुद्धा वाटत होती, "परमेश्वरालाच ठाऊक, काय प्रॉब्लेम आहे तुम्हा लोकांचा.... दूर राहण्याऐवजी या किळसवाण्या गोष्टीवर प्रेम करता..."

सरडा गप्प झाला. गप्पच नाही तर स्थिरसुद्धा. ना लांबट तोंडाचा रंग बदलत होता; ना जीभ लपलपत होती. फक्त टेबलवर पंजे टेकून त्यांच्याकडे पाहत होता.

क्षणाक्षणाला रंग बदलणाऱ्या, उत्साहात बडबडणाऱ्या सरड्यात अचानक झालेल्या बदलानं सुकेत, रघू आणि शम्सलासुद्धा नकळत गप्प केलं....

काही वेळानं सरड्यानंच वर पाहिलं. मनातली किळस आणि वैतागावर कसातरी काबू ठेवत वर पाहत तो म्हणाला, "एकांत घातक आहे..... माणसाला औदासीन्य आणतो, त्याच्या पुढे प्रश्न निर्माण करतो.... या प्रश्नातून ते दुःखी होतात आणि समाजात उत्पात माजवतात.... खूप भयानक आहे, अत्यंत किळसवाणा प्रकार आहे हा एकांत. सुख-चैन हिरावून घेणारा आजार आहे एकांत...."

किळसवाणी गोष्ट आठवण्यामुळे होणारी बेचैनी पुन्हा हातांनी झटकली, प्रयत्नपूर्वक आपल्या खऱ्या फॉर्ममध्ये परत आला. लांबट चेहऱ्यावर एकानंतर एक अनेक रंग दिसले, जीभ लपलपली, "ठीक आहे, होईल, या आजारावरही उपचार होईल. काम चालूच आहे. राष्ट्रीय चरित्र निर्माण आयोग, राष्ट्रीय अनुशासन संस्था, विवेक पुनर्निर्माण समिती स्थापन केल्या गेलेल्या आहेत. नाकोहस म्हणजेच आहत भावना आयोग तर आहेच.... टार्गेट हे आहे की- कोणताही नागरिक कोणत्याही स्थितीत आपलं चरित्र आणि दुसऱ्यांच्या भावना दुखावता कामा नये, एकांत आणि फालतू विचारांच्या भयंकर पकडीत सापडू नये...."

'नाकोहस? आहत भावना आयोग?' रघू, सुकेत आणि शम्सनं एकमेकांच्या डोळ्यांत पाहिलं. डोळ्यांच्या तीनही जोड्यांमध्ये एकसारखंच आश्चर्य, 'हा काय बकबक करतोय यार.... ढिगानं कमिशन आहेत, प्रत्येक आल्या दिवशी दोन-चार तयार होतच असतात; पण हा कोणकोणत्या कमिशनविषयी बोलतोय - चरित्र निर्माण आयोग, आहत भावना आयोग, नॅशनल कमिशन ऑफ हर्ट सेंटिमेंट्स... आम्हाला कळलंसुद्धा नाही.... बातमी ना कुठे वाचली, ना ऐकली...'

मनकवड्या सरड्यानं चेहऱ्याचे रंग पटापट बदलले. ही या लोकांच्या मनात माजलेल्या गोंधळाबद्दल आनंद व्यक्त करण्याची तऱ्हा होती, "नाकोहसची खबरबात नसते; मुर्ख बुद्धिजीवींनो.... नाकोहस स्वतः खबर घेत असतो... समोर दिसणारी

एखादी संस्था नाही... नाकोहसला मनाचा संस्कार व्हायचंय... तुमच्या वर-खाली-डावीकडे-उजवीकडे सगळीकडे आहे- नाकोहस. तुमचं पर्यावरण आहे नाकोहस. समजूतदार लोकांनी हे कधीच जाणून घेतलंय. त्यांनी सप्रेम, सन्मानानं आपल्या हृदयात स्थानही दिलंय नाकोहसला. तुमच्यासारख्या मूर्खांना समजावण्याचा प्रयत्नसुद्धा केला गेलाय.... आता हा मैत्रीपूर्ण संवाद म्हणजे दुसरं काय आहे?''

सरडा क्षणभर थांबला... टेबलवर ठेवलेल्या ग्लासमधून एक घोट पाणी प्यायला, ''माझ्या प्रिय मूर्खांनो, नाकोहस तुम्हाला माहीत असो-नसो, तुमच्या झोपेत, तुमच्या जागेपणी, तुमच्या श्वासात नाकोहस असण्याची गरज आहे. आशा..... आशा नाही, विश्वास आहे की इथून तुम्हीसुद्धा नाकोहसला मनात घेऊनच जाल.... भावना दुखावणारी पापबुद्धी कायमची डोक्यातून बाहेर फेकून द्याल....''

सरड्यानं सावकाश आपलं लांबट तोंड फिरवत, गोल डोळे मिचमिचवत तिघांना आपल्या नजरेत घेतलं, डोळ्यांमध्ये जो गोंधळ माजला होता तो त्याच्या आवाजातही उतरला होता, ''तसं, आश्चर्य वाटतंय, खरंतर.... तुमच्यासारखे लोक एकविसाव्या शतकात सापडतात.... ह्युमन रिसोर्स मॅनेजमेंटच्या आजवरच्या त्रुटींचाच हा परिणाम आहे....दुसरं काय....नाहीतर तुमच्यासारखे नमुने... व्यक्तीचा आदर..... इन्डिविज्युअल स्पेस... ब्लडी क्रॅप... अरे यार... न्याय...नॉनसेन्स... अरे बंधूंनो... ह्युमन असण्याची भानगड सोडा.... पटापट रिसोर्स बना... बकाबक खा आणि खाऊ द्या... आय मीन एन्जॉय करा.... जे लोक आरडाओरडा करतील त्यांच्या नेत्याबित्यांनासुद्धा खायला- महाभोजानाला पंक्तीत बसवा.. मस्त राहा.... कळत नाही तुमचा प्रोब्लेम काय आहे .. भँ....'' जिभेवर लगाम घालून गप्प झाला.

तिघांची डोकी चक्रावली होती, 'कमाल आहे यार, एकतर सरडा.... वरून फिलॉसॉफी झाडतोय!'

''हार्वर्ड किंवा पर्थमधून एमबीए करून आले आहेत साहेब, नक्कीच...''शम्सनं टोमणा हाणला.

''एमबीए काय? मॅनेजमेंटचे प्रोफेसर आहेत आपले सरडेसाहेब...'' सुकेतनं डोळा मारला.

रघू पुढे काही बोलणार, त्याआधीच सरडा पुन्हा बोलू लागला, ''प्रोफेसर? धिक्कार असो!'' प्रोफेसर शब्द अत्यंत तिरस्कारानं सरड्याच्या लांबट तोंडातून टपकला, ''इतका मूर्ख दिसतो का मी?... असो, मुद्द्यावर येऊ... वेळ कमी आहे... तुम्हा इन्टलेक्चुअल्ससारखं रिकामटेकडं नाही बसलंय इथे कोणी...''

बोलणं कठोर होतं; पण त्याचबरोबर सरड्यानं डोळाही मारला. बहुधा प्रोफेसर्स आणि इन्टलेक्चुअल्सच्या बाबतीतला स्वतःचा तिरस्कार जाहीर करून खूश होता. बहुधा या तुच्छ प्राण्यांवर आपलेपणा दाखवण्याची कृपा दाखवत होता. त्याचं प्रवचन

पुन्हा सुरू झालं, ''हे पाहा, ह्युमन रिसोर्स मॅनेज करायचे तर एकविसाव्या शतकातल्या ह्युमन म्हणजे रिसोर्स म्हणजे होमोइंफोमेटिक्सच्या गरजा लक्षात ठेवायच्या असतात .... त्यांची स्वप्नं, फँटसीज्, त्यांची खदखद, त्यांच्या कुचंबणा आणि मूर्खपणाचा उत्तमरीत्या निचरा होण्यासाठी, देशाचा झटपट विकास होण्यासाठी.... ते काय म्हणतात.... हं... केथार्सिस - विरेचन - होमोइंफोमेटिक्सच्या आरोग्यासाठी आवश्यक आहे..... म्हणूनच तर इतक्या सगळ्या नळ्या... अरे बाबांनो, चॅनेल्स.... इतके तमाशे, आरडाओरड.... चोवीस तासांचं इंफोटेन्मेंट- इतका रंगीबेरंगी केथार्सिस उपलब्ध करून देण्यासाठी खूप नसेना का; होमोइंफोमेटिक्सच्याकडून किंचित तरी आभाराचे आम्ही मुस्तहक (अधिकारी) आहोतच.... क्या खयाल है तुम्हारा जनाब शम्स साहेब...?''

''माझ्या नावामुळे उर्दू बोलायची गरज नव्हती; पण तूर्तास शुक्रिया.'' शम्स भयानक स्वप्नाच्या अमलातून स्वतःच्या नेहमीच्या वागण्यावर आला होता. ''तुमचा मोठेपणा तुमच्या खिशात ठेवा, सन्माननीय.... आमचं म्हणणं फक्त इतकंच आहे की कृपा करून सांगा.... जर आम्ही स्वतःचा अपमानसुद्धा करू शकत नसलो तर या मनुष्य योनीचं करायचं काय? आणि हो, प्लीज! पुन्हा इतकं मोठं भाषण देऊ नका. तुम्ही सरडा आहात... ते काय म्हणाला होतात आत्ता तुम्ही.... हां.... 'होमोइंफोमेटिक्स' असलात तरी सरडा तर आहातच; साइजच्या प्रमाणात बोला, भाऊ, डायनोसॉरइतकं फुटेज का खाता?''

सगळ्यांची बित्तंबातमी ठेवण्यासाठी तैनात असलेला नाकोहसचा सरडा या वेळी स्वतःच्या मनात डोकावत होता. शम्सच्या धाडसी उद्धटपणाकडे त्यानं लक्ष दिलं नाही. तो विचारात बुडालेला असावा असं वाटलं. त्याच्या लक्षात आलं होतं का की तोंडवळा सरड्याचा आणि ड्यूटी सुसरीची जरी करत असला तरी तो स्वतःसुद्धा शेवटी माणूसच होता...

'अरेरे, आपणही या आश्चर्यकारक प्राण्यासारखं मनकवडं असायला हवं होतं... कळलं तरी असतं या सरडारूपी पुरुषाच्या मनात काय चाललंय ते!' अचानक सुकेतच्या मनात विचार आला.

''नाही सुकेतसाहेब, मनकवडं होणं खूप अवघड काम आहे; खूपच त्रासदायक...''

सरडा अचानक खुर्चीतून उठून उभा राहिला. खुर्ची जरा मागे सरकवून गोल स्टेजवर चार पावलं इथेतिथे फिरला. एकदा तर अर्धा पंजा स्टेजच्या बाहेर आला. वाटलं स्टेजवरून उतरून या तिघांच्या जवळ येणार.... तसं झालं नाही. त्यानं पंजा पुन्हा मागे घेतला. त्याच्या चालण्यात थकवा जाणवत होता. पँटच्या खिशांत हात घालून उगाचच चार पावलं इथेतिथे चालणारा सरडा स्वतःशीच बोलत होता, ''खूप उद्विग्न करतात; दुसऱ्यांच्या मनातल्या गोष्टी... कानात पडलेल्या न बोलल्या गेलेल्या गोष्टींचे आवाज...''

या वेळी त्याच्या आवाजात उत्साह आणि मस्करी नव्हती; पायात जाणवत होता तसा थकवा होता.

'बोलतोय स्वतःशीच पण आपणही ऐकावं असं त्याला वाटतंय; नाहीतर आपले कान बंद नसते केले का त्यानं ?' सुकेतच्या मनात आलं, 'या वेळी याच्या आवाजात तसाच उदासपणा नाहीये का; जसा मला आणताना गट्टूरामच्या डोळ्यांत, त्याच्या हाताच्या स्पर्शात होता?'

खुर्चीवर पुन्हा येऊन बसणाऱ्या सरड्याच्या लांबट तोंडाचा रंग मातकट झाला होता.... त्या खोलीच्या सभोवती आणि छताकडे फिरणारी त्याची नजर आता एकटक सुकेतकडे पाहत होती, "माणूस दुसऱ्याच्या मनातलं जाणू शकत नाही ही निसर्गाची त्याचावर कृपाच आहे सुकेतसाहेब! दुसऱ्याचं मन वाचताना आणि बदलताना स्वतःचं मन कसं सैरभर होतं, त्याची कशी चिरफाड होते; तुम्ही विचारसुद्धा करू शकत नाही..."

सरड्यात झालेला बदल तिघांनाही समजायच्या आत तो एकाएकी गप्प झाला. त्याच्या शरीराच्या हालचालींमध्ये विश्वासाऐवजी तणावाची छाया साफ जाणवत होती. या वेळी त्यानं स्वतःच्या आवाजावरच बूच बसवलं होतं.... त्याला आठवलं, मनात विचार आणि औदासीन्याचा जरासा शिरकावसुद्धा कर्तव्याची उपेक्षा झाल्याचं प्रमाण ठरेल... ती बेपर्वाई ठरेल.... नाकोहसशी तो विद्रोह होईल. हे तिघं मूर्ख काय समजणार; पण माझ्या वरिष्ठांपेक्षा अधिक चांगलं कोण जाणत असेल- यातना फक्त गुन्हा कबूल करवून घेण्यासाठी नाही; तर अशासाठी दिल्या जातात... द्यायला हव्या की मनुष्य स्वतःच्या अस्तित्वाचा तिरस्कार करेल.

स्वतःच्या कार्यासंबंधीच्या आशंकेची लाट सरड्याच्या मनात मधूनच उसळत होती.... मनकवडा असल्याच्या त्रासाची जी जाणीव त्याला होत होती.... त्यामुळे तो स्वतःच स्वतःच्या अस्तित्वाचा तिरस्कार करण्याच्या स्थितीत पोहोचला तर...?

काही क्षणांसाठी मनात आलेल्या असल्या गोष्टींची किंचितशीसुद्धा शक्यता विषारी गवताला उपटून फेकून द्यावं तशी भिरकावली पाहिजे... अन्यथा... अन्यथा...

सरड्याचा लांबट चेहराच नाही; सारं शरीर भीतीनं पिवळं पडलं.... शिक्षा त्याला माहीत होती... मृत्यू!

पण येईल कोणत्या मार्गाने.... कशा प्रकारे ... किती वाट पाहायला लावून... स्वत्वाच्या कणाकणात तिरस्कार भरल्यानंतर किती वेळानं?

.... शरीरात भिनलेल्या या भीतीच्या लाटेला त्यानं पूर्ण ताकदीनिशी मस्करीच्या मूडमध्ये बदललं.... नाकोहसच्या प्रती समर्पणाची शपथ मनोमन आठवली... पुन्हा नाही होऊ द्यायची अशी चूक.... कधीच नाही... नेव्हर....!

"हो, जनाब शम्स साहेब, तर बंदा लायकी विसरून डायनोसॉर बनायला

जातोय? हां?'' भीतीच्या पिवळ्या रंगाला खोडकरपणाच्या चटकदार नारिंगी रंगात बदलत सरडा शम्सशी बोलत होता, ''हुजूर, डायनोसॉर हा बंदा नाही; तुम्ही लोकं आहात..... म्हणूनच तर इन्टेलॅक्च्युअलचे इन्टेलॅक्च्युअलच राहिलात. इतक्या संधी, इतकं मोटिव्हेशन मिळूनही अजूनपर्यंत टेक्नेक्चुअल नाही होऊ शकलात.... बुद्धू कुठले! समजताय नं टेक्नेक्चुअल म्हणजे काय?

''तेही समजावून टाका सर.....'' तिघंही पुन्हा कोरसमध्ये म्हणाले.

शम्सला पुढे पुस्ती जोडल्याखेरीज राहवलं नाही, ''पण प्लीज, फुटेज लक्षात ठेवून, प्लीज...''

''जशी तुमची इच्छा, तुम्ही मायनॉरिटीमध्ये आहात शम्स साहेब; तुमच्या भावनांचा तर विशेष विचार करावा लागेल....''

''मायनॉरिटी-मायनॉरिटी काय लावलंय रे; स्वतःचा मूर्खपणा ठेव तुझ्याकडे ..... रात्रभर... माझ्यावरच्या ...चू... आ......ओय....''

अचानक शम्सचं शरीर तडफडलं. आवाजातला संताप एकाएकी होणाऱ्या वेदनांनी कण्हण्यात बदलला.... चेहऱ्यावर अदृश्यपणे मारल्या जाणाऱ्या आघातांच्या वेदना पुन्हापुन्हा उफाळू लागल्या.... शम्सवर जणू अदृश्य प्रेतं हल्ला करत होती..... आघात होताना दिसत नव्हते .... फक्त शम्सचा चेहरा इथून तिथे, शरीर पुढून मागे, मागून पुढे होताना दिसत होतं.... पण त्याला खाली पडू दिलं जात नव्हतं.... कण्हणं किंचाळण्यात बदलत होतं....

एक क्षण तर रघू आणि सुकेतला काही कळलंच नाही... शम्सचं पुढे-मागे झुलणारं शरीर पहिलं, किंचाळ्या ऐकल्या ... धडपडत शम्सकडे जाण्याचा प्रयत्न केला.... हलणं सोडाच; बोलताही आलं नाही. शम्सच्या बाजूनं सामना करणं, त्याला मदत करणं तर दूर.... दोघंही त्याच्या आक्रोशणाऱ्या शरीराला मैत्रीच्या स्पर्शाचा आधारही देऊ शकत नव्हते. आपल्या मित्राच्या किंचाळ्यांमध्येसुद्धा सहभागी होऊ शकत नव्हते. शम्सला मारणारी अदृश्य प्रेतंच सुकेत आणि रघूचा जीव ओल्या कपड्याप्रमाणे पिळवटून काढत होती..... असहायपणे रघूचे डोळे आपोआप मिटले गेले.....

'मी आधीच सूचित करायला हवं होतं या दोघांना नाकोहसच्या अदृश्यपणे पिटण्याच्या पद्धतीविषयी.....' सुकेतच्या पिळवटलेल्या मनात आलं.....

सरड्याने लगेच स्वतःचं लांबट तोंड सुकेतकडे वळवलं - रागाने इतकं लाल की काळं दिसत होतं. काळ्या सापासारखाच फुत्कार, ''खूप वेदना होत आहेत; मित्राला पिटलं जातंय त्याच्या? खरोखरीच सापाच्या विळख्यात बसवू तुला? यू जस्ट वॉच... आत्ता अक्कल येईल या कटुव्याला (लांड्याला)....''

असं म्हणतात शेवटच्या क्षणी संपूर्ण जीवनाचा पट डोळ्यांसमोर दिसतो....

पण त्याचे हायलाइट्स तर जीवनात बऱ्याचदा डोळ्यांसमोरून जात असतात; आपल्याला नको असले तरी, आपोआप...

सरड्याच्या रागानं काळं होत असलेल्या तोंडात शम्सला त्या द्वेषाचा तो गडद रंग दिसत होता; ज्याची शिकार तो केवळ स्वतःच्या नावामुळे कधीकधी नाकोहसच्या बाहेरसुद्धा होत होता.... अविश्वासाचा अंधार दिसायचा; जिच्या विळख्यातून बाहेर पडण्याचा प्रयत्न बहुतांश वेळा अशक्य व्हायचा... आणि हा शब्द.... कटुआ... शम्सच्या कानांवर सरड्याच्या लपलपत्या जिभेतून पडूनच पोहोचत नव्हता... या पूर्वीही कुणास ठाऊक किती वेळा 'कटुव्यांची फक्त दोन ठिकाणं, पाकिस्तान नाहीतर कब्रस्तान ...' अशा घोषणा शम्सनं आणि त्याच्यासारख्या करोडो भारतीयांनी आपल्या आयुष्यात अगणित वेळा ऐकल्या होत्या. अविश्वास, अपमान आणि मारपिटीच्या जहाल आठवणींचे तुकडे सळ्यांसारखे डोळ्यात घुसत होते, शरीरावर होणाऱ्या जखमांपेक्षा कित्येक पटींनी जास्त वेदना देत होते.... .

सुकेत आणि रघू सोबत होते. या दोघांचे आणि यांच्यासारख्या अनेकांचे आवाजच तर रोज रोज होणाऱ्या अशा जखमांवर मलम लावण्याचं काम करत होते; पण इथे नाकोहसच्या अधिकारात, या सरड्याच्या दरबारात तर या दोघांच्या आवाजावरसुद्धा बंधन आहे. हे दोघं मला फक्त मार खाताना पाहू शकताहेत.... काही करणं तर दूर, बोलूसुद्धा शकत नाहीयेत. माझ्या वेदनांनी किंचाळण्याच्या आवाजालासुद्धा मुभा यासाठी आह, की या दोघांनी यातून धडा घ्यावा.... .

.... शम्स वेदनांच्या एकटेपणाच्या कचाट्यात होता, त्याचे मित्र असहायतेच्या कचाट्यात... त्या खोलीच्या आसमंतात घुमत होत्या शम्सच्या किंचाळ्या, विव्हळणं.... आणि सरड्याचं आनंदात गुणगुणणं. शम्सच्या वेदना, रघू आणि सुकेतची अगतिकता यामुळे त्याचा मूड बदलला होता. स्वतःच्या भीतीला शम्सच्या वेदना, रघू आणि सुकेतच्या अगतिकतेत बदलून त्यानं स्वतःवरचं दडपण कमी केलं होतं. काही क्षणांपूर्वी तो उदास होता याचा विचार करणंसुद्धा अवघड होतं. लांबट चेहऱ्याचा रंग आता चटकदार नारिंगी झाला होता; आकुंचन-प्रसरण चालू होतं.... बोटं टेबलवर ताल देत होती. शम्सच्या किंचाळ्या सरड्याच्या गुणगुणण्याचा बॅकग्राउंड स्कोअर ठरत होत्या.... गुणगुणणं कसलं, रीतसर अत्यानंदात गात होता नाकोहस प्रवक्ता सरडा, "नाकोहस... नाकोहस... पहिल्यांदाच.... पहिल्यांदाच, हो, पहिल्यांदाच... पहिल्यांदाच.... कटुए को अब पता चला है.... नंगई का जब टुल मिला है..... पहिल्यांदाच.... पहिल्यांदाच ओ..हो..आहा... ओ..हो...आहा... चड्डी फेंक के फूल खिला है... नंगई का जब टुल मिला है.... पहिल्यांदाच.... पहिल्यांदाच.... पहिल्यांदाच, हो पहिल्यांदाच..."

गुणगुणण्यातून गाण्यात बदललेला आवाज पुन्हा गुणगुणण्यात बदलत होता, आवाज बारीक होत होता. सरडा 'चड्डी फेंक के फूल खिला है'चा ब्रेक घेऊन त्यातून

बाहेर पडून, दायित्व निभावण्याच्या प्रोग्रॅममध्ये परतण्याच्या मूडमध्ये येत होता. त्याचा आवाज कमी होत जाण्याबरोबरच शम्सच्या शरीरावर बसणारा मारसुद्धा कमी-कमी होत-होत थांबत होता. टेबलवर सरड्याची बोटंसुद्धा सावकाश चालत होती, "मग, पुढे जाऊ या? मिया शम्स, जास्त त्रास तर झाला नाही ना तुम्हाला? वेल, रियली सॉरी फॉर हर्टिंग युअर सेन्टिमेंट्स ॲन्ड बॉडी.... पण तुमचं बोलणंसुद्धा नं; आता यार, शिव्या दिल्या... संताप येईल असं वागलात तर; यू नो.... लायकी.... एनी वे.... पर्सुएशनसाठी इतकं तर चालतं. आता अक्कल येईल तुम्हाला. यू विल बिहेव नाउ; आय होप...." सुकेतकडे पाहून त्यानं डोळा मारला, "बरोबर बोलतोय नं, सुकेतसाहेब?"

"यार, किती वेळा डोळा मारतो...." सुकेत म्हणाला... अचानक त्याला जाणवलं- आवाजावरची बंदी.... मागे घेतली गेलीय... बोलणं खोलीत घुमलं, रघूनं ऐकलं. शम्सच्या चेहऱ्यावरही बेदम माराच्या वेदनांना भेदत एक किंचितसं हसू उमटलं..... अशाच हसूच्या आधारे, प्रत्येक मारानंतर गोष्टी मजेत घालवण्याच्या, स्वतःवरच हसण्याची ढाल पुढे करण्याच्या सवयीमुळेच तर..... आजवर जगत आलेलो आहोत.... पुढेसुद्धा ....

सरडा, मनकवडा आपल्याच धुंदीत होता, "हे एक छोटंसं डेमॉन्स्ट्रेशन होतं सुकेतसाहेब, तुम्हाला आठवण करून देण्यासाठी की तुमचं बोलणं-वागणं, ऐकणं-पाहणं किती तुमच्या हाती आहे; किती आमच्या ताब्यात...."

आत्ताच शम्सला कटुआ म्हणत होता, 'मला सापाच्या .... विळख्यात बसवत होता; आणि आता पाहा... क्षणोक्षणी बदलणारा सूर आणि रंगांत गोड क्रौर्याचा आत्मविश्वास आणि सगळ्या आवाजांवर काबू करत असल्याचा गर्व सतत जागृत आहे...' सुकेतला वाटलं की सरड्याचा आवाजच सापाचा विळखा बनतोय... त्याला स्वतःच्या संपूर्ण शरीरावर, निळे-पिवळे डाग उमटत आहेत असं जाणवलं. त्यानं पट्कन हातावर, मनगटांवर नजत टाकली- डाग तर नाही दिसले पण....

"तर चला पुढे पाहू, शम्स मियासुद्धा शुद्धीवर आलेले आहेत...." सरडा पुन्हा मास्तरांच्या भूमिकेत शिरला, "यार, तसं हे टेक्नेक्चुअल तर अगदी सोपं आहे, खूपच सोपं.... तुमच्यापैकी कोणी प्रयत्न का करत नाही?"

सुकेत हात उंचावणारच होता; रघूनं आधी उंचावला. सुकेत हादरला, 'आपल्याला किती खेचलं गेलंय या खेळात.... आम्ही किळसवाण्या या सत्याला आणि भीतिदायक स्वप्नांच्या या फॅक्टरीला सरडे मास्तरांचा क्लास समजायला लागलोय....'

सरड्याचं शरीर आनंदानं डोलल, त्याची बोटं टेबलवर अजूनही हळूहळू हलत होती. रघू आणि शम्सच्या मनातही तेच चालू होतं; जे सुकेतच्या.... रघूच्या चेहऱ्यावर हात उंचावताना शाळकरी मुलासारखा संकोच आणि त्याचबरोबर प्रश्नाचं

उत्तरं माहीत असल्याची चमकही होती, "टेक्नेक्चुअल म्हणजे जो टेक्नॉलॉजीला सर्वाधिक महत्त्व देतो आणि ...."

"वा.. वा.. ब्रेव्हो," योग्य उत्तरं मिळवल्यानं खूश होणाऱ्या एखाद्या मास्तरांसारखं टेबल थपथपत सरडा म्हणाला, "किती इंटेलिजंट आहात तुम्ही मिस्टर रघू रुबेन! ऑफ कोर्स तुम्ही तिघंही इंटेलिजंट आहात. आश्चर्य आहे की तुमच्यासारखे लोक ब्लासफेमी वगैरेच्या फंदात, फिलिंग्स हर्ट करण्याच्या फंदात पडत असता...."

हसण्यात त्याचा लांबट जबडा आडवा आणि पुन्हा लांबटसुद्धा होत होता. चेहऱ्याचे बदलणारे रंग तर आजवर कितीतरी सरड्यांचे पहिले होते; पण अशा प्रकारे आकुंचन-प्रसरण होणारा लांबट चेहरा वेगळाच वाटत होता..... 'आश्चर्यलोकांत एलीस'चा चेशायर बोका तर आपलं हसू हवेत सोडून अदृश्यही व्हायचा....

'आपले हे सरडे मास्तरसुद्धा आकुंचन-प्रसरण होणारा लांबट चेहरा मागे सोडून अदृश्य होण्याच्या तयारीत तर नाहीत?' रघूनं स्वतःलाच विचारलं.

सरडे मास्तरांचा लांबट चेहरा पुन्हा एकदा आकुंचन-प्रसरण पावला, "एलीस इन वंडरलँड लहान मुलांना रमवणारी गोष्ट होती रुबेन साहेब.... नाकोहस तुमच्या या काळातलं सत्य आहे..... कुठेही जाणार नाही; उलट तुम्ही जिथे जाल तिथे आम्हाला भेटाल.... उत्तर बरोबर दिलंत तुम्ही, 'टेक्नॉलॉजीला महत्त्व' पण नेमकी गोष्ट नाहीये तुमच्या उत्तरात.... 'च' ची कमी आहे, 'टेक्नॉलॉजीलाच महत्त्व'... समजलात? डोक्यात हे विचार पक्के बसवणाऱ्यांना, दुसऱ्यांच्या विचारात ते ठसवण्याचं काम करणाऱ्यांना म्हणतात - 'टेक्नेचुअल'... अरे, जसं इंटेलॅक्टचा साधा सोपा अर्थ आहे - बुद्धी, प्रज्ञा.... पण आपण इंटेलॅक्चुअल, बुद्धिजीवी, प्रज्ञावंत म्हणतो नं त्यांना; जे कला, साहित्य, फिलॉसोफी, इतिहास वगैरे करतात.... आता या सगळ्यात करण्यासारखं उरलंय काय?"

एकानंतर एक, तिघांकडे पाहत सरडा श्वास घ्यायला थांबला. शम्सकडे पाहून लांबट चेहरा पुन्हा पसरवला, आकुंचून घेतला. खरंच खूप अजब होतं चेहरा अशा प्रकारे पसरवणं आणि आकुंचून घेताना पाहणं. पण अजब काय नव्हतं या नाकोहस रात्रीत?

सरडा शम्सला सांगत होता, "आगळिकीबद्दल माफ करा.... गोष्टी मोठ्या आहेत; थोडा वेळ तर घेणारच. तत्त्वज्ञानाची बाब आहे नं....;;

शम्स गप्प, सुकेत आणि रघूसुद्धा. या सरड्याची, नाकोहसची कथा ऐकून-समजून तर घेऊ; मग....

"तर श्रीयुत प्रज्ञावंतांनो, मी सांगत होतो, ज्या अर्थानं तुम्ही स्वतःला इंटेलॅक्चुअल म्हणवता, त्या अर्थाचा काळ आता गेला, सगळ्या प्रश्नांची उत्तरं आता मिळाली,

समस्या सगळ्या सुटल्या. इतिहासबितिहास लोप पावला. ठीक आहे, मुलांना काही गोष्टी-कहाण्या शिकवा; झाला इतिहास..... बाकी तर बाबांनो, या जगात लेखन तेच; ज्याचं लगेच आकलन होईल, बुद्धी तीच जी नाकोहस देईल..... म्हणूनच तर बोलावलंय तुम्हा लोकांना; बुद्धी द्यायला, ओके?... गोष्ट समजून घ्या, एकविसाव्या शतकाच्या या पोस्ट हिस्ट्री, पोस्ट नॅरेटिव्ह, पोस्ट या आणि पोस्ट त्या काळात होमोइंफोमॅटिक्सना करण्यासाठी उरलंय फक्त इतकंच की फक्त नव्यात नवी टेक्नॉलॉजी विकसित केली जावी.... थिऑरिटिकल सायन्स, अब्स्ट्रॅक्ट मॅथेमेटिक्स याही सगळ्या फालतू गोष्टी... लेट अस से, अगदी क्लासिकल म्युझिकसारखं इलिटिस्ट, परजीवींचा भोग-विलास... सायन्सच्या रिसर्चचा अर्थ हाच, की पटापट नवी टेक्नॉलॉजी निघणं... हो, ठीक आहे; काही समस्यासुद्धा आहेत... आपल्या... याच एन्व्हायर्न्मेंट ॲन्ड ऑल धिस जाज... त्यावर उपायसुद्धा शोधतील तर टेक्नेक्चुअलच नं.... तुम्हा लोकांसारखे हे साले लेखकबिखक, कलाकारबिलाकार, बुद्धिजीवी-फिद्दिजीवी मूर्ख-भेन्चोद जगाला देऊन देणार काय... डोम्बल... ?..''

बोलण्यात अजूनपर्यंत राखल्या गेलेल्या सभ्यतेला तिलांजली केव्हा दिली गेली हे सरड्याला स्वतःलासुद्धा कळलं नाही...... बुद्धिजीवींविषयीचा त्याचा राग किती खरा होता.... वाक्प्रचारात आपण लाल-पिवळा झाला म्हणतो; सरड्याचा लांबट चेहरा त्याच्या रागात असलेल्या सच्चेपणामुळे लाल-काळा होत होता... खोलीच्या निळ्या प्रकाशातही जणू या रागाच्या लहरी व्यापत होत्या; निळा अंधकार हळूहळू मिट्ट काळोखात बदलत होता....

.... कुणास ठाऊक या क्षणी या तिघांचे आवाज नाकोहसनं बंद ठेवले होते की नाही; पण काहीही बोलण्याची कुणालाच इच्छा होत नव्हती.

एकाएकी सरडा खदखदून हसला, ''इच्छा होत नाही की हिम्मत...''

खो...खो...खो.. करत सुरू झालेलं खदखदून हसणं हळूहळू खोक...खोक...खोक... मध्ये बदललं.

'हा जंतू माझ्यासारखा स्मोकर आहे का?' सुकेतच्या मनात प्रश्न आल्याखेरीज राहिला नाही.

''नो, सुकेत सर... आय डोंट स्मोक... किती पोलिटिकली इनकरेक्ट आरोप करता आहात तुम्ही माझ्यावर....'' सरडा खोक...खोक...खोक वर काबू ठेवत म्हणाला, ''अरे, केव्हापासून तुम्हा लोकांना समजावतोय; गळा सुकत चाललाय....'' पाण्याचा एक घोट घेता-घेता तो पुन्हा सभ्य माणूस झाला होता, ''तशी.... गोष्ट हीसुद्धा आहे....'' सरड्याच्या लांबट चेहऱ्यावर बेचैनी आणि पश्चात्तापाची छाया दिसू लागली.... रंग पुन्हा मातकट झाला, ''ते काय आहे नं, की हसण्याची सवयच चुकीचीच नाही; तर अपराध करण्यासारखी आहे. आज तुमची दशा पाहून जोरदार

हसू आलं..... उद्या कुणा दुसऱ्यामुळे येईल.... मग नाकोहसची ड्यूटी निभावणं अवघड होईल नं....''

या वेळी सरड्याच्या मनात वरिष्ठांचं भय नाही; आतून पश्चात्ताप होता. त्याला स्वतःवरच राग येत होता की हसण्याविरुद्ध त्याला दिल्या गेलेल्या कठोर ट्रेनिंगनंतरही....

त्याचा चेहरा ना आकुंचन-प्रसरण पावत होता, ना रंग बदलत होता.

''खरोखरीच यार, आहत भावनांची सवय एकदा लागली, तर स्मोकिंगसारखं ॲडिक्शनच समजा....'' सुकेतनं रघू आणि शम्सकडे पाहत म्हटलं.

पहिल्यांदाच सरड्यानं ना थांबवलं, ना काही प्रतिक्रिया दिली... आपल्या पश्चात्तापात मग्न, डोकं खाली घालून ... टेबलवर हात टेकून शांत बसला होता.

''मी काय समजणार बेट्यांनो, तुम्हीच दोघं समजा...'' रघू म्हणाला, ''मी तर कधीच सोडलीय... तुम्ही दोघं साल्यांनो, फुफ्फुसं नक्कामी करण्याच्या मागे अजूनही लागलेले आहात, तुमचं दोघांचंही जोरदार हसणं आता असंच खोक...खोक...मध्ये बदललंय.... एक दिवस याच्यासारखंच...''

''पुरे, फादर रघू...'' शम्सनं नाटकीपणे हसत दाताड दाखवलं, ''स्मोकर जमातीची इतकी मोठी मानहानी आम्ही सहन करणार नाही ... बरोबर न सुकेत?''

''अगदी...'' सुकेत लगेच उत्तरला, ''खबरदार, सेंट रुबेन.... आमच्या भावनांचा प्रश्न आहे... अशा प्रकारे स्मोकर्सच्या फिलिंग हर्ट करू शकत नाहीत तुम्ही...''

''तुमचा हा आनंदी स्वभावच सर्वाधिक धोकादायक आहे....'' सरडे सर हसण्याच्या पश्चात्तापातून बाहेर आले होते, ''हे पाहा, माझं ऐका... का माहीत नाही पण तुम्ही तिघं मूर्ख माणसं मला पर्सनली चांगली वाटायला लागली आहात...''

जरासं हसू आलं म्हणून पश्चात्तापानं जे खोक...खोक... करायला लागलं होतं; तशा नाकोहसी गंभीर मुखातून आपल्या आनंदी स्वभावाला धोकादायक असल्याचं प्रशस्तिपत्र मिळवून तिघाही 'मूर्खां'ची हिम्मत वाढली होती, ''असं काय घडलं आमच्या हातून नाकोहससाहेब की आम्ही तुम्हाला चांगले वाटायला लागलो?'' तिघांच्या तोंडून जवळ जवळ एकाच वेळी निघालं. शम्सच्या आवाजात तर थोडासा गोडवासुद्धा होता.

हसू आलं म्हणून इतका पश्चात्तापदग्ध होता नाकोहसचा सरडा की चिडूसुद्धा शकला नाही. आनंदी स्वभावापुढे आपला बापुडवाणेपणा दाखवत त्याने आपले खांदे उचलले, दोन्ही हात क्षणभरासाठी चेहऱ्याला समांतर अधांतरी उचललेली, मान हलवली, शरीर सैल सोडून अगतिकतेने दीर्घ श्वास घेतला, एकानंतर एक तिघांकडे पाहिलं, ''नाकोहस फक्त बौनैसरांच्या भरवशावर तर कार्य करू शकत नाही.... त्यांचा रोल तर खूप सीमित आहे... खऱ्या कामासाठी तर तुमच्यासारखे चाणाक्ष, समजूतदार, हुशार, वर-वर पाहाता वेगळ्या वाटणाऱ्या गोष्टींचा खोल अर्थ जाणणारे- पारखणारे लोक हवे आहेत. आणि मी तर पर्सनली अशा लोकांना

खूपच.... म्हणूनच विचार करत होतो... शेवटी तुमची मर्जी...''

सरड्याच बोलणं ऐकून तिघांना आणखी खोडकरपणा सुचला. रघू आणि सुकेतने डोळा मारला. शम्स तसाच शहराला; जसा सरडा रंग बदलताना शहारायचा, ''यार, हे शहारणं तर मॅनेज केलं.... सरांसारखं रंग बदलणं कसं मॅनेज करू...'' म्हणत त्यानेसुद्धा रघू आणि सुकेतकडे पाहून डोळा मारला.

सरडा थोडं प्रेमाने, थोडं चिंतेत अशा प्रकारे हसला; जसं व्हरांड्यात बसलेली मोठी माणसं पावसात भिजत धमाल करणाऱ्या मुलांकडे पाहून हसतात.

''समजाल बेट्यांनो मला काय म्हणायचं ते.... असं नाही तर तसं समजाल.'' पश्चात्तापातून बाहेर येत, खुर्चीवर ताठ बसत सरडा सांगत होता, ''ठीक आहे, तूर्तास बेसिक्स तरी समजून घ्याच.... हे पाहा, सर्वप्रथम तुमच्या टाळक्यात योग्य ते समजून घेण्यासाठी जागा करा, फेकून द्या फालतू गोष्टी, यार, काढा बाहेर डोक्यातून.... या आठवणी, तो इतिहास, त्या कल्पना, ती फिलॉसॉफी, ऑल ब्लडी नॉनसेन्स ... साधी सोपी गोष्ट... कला तीच जी मन रिझवेल, साहित्य तेच जे आनंद देईल... पटकन समजेल, डोकं वापरा - ज्या गोष्टीची इमिजिएट युज व्हॅल्यू नाही; त्याची फक्त थ्रो व्हॅल्यू असते.... एखादी कमोडिटी असो की मेमरी. होणार काय आहे तुमच्या साल्या आर्ट-फार्टने...''

आर्ट बरोबर फार्टचं यमक जोडत सरड्यानं पुन्हा आपल्या फॉर्ममध्ये येण्याचा मार्ग तयार केला, हसला, ''तसं तुम्ही बुद्धिजीवी लोक आपल्या लेखणीतून, बोलण्यातून, विचारातून आणि कलेबिलेतून आणखी करता तरी काय; फार्ट वगळता.... अपानवायू सोडण्याखेरीज.... करत राहा... हू बॉदर्स...''

प्रेमार्द्र, चिंतीत बाणा सोडून सरडा पुन्हा पूर्णतः नाकोहस पेहराव घालून होता... जोरदार अंग शहारवून लगेच रंग बदलले, लांबट चेहरा पळवत तिघांना वेगवेगळा डोळा मारला, ''वाईट वाटलं... आलेलेलेले... छॉली बच्चे लोक.... नाही मजा नाही...''

सरड्याच्या आवाजात आता समाधान होतं की थोड्या वेळापूर्वी ज्या चुका - औदासीन्य, पश्चात्ताप आणि हसण्याच्या- त्याच्याकडून झाल्या; त्यांपासून मुक्ती मिळाली. तटस्थ आवाजात तो आपल्या कामावर परतला, ''सिरियसली, तुमच्या भावना दुखावण्याचा माझा कोणताही हेतू नाही....तो असभ्यपणा तुम्हालाच लखलाभ असो... मला फक्त एवढंच सांगा, कुठे राइट-टू-ब्लासफेमीच्या फंदात पडता.... अरे बाबांनो इंटेलेक्चुअल दिसल्याखेरीज जगणं अवघड वाटत असेल तर त्यासाठीसुद्धा मार्ग आहेत नं; जाणकारांना विचारा तर खरं,जाणून तर घ्या..... ऐका, एक काम सुरू करा तुम्ही तिघंच्या तिघं.... जरा गोडगोड बोला... डोळ्यांनी इतरांना वाखाणा.... अरे यार, जरा सूफीपणा, सौम्यपणा आत्मसात कराच...''

आवाजात तटस्थपणाच्या जागी पुन्हा खोडकरपणा आला होता, "हे तुमचे शम्स मियाच तर सांगतात- सूफींचा फेमस गुळमुळीतपणा.... तुम्हीसुद्धा शिकून घ्या... फेमस कुर्ते, जाकीट घालताच..... एक पाऊल आणखी पुढे.... करा सुरुवात... मस्त... कोण आडवतंय.... बस, खारीसारखं कुचुक-कुचुक करा, कबूतरासारखं गुटर्गू-गुटर्गू.... इंटेलेक्चुअलचे इंटेलेक्चुअलच राहा... नाकोहसच्या भानगडीतून बाजूला राहा.... उगाचच अशा कुरापती कशाला काढता की नॅशनल कमिशन ऑफ हर्ट फिलिंग्सला मध्ये पडावं लागेल? पण एक गोष्ट आहे माय डियर डायनोसॉर्स, स्वतः टेक्नेक्चुअल जरी बनू शकला नाहीत तरी त्याचा आदर तर राखावाच लागेल; ही अगदी मस्ट कंडिशन आहे... मस्त राहायचंय तर या मस्टशिवाय चालणार नाही.... समजलात बच्चे लोक ? तर... सुरू करा... चला, म्हणा माझ्याबरोबर 'इंटेलेक्चुअल होणे पाप आहे, टेक्नेक्चुअल सर्वांचा बाप आहे....''

आपल्या खऱ्या रूपात परतलेला सरडा काही वेळ टेबल थपथपवत हेच उगाळत राहिला, 'इंटेलेक्चुअल होणे पाप आहे, टेक्नेक्चुअल सर्वांचा बाप आहे....' तिघांनाही गप्प पाहून निराश झाल्याचं नाटक करत त्यानं लांबट चेहरा वेळावला... शरीराला 'माझं काय जातंय; पडा खड्ड्यात'च्या अर्थानं खुर्चीवर सैल सोडलं.... आता तो या तिघांपैकीच कुणाच्या तरी बोलण्याची वाट पाहत होता.... तिघंही गप्प. नाकोहस त्यांना बोलण्या, ऐकण्यापासून वंचित करू शकत होता; पण सक्ती नाही. तिघंही गप्प.

'आम्ही दोघं राहूसुद्धा; पण रघू किती वेळ गप्प राहील?' सुकेतला माहीत होतं रघू नक्की बोलणार! तो जर दमदमी टाकसाळीत प्रेमाने पुढ्यात एके ४७ घेऊन, खलिस्तान समजावणाऱ्या आतंकवाद्यांसमोर गप्प राहिला नव्हता, त्यांना उपदेशामृत पाजण्यापासून स्वतःला थांबवू शकला नव्हता.... तिथे हा नाकोहसवाला सरडा सेंट रघू रुबेनच्या सर्वांना योग्य रस्ता दाखवण्याच्या कारुण्यमयी छायेपासून किती वेळ वाचू शकेल... पण; रघूच्या मिशनरी स्पिरीटनं सरड्याला व्यापून टाकलं आणि आपण ऐकूच शकलो नाही तर?

सुकेतची नजर जीभ लपलपवणाऱ्या सरड्याकडे आर्जवानं पाहू लागली की रघूचा आवाज आम्हालाही ऐकू द्यावा. सुकेतच्या आठवणीत एखाद्यावर एकाच वेळी अशी घृणा आणि अवलंबून राहणं यापूर्वी कधीच नव्हतं.... तो कधी बाहेर पडू शकेल अशा असहाय आठवणीतून की आपल्याला रघूचा नाकोहसची ऐशीतैशी करणारा आवाज ऐकण्यासाठी नाकोहसचीच याचना करावी लागत आहे...

'याचना कसली, जसं त्या दमदमी टाकसाळीत लस्सीच्या घोटाबरोबर उपदेश ऐकत आपण स्वतःला वाटणाऱ्या भीतीला हसून लपवत होतो; तसेच आज या अद्‌भुत प्रकाराशी धाडसानं सामोरे जात आहोत...' सुकेत विचार करत होता.

'पण या अद्‌भुत प्रकारच्या मर्जीने....' सुसरींमुळे बेजार होणाऱ्या हत्तीच्या

वेदनांचा चीत्कार सुकेतच्या साऱ्या अस्तित्वातून चीत्कारला. अधाशीपणे चावणाऱ्या सुसरींच्या क्रौर्यापुढे बळ आणि बुद्धीसाठी नावाजलेला तो विशाल प्राणी अगतिक आणि लाचार होता. त्याचा धावा नारायणाकडून दयेची भीक मागत होता....मी तर नारायणाचा विचारसुद्धा केला नाही, याचना करणारे डोळेसुद्धा या सरड्याकडेच लावून बसलोय. ओह, काय झालंय मला? काय होतंय आम्हा तिघांना? मी एकटाच नाही; या दोघांची नजरसुद्धा माझ्याचसारखी विनवण्या करतेय या सरड्याच्या.... याची इच्छा नसेल तर ऐकू शकत नाही, कुणास ठाऊक पुढच्या क्षणी पाहणंसुद्धा बंद होईल एकमेकांना....

पंचतंत्रातली ती गोष्ट - सुसरीच्या क्रूर मूर्खपणाची, माकडाच्या चातुर्याची - त्या गोष्टीत माकड वाचलं होतं, सुसरीला पटवून की तो आपलं काळीज झाडावर लपवून ठेवतो..... आपण त्या माकडाच्या चातुर्यातूनच तर शिकतोय; रणनीतीच्या आधारेच याचना करतोय; या हिडिस सरड्याची- काही हरकत नाही.... स्ट्रॅटेजी आहे...

सुसर मूर्ख होती. तिला पटलं होतं की माकड आपलं रुचकर काळीज शरीरात नाही, झाडाच्या ढोलीत लपवून ठेवतो. आम्हीसुद्धा या सरड्याला मूर्ख बनवून निघून जाऊ की, 'साहेब, आम्ही यापुढे भावना आहत करणाऱ्या खोड्या घरातच ठेवून बाहेर पडत जाऊ.....'

सरड्याच्या नारिंगी लांबट चेहऱ्यानं सुकेतकडे तिरस्कारपूर्ण नजर टाकली. सुकेत, रघू आणि शम्स - तिघांना संबोधून अशिष्ट भाषेत, पिचपिचा आवाज या वेळी फक्त त्याच्याच लांबट तोंडातून नाही, तर त्या गोल खोलीच्या रूपात तिथे अस्तित्वात असलेल्या सापाच्या विळख्याच्या रोमारोमातून येत होता, "आमच्याच मेहेरबानीनं ऐकू शकताय, बोलू शकताय.... आणि आठवताय त्या अर्थहीन गोष्टीतल्या लुच्च्या माकडाला, मूर्ख सुसरीला..... विसरा त्या सगळ्या मूर्खासारख्या गोष्टी... सुकेत, तुमच्यासाठी सत्य हे हत्तीवर अधाशासारखी तुटून पडणारी सुसरच आहे; सुसरीच्या घरातून वाचून पळालेला माकड नाही... शम्स मिया, योग्यच विचार करत होतात तुम्ही; तुमच्या स्वप्नात तुमची मान कापली गेली; इथे कुणास ठाऊक काय-काय.... रुबेनसाहेब, मिशनरी स्पिरिटबरोबरच तो लाल-पिवळा इमोटिकॉनसुद्धा लक्षात ठेवा.... अरे हो, सुकेत बाबू ऐका जरा...."

'सुकेतचा सुकेत बाबू.... नक्कीच काहीतरी लबाडी करणार आहे हा...' सुकेतच्या मनात आलं. "आता सरडा मनकवडा आहे तर आहे...... स्वतःच्या मनाच्या आवाजावर कोणी स्वतःच कसं बंधन आणणार? फक्त, मनकवडेपणा सांभाळता-सांभाळता पुन्हा डोळा मारू नकोस, प्लीज!"

"का हो, तुमचा आक्षेप आहे; तर नाही मारत, डोळा.....राहिलं! अहो, माझं तर फक्त इतकंच म्हणणं होतं..."

'असभ्य कितीही असो; कलाकार उच्च कोटीचा आहे.... बघता-बघता गृहलक्ष्मीसारखा बोलायला लागलाय...'

सरडा खरोखरीच गृहलक्ष्मीच्या सुरात बोलण्याच्या भरात होता, "रस्त्यात करुणा-रचना, रचना-करुणा करत होता ना हो; तुम्ही.... रचनाला तर प्रत्येक किल्ल्याला भगदाड पाडता येतं.... नाकोहसलासुद्धा बाटलीत उतरवणं कितीसं अवघड होतं हो त्यांना.... जाऊ द्या, त्यांचं नाव घेऊन तुमचा रक्तदाब कशाला वाढवायचा.... करुणाला कळवलंय हो, बरं का.... आणि हो, तुमचे हे जे मित्र आहेत नं; अरे हे, रुबेन भाऊजी... मनातल्या मनात ज्याला जादूटोणा म्हणतात; तसं काही थोडंच केलंय करुणाताईंशी.... त्यांच्यासाठी तूर्तास तरी जादूटोणा नाही; बस, फक्त थोडंसं धमकावलं, बस्स, अगदी थोडंस हो... च...च... चिडू नका हो..."

गृहलक्ष्मीच्या रोलमधून उडी मारत सरडा लगेच आपल्या मूळ पदावर आला, "चिडून तुम्ही आमचं बिघडवणार काय.... यार, काही खास केलेलंही नाहीये; फक्त हेच, थोडंस अग्निदेवाचं आवाहन करुणा आणि तिच्या साथीदारांना समजवण्यासाठी....डोंट यू वरी... करुणा ठीकच आहे.... अक्कल आली तर या पुढेसुद्धा ठीक राहील.... नाही तर भाऊ....."

अगदी खरं तेच बोलतोय- कटुसत्य.... काय बिघडवणार, काय नुकसान करणार आम्ही यांचं? सुकेत या भयानक स्वप्नात त्या भयानक स्वप्नातून जात आहे - हत्ती हलू शकत नाही.... नारायणाला पर्वा नाही, यमाला घाई नाही... आश्वस्त-सुसर जिभेला मांसाची चव, कानांना आक्रोशाचं सुख मिळायला काहीच अडचण नाही. हत्तीच्या असहायतेचं आणि सुसरीच्या आश्वस्ततेचं सत्य सुकेतच्या जिवात बर्फ तोडणाऱ्या दाभणीसारखं रुतलं.... आतल्या आत सगळं रक्त पिळवटलं गेलं, चेहरा लाजेनं आणि वेदनांनी काळवंडू लागला..."

रचना.... नाकोहसच्या किल्ल्यालासुद्धा भगदाड? की आधीपासूनच? एजंट..?

"कुठवर जाणून घेणार सुकेत, कोण कोण आहेत नाकोहसचे एजंट..." सरड्याचा आवाज ऐकू आला, "कळत कसं नाही.... नाकोहसला पर्यावरण व्हायचंय .... पसरतोय आम्ही हवेत.... घुमतोय आवाजात.... पोहोचतोय नात्यांपर्यंत.... हास्यापर्यंत, रडण्यापर्यंत. काम खूप जलद गतीनं चालू आहे, सुकेत - सर्वत्र, प्रत्येक ठिकाणी.... प्रत्येक व्यक्तीत, प्रत्येक नात्यात..."

प्रत्येक व्यक्ती... म्हणजे...म्हणजे कदाचित रघूसुद्धा , कदाचित शम्ससुद्धा ... नाही, खचितच नाही... का नाही ?.... काय खचितच नाही... काय कळतंय... मी स्वतःसुद्धा का नाही.... काही वेळापूर्वी मी याचकासारखा पाहत नव्हतो का, या गलिच्छ सरड्याकडे? काही वेळापूर्वी वाटत होतं, माझ्या शरीरावर निळे धब्बे आले आहेत.... कदाचित या वेळी माझ्या शरीराचा रंगसुद्धा पिवळा, नारिंगी किंवा हिरवा

तर झालेला दिसत नाही ना?

सुकेतचं धाडस झालं नाही या वेळी आपल्या तळहातांकडे, मनगटांकडे पाहण्याचं. त्याला जळत्या निखाऱ्यांवर उभं राहिल्यासारखं वाटत होतं. सगळ्या बाजूंनी अंगाला जोरदार झळा जाणवत होत्या, खोलीच्या गोल भिंती आकुंचित होत आहेत, छत हळूहळू शांतपणे खाली येत आहे. सुकेतला जणू जिवंत चिणलं जात आहे... तो ओरडतोय. माहीत नाही रघू आणि शम्सपर्यंत आवाज पोहोचतोय की नाही... अरे हे काय होतंय?

शम्स आपल्या जागेवरून हलतोय, रघूसुद्धा. अरे, मी स्वतःसुद्धा! आमच्यापैकी कुणीच एकमेकांकडे जात नाहीये... आम्ही तिघंही नाकोहसच्या सरड्याकडे जात आहोत.... प्रत्येकाला इतर दोघांच्या आधी धावत तिथे पोचायचंय.... का? शेवटी कशासाठी? नक्कीच त्याची शेपटी पकडून खेचायसाठी, त्याची खुर्ची खेचून घेण्यासाठी, आणि कशासाठी?

की....की....की ? या कीच्या पुढे विचार करण्याची सुकेतला हिम्मत होत नव्हती.

खरंच बोलत होता काही वेळापूर्वी नाकोहसचा हा सरडा.... की सुदैवानं माणूस दुसऱ्याच्या मनातलं जाणू शकत नाही. खरंतर स्वतःचं मनही पूर्णपणे जणू शकत नाही.... हा माणसावर अन्याय नाही; सगळ्यात मोठी कृपा आहे परम पिता परमात्म्याची...

सुकेतला स्वतःच्या नावाची लाज वाटायला लागली. कसा सुकेत - सूर्य - आहे मी की...

त्यानं स्वतःच्या रोमारोमात कुणाला तरी आरामात, शेपटी हलवत, चालत, ठुमकत असल्याचं अनुभवलं..... तो चीत्कारला, 'सुसर? माझ्या आत?...'

तिथे सरडा पुन्हा एकदा खुर्ची सोडून उठला होता. या वेळी औदासीन्यापासून खूप दूर; तो आपली ड्यूटी उत्तम प्रकारे निभावल्याच्या उत्साहात होता. पायात थिरक होती, लांबट जबडा सतत आकुंचन-प्रसरण पावत होता, एकसारखा रंग बदलत होता. समाधान चेहऱ्यावरूनच नाही; संपूर्ण अंगातून ओसंडत होतं.... गुणगुणण्यात जाणवत होतं... 'नाकोहस, हो..... नाकोहस... चड्डी फेकून फूल खिला है.... नागवेगिरीचा टूल मिला है... पहिल्यांदाच... पहिल्यांदाच... नाकोहस... नाकोहस....'

गुणगुणतंच त्यानं आधी सुकेतकडे पाहिलं. सुकेतच्या मनातलं त्याला आधीच कळलं होतं. उपहास आणि तृप्तीच्या भावनेनं जीभ लपलपली..... मग लांबट चेहरा रघूकडे वळवला, "तुम्हाला काही बोलायचंय...वेल... माहितीय मला जे तुम्हाला सांगायचंय.... पण तुमचे दोन्ही दोस्त.... यस, बोला मिस्टर रुबेन... यू सी, वुइ आर सो सेन्सिटिव्ह.... ॲन्ड ह्युमन... इफ आय मे ... एनी वे ... चला, तुम्ही बोला ..."

"ऐका, साहेब, असे जादूचे खेळ आम्ही लहानपणी खूप पाहिले आहेत; हल्ली काही वर्षांपासून तर स्थिती अशी आहे की....."

“होतात नेहमीच असे खेळ माझ्यासमोर...” शम्सनं दुजोरा दिला.

“यार, तुम्हा लोकांचं धाडस ; नाही, निर्लज्जपणाची कमाल आहे.... हा खेळ दिसतोय तुम्हाला?” असं म्हणत सरडा पुन्हा खुर्चीवर स्थानापन्न झालेला होता.

“थँक्यू शम्स,” रघू बोलत होता, “मी तुमच्या कोमल भावना दुखावू इच्छित नाही, मिस्टर कॅमेलीयॉन नाकोहस ; पण सर, इतकं तर तुम्हालाही माहीत असेलच की कुण्या एखाद्या काळातल्या मान्यता, रूढी-परंपरा आणि त्यांच्याशी निगडित भावनांना कवटाळून राहिला असता तर मनुष्य आजही नरबळी देत असता.... गोष्ट समजून घ्या नाकोहससाहेब, सत्य कुठे ना कुठे तरी आहे, त्यालाही काहीसा चेहरामोहरा आहे. तो पूर्णतः जाणून घेणं कुणालाच शक्य नाहीये. म्हणूनच त्यावर सतत पुनर्विचार होणं आवश्यक आहे... दॅट इस ब्लासफेमी फॉर यू..... ज्याशिवाय माणूस पुढे जाऊच शकत नाही.... वादावादी व्हावी.... बोलण्याला प्रत्युत्तर बोलण्यातून द्यावं.... गोळ्या का चालवल्या जातात... भावनांच्या नावानं शरीरं आणि आत्मे का आहत केले जातात?”

“मिस्टर रुबेन, ब्लासफेमी मी जाणतो... तुमच्यासारखे ख्रिश्चन जरी...”

“मी ख्रिश्चन घरात जन्मलो नक्की ; पण मी ख्रिश्चन नाहीये...”

“वा, वा.. तुमच्यावर एक चार्ज हासुद्धा आहे की तुम्ही तुमची ओळख लपवण्याचा प्रयत्न करता. त्या दिवशी बिचाऱ्या उमानाथांनी तुमची ख्रिश्चन ओळख असल्याची आठवण करून दिली ... ॲन्ड, यू गॉट पुअर फेलो थ्रोन आउट ऑफ दॅट मीटिंग. सत्य स्वीकारत नाही नं तुम्ही लोकं.... कधी तुमच्या पचनी पडणार ही गोष्ट? तुम्हाला हवी असो वा नसो; तुमची ओळख एक ख्रिश्चन म्हणूनच आहे, मरेपर्यंत राहील, मेल्यानंतरही राहील...” सरड्यानं विचारल्या गेलेल्या प्रश्नाचं उत्तर गुंडाळलं आणि स्वतःचा लांबट चेहरा शम्सकडे वळवला, “बघा शम्ससाहेब, आता तुमचे हे श्रीमान दोस्त नाइलाजानं मला जास्त फुटेज खायला लावत आहेत. प्लीज , डोंट ब्लेम मी... हं, तर मिस्टर रुबेन, तुम्ही कोणत्या काळातल्या गोष्टी करताय कोण जाणे. सत्य असतं; ॲब्सोल्यूट सत्य असतं. जरी त्याचा पूर्ण चेहरामोहरा दिसला नाही तरी....काय यार, शिकले सवरलेले असून असल्या मूर्खासारख्या गोष्टी...”

आवाज आता मास्तरांवाला नव्हता; प्रेमळ सक्तीचा होता; ज्याचा उपयोग पाळीव प्राण्यांशी बोलताना केला जातो, “कधी समजणार हे वास्तव मूर्खांनो की सत्यबित्य काही नसतं; जीत फक्त ताकदीची असते.... इतिहासात पहिल्यांदाच या व्यावहारिक सत्याला प्रत्यक्षदर्शी रूप मिळालंय... रियल कॉमन मॅनच्या रियल लाइफ एक्स्पिरियन्सला फिलॉसोफी मिळालीय. म्हणूनच तर तुमच्यासारख्या डायनोसॉर इंटेलेक्च्युअलना मिरच्या झोंबत आहेत. झोंबू देत साल्यांना... पर्वा कुणाला आहे.... आम्ही मागे सरकणार नाही... काही गरज नाही ब्लासफेमीची... सत्याचा शोध; माय

फुट... सत्य आहे काय ? कांदा... सोलत जा, सोलत जा, प्रत्येक पातीच्या खाली आणखी पात आणि डोळ्यांत पाणी आणणारी जळजळ... फार डेमॉक्रसी-बिमॉक्रसीच्या बढाया मारता तुम्ही लोक; जनतेला फालतू जळजळीच्या त्रासापासून वाचवणं डेमॉक्रेटिक सरकारचं कर्तव्य आहे की नाही?''

रघू काही बोलणार त्यापूर्वीच सरड्यानं हात उचलून गप्प राहण्याचा इशारा केला... काही वेळ तसाच उचलून धरला... पहिल्यांदाच बोटांच्या आकाराकडे लक्ष गेलं... इतकी लांब, पातळ... सुरीसारखी धारदार...

'हा माणूस....सॉरी, सरडा... हा तर फक्त बोटं चालवूनच एखाद्याचे डोळे बाहेर काढू शकतो...' रघूच्या मनात विचार आला, सरड्यानं तो जाणला, ''जिझस! ओ माय गॉड, कशा गोष्टी करता तुम्ही; मिस्टर रुबेन... प्लीज डोंट टेक मी फॉर अ मॉन्स्टर.... मी का कुणी राक्षस आहे.... मी तर सर, तुमच्यापेक्षाही मोठा अहिंसावादी आहे.... पक्का व्हेजिटेरियन, नाही त्याहीपेक्षा वेगन... दूधसुद्धा नाही पीत...''

''सरड्याचं रूप घेतलंय तर किडे-मुंग्या तर चालतच असतील, महाराज...'' शम्सला राहवलं नाही.

''हो, तुमच्यासारख्या किडे-मुंग्या तर चालतातच, शम्स मिया...''

सरड्याच्या आवाजात जाणवणारा परखड थंडपणा, लांबट चेहऱ्याच्या स्थिर भावात जाणवणारे स्पष्ट भाव पाहून तिघंही गारठले.... त्याच स्थिर भावात तो रघूकडे वळून म्हणाला, ''मिस्टर रुबेन, तुम्हा लोकांसारखा मी नाही... जीवजंतूंच्या भावनासुद्धा आहत करत नाही मी.... म्हणूनच तर शाकाहारी... ते सोडा, मी सांगत होतो की... तुमच्या अशा असंस्कृतच नाही तर घातक बोलण्यामुळे, हवेत तुम्ही जे मूर्खासारखं अनिर्बंध विष पसरवून ठेवलंय; त्यापासून जनतेला वाचवणं सत्तेचं, सरकारचं कर्तव्य आहे.... नाकोहस याच कर्तव्याचं मूर्त रूप आहे...''

काहीही न बोलता सरडा काहीसा विचार करत होता, मग एक घोट पाणी प्यायला. जेव्हा पुन्हा बोलू लागला तेव्हा विषय बदलून, ''आत्ताच माझी टर उडवत होता नं की अशी काय चूक केली की मला आवडायला लागलात तुम्ही तिघं...''

आवाजात इतका अनपेक्षित मैत्रीचा स्पर्श होता की हे तिघंही चमकले. न बोलता एकमेकांना डोळ्यांनीच प्रश्न विचारायला लागले. बऱ्याच वेळापासून ते त्या गोल अर्धवट अंधाऱ्या खोलीत होते त्यामुळे आता एकमेकांचे चेहरे त्यांना जवळजवळ स्पष्ट दिसत होते. तिथे सरडा खोलीचं छत बघत होता. हळूच मान खाली आणत तोंडातल्या तोंडात काहीसं पुटपुटला, स्वतःशीच बोलत असल्यासारखा तो त्या तिघांना म्हणाला, ''तुम्हाला काय वाटतं की आम्ही सगळ्यांना अशी सूट देतो; जी तुम्हाला दिलीय? तुम्ही असं समजता का की वरच्याच्या मर्जीशिवाय हे फ्रेंडली इंटरॲक्शन चालू शकत होतं इतका वेळ....''

सरड्यानं एक दीर्घ श्वास घेतला. त्याचा निःशब्द, स्थिर लांबट चेहरा मस्करी करणारा, घाबरवणारा नाही; मानवी आणि सहज सुंदर वाटत होता. तिघांवर फिरणारी नजरसुद्धा त्यांची मस्करी करत नव्हती.... अगदी शम्सवरसुद्धा धारदार अस्त्रांचे वार होत नव्हते.

सरड्याकडून टर उडवली जाणं, शिव्या, तिरस्कार- हे सगळं समजू शकत होतं; पण ही मैत्रीपूर्ण, काहीशी थकलेली नजर .... एकाएकी सुंदर दिसायला लागलेला मौन चेहरा.... भयानक तलखी करणाऱ्या या तप्त रणात कोण जाणे कसे आणि कुठून येऊन आल्हादाचा वर्षाव करत होते; ऋतूच्या सुरुवातीला झिरमिर बरसणारे पिसासारखे हलके हिमकण.... किती वेळ.... किती क्षण...

'आज पुन्हापुन्हा चूक होते आहे ड्यूटीमध्ये.... या तिघांना लवकर आटपू; नाहीतर .:. त्यांचं जे व्हायचं ते होईलच.... मी स्वतः तर नक्कीच मारला जाणार...' सरड्यानं वेळीच स्वतःला सावरलं.

या दरम्यान शम्स बोलला, "आगळीक माफ असावी सरकार.... हे जे समजावण्याचं सत्कार्य तुम्ही करत आहात... या तुच्छ गुन्हेगारांवर इतके उपकार जे तुम्ही केलेले आहेत.... हा सेवक विचार करतोय की जरा आहत भावनावाल्यांनाही समजावलं असतं.... ते काय म्हणतात नं, की चंद्रावर थुंकायला गेलात तर थुंक आपल्याच तोंडावर पडणार.... मग घेऊ द्यात आमच्यासारख्या ठोंब्यांना चंद्रावर थुंकलेलं स्वतःच्याच तोंडावर... स्वतःला का उगाच त्रास करून घेता?"

सरडा हसला, शिरशिरला, रंगसुद्धा बदलले.... पण आता त्याचा थकवा आणि कंटाळा जाणवू लागला होता. 'या तिघा नमुन्यांना लवकरच आटपू' त्यानं ठरवलं होतं..... तरीही शम्सला त्यानं त्याच्याच ढंगात उत्तरं दिलं, "वा...वा...वा... इंटेलिजंट अर्ग्युमेंट.... मानलं बुवा; पण मोहतरम शम्ससाहेब, चंद्राकडे बघत थुंकतच गेलात तर मान आखडणार नाही का? स्पॉन्डेलायटिस नाही का होणार? तुमच्यासारख्या नितांत बुद्धिमान लोकांच्या मानेची काळजी घेणं आमचं कर्तव्य आहे की नाही?" शम्सवर वार करण्यात सरड्याला सुरुवातीपासूनच मजा येत होती..... त्यानं डोळा मारण्याऐवजी स्थिर नजरेनं शम्सकडे पाहिलं, "स्वप्न विसरलात मोहतरम, महान बुद्धिमान... शम्स बहादूर..." सुकेतकडे चेहरा वळवून डोळा मारला, चिडून सुकेतनं नजर वळवली; तरीही सरड्याच्या आवाजापासून सुटका कुठे; तो तर तिघांनीही ऐकला, "पाहताय न सुकेत सर, आम्ही तुम्हा लोकांच्या माना स्पॉन्डेलायटिस होण्यापासून वाचवतो आणि तुमचे मित्र समजतात की आम्ही गिलोटिन चालवतो.... व्हॉट अ थँकलेस जॉब.... नो, रुबेन साहेब? ओ गॉड..."

रघू, शम्स आणि सुकेत - तिघंही गप्प. समजत नव्हतं की नेमकं बोलावं तर काय! फक्त ऐकत होते, सरडा बोलतच होता, "तुम्ही लोकं हाच विचार करताय

नं की..... येशू ख्रिस्ताचं उदाहरण द्यायचं की नचिकेताचं... उदयनचं की इब्ने सिन्ना इज्तिहादीचं, की वाल्टेयरचं की लाओत्सेचं.... कबीर आणि मीराची नावं तर तुमच्या मुखातून आत्ता बाहेर पडतील की नंतर..... साहेबांनो, तुम्हा तिघांचा लेख 'राइट टू ब्लासफेमी' खूप लक्षपूर्वक वाचला गेलाय नाकोहसकडून, 'ब्लासफेमी म्हणजे धर्म आणि परमेश्वराच्या बाबतीत उर्मटपणा करण्याचा माणसाला अधिकार तर आहेच; शिवाय मानव समाजाच्या प्रगतीसाठीची ती आवश्यकता आहे...' हेच म्हणणं आहे नं तुमचं त्या अत्यंत कन्फ्युजिंग हेन्स मॉरली-रिपग्नंट-अॅन्ड-सोशली-डेंजरस लेखात? त्या लेखानंतर आमच्या कार्यवाहीचा तुमच्यावर काहीच परिणाम झाला नाही. म्हणूनच तर या विशेष इंटरअॅक्शनसाठी तुम्हाला बोलवावं लागलं...."

त्या लेखानंतर नाकोहसची कारवाई? तिघांनी एकमेकांना डोळ्यांनीच प्रश्न केला, 'यार ज्या नाकोहसचं यापूर्वी नावसुद्धा ऐकलं नव्हतं.... त्यानं आपल्याविरुद्ध कारवाई केलीसुद्धा?'

ब्लासफेमीवाल्या लेखानंतर तिघांना बऱ्याचदा मार खावा लागला होता, घरांच्या दरवाजांवर अश्लील शिव्या आणि गलिच्छ चित्रांचा प्रसादसुद्धा मिळाला होता. आपापल्या धर्मातल्या नरकात जाण्याच्या सूचना; आणि स्वतः जाऊ न शकल्यास पाठवण्याची तत्काळ व्यवस्था केली जाईल, असं आश्वासनसुद्धा तिघांना मिळालं होतं. त्या वेळी वाटत होतं की लोकांना वेड लागलंय; आज कळतंय की हे वेडसुद्धा पद्धतशीर होतं-मेथड इन मॅडनेस... नाकोहस.... आहत भावना आयोगाची पद्धत.

"एक मिनिट, एक मिनिट..."रघू सरड्याला म्हणाला, "मिस्टर कॅमेलियन नाकोहस, तुम्ही कोणत्या देवाला मानता?"

"मूर्खासारखा प्रश्न आहे हा..." तत्काळ उत्तर मिळालं.

"प्रश्न मूर्खासारखा आहे; तरी त्या लेखानं तुम्ही इतके आहत झालात?"

"आम्ही आहतबिहत होत नाही मित्रा, आम्ही करतो...." सरड्यानं पहिल्यांदाच रघूला मिस्टर किंवा साहेब म्हणण्याऐवजी अनौपचारिक संबोधलं होतं, देवबिव नाही; आमचं तात्पर्य पॉवरशी आहे... मॅनेजमेंटशी.... आमचं मॅन्डेट तर फक्त हे आहे की कुणाच्याही भावना आहत होता कामा नयेत.... फार डेमोक्रेटिकबिमोक्रेटिक बनता नं तुम्ही लोकं..... डेमोक्रसीत नाकोहसचं योगदान अॅप्रिशिएट करण्यात तुमच्या ढुं....."

त्या तिघांच्या बाबतीत बेदरकार होण्याच्या बेचैन प्रयत्नांत सरडा पुन्हा असभ्य भाषा वापरायला जात होता, 'नाकोहस प्रवक्त्याला न शोभणारं आहे हे वर्तन,' मनोमन स्वतःला फटकारत त्यानं पुन्हा जबाबदारी सांभाळली, "प्रत्येक ओळख, प्रत्येक अस्मिता, प्रत्येक ग्रुप आपले हिशेब स्वतःच करायला लागले... भावना आहत करणाऱ्यांचा स्वतःच समाचार घ्यायला लागले तर जंगलराज नाही का माजणार या देशात? अरे बाबांनो, नाकोहस त्याचसाठी तयार झालाय की प्रत्येक

काम सुव्यवस्थितरीत्या पार पडावं..... आठवा, ती फिल्म होती नं अरे तीच विन्ची-फिंची... ख्रिश्चन धर्मगुरूंकडून पास करून घेऊन रिलीज करू दिली होती... त्या असभ्य लेखकाला तिथे लिटफेस्टमध्ये येऊ दिलं नव्हतं, मुस्लिम भावनांचा प्रश्न होता.... चिडून का असेना; शम्ससाहेब तुम्ही बोलता अगदी योग्यच..... सेक्युलॅरीझम आहत भावनांची ॲम्ब्युलन्सच आहे... आणि नाकोहस सेक्युलॅर, डेमोक्रेटिक कॉन्शसचं हल्लीचं देहधारी रूप आहे... प्रत्येकावर नजर असते... ठेवावीच लागते... जरा दुर्लक्ष झालं की कचरा पसरलाच... आता पाहा नं; काल-परवाच तो एक कीटक... ओ आय'म सॉरी...''

'सॉरी' शब्दाचा उपयोग अर्थहीनपणे फक्त एखाद्या पालुपदासारखा केला जाऊ शकतो हे या तिघांना, आपल्या सगळ्यांसारखंच माहीत होतं; पण तो शब्द नेमक्या उलट्या अर्थानं वापरला जाण्याचा अनुभव नवा होता. 'सॉरी' म्हणणारा सरडा शम्सकडे त्याची मजा उडवण्याच्या दृष्टीनं नाही, तर त्याला खाऊ की गिळू अशा नजरेने पाहत होता.... त्याचं बोलणं चालूच, ''हं, तर ते जे मोहतरम प्रोफेसर आहेत; त्यांना रामायणावर बोलण्याची हौस होती; त्यांना शिकवावं लागलं... बाबा, मुसलमान आहेस.... तुझं काय देणंघेणं रामायणाशी... भलत्या फंदात पडू नकोस...''

शम्स या वेळी सरड्याच्या गोल, मिचमिचित डोळ्यांच्या, फडफडणाऱ्या लांबट चेहऱ्याच्या आणि लपलपणाऱ्या जिभेच्या अगदी समोर होता, ''शम्ससाहेब... तुम्हालासुद्धा 'रामचरितमानस'मधले बरेच भाग पाठ आहेत नं... लहानपणी रामलीलामध्ये रोल केला होता नं.... सुधरा... तुम्हालासुद्धा तर समजावण्यात आलं होतं.... स्वतःच्या गुर्मीत मूर्ख ठरवलंत समजावणाऱ्यांना. आशा आहे, या पुढे तुम्ही, रुबेन साहेब, सुकेत सर तुम्हीसुद्धा समजाल की रचना असो, उमानाथ असोत, किंवा शम्स साहेबांना उपदेश देणारे ... काम नाकोहसचं करत आहेत.... यापुढे लक्षात ठेवा....''

सुकेत आणि रघूसारखं द्विधा मनाने नाही; शम्स पक्का नास्तिक होता. मुस्लीम धर्मच नाही; प्रत्येक धर्माच्या बाबतीत नास्तिक... पण धर्मावर आधारित कला आणि कवितांच्या माध्यमातून ज्ञान मिळवण्यात नास्तिकपणा बाधक ठरतो का? कुराणातल्या कवितांवर काय फक्त मुसलमानांचा हक्क आहे? 'का विसरलास माझ्या बापा, मला...' सलीबला कळवळून विचारणाऱ्या येशूच्या आवाजात काय फक्त ख्रिश्चनांची वेदना आहे? आपल्याच पित्याच्या तोंडून 'मृत्युत्वे त्वां दास्यामि' ऐकणाऱ्या नचिकेताची जिज्ञासा आणि क्लेश का फक्त हिंदूंचे आहेत? तथागतच्या 'लोकानुकम्पाय'मध्ये प्रवेशाची परवानगी काय फक्त बुद्धांना आहे? आकाशाला तबक आणि चंद्र-सूर्यांना दीपक बनवून केल्या जाणाऱ्या आरतीचा महिमा काय फक्त शिखांसाठी आहे?

डोकं चक्रावून गेलं..... पहिल्यांदाच, हो, पहिल्यांदाच.... उत्साही, आनंदी मन साथ सोडत असल्याचं जाणवलं.....

'रामचरितमानस'मधला पुष्पवाटिका आणि स्वयंवराचा प्रसंग शम्सला खूप प्रिय होता. 'कंकण, किंकिणी, नूपुर धुनि' - त्या संपूर्ण प्रसंगाचं शब्द-संगीत त्याच्या मनात व्यापलेलं असायचं. या वेळी सरड्याचं बोलणं ऐकत असलेल्या, त्याच्या लांबट चेहऱ्याच्या अगदी समोर उभ्या असलेल्या शम्सचं हृदय कोणीतरी मुठीत घेऊन चिरडत होतं..... तर या नाकोहस काळात काय केवळ मी मुसलमान आहे म्हणून... त्या दोह्यात बद्ध शब्दचित्र 'उदित उदयगिरी मंच पर रघूबर बाल पतंग...' माझ्या मनाच्या चक्षूंना हा बाल सूर्योदय पाहण्यासाठी नाकोहस आणि त्याच्या एजन्टांची परवानगी घ्यायला हवी का?.... ते पुष्पवाटिकेचं दृश्य... 'तजे निमी दृग अंचल'..... पापण्यांच्या कार्याचे देवता निमी जनकाचे पूर्वज होते; अशासाठी तिथून निघून गेले की आपल्याच मुलांच्या प्रणय-एकांतात आपण कसं थांबणार.... सीता आणि रामाच्या पापण्या लवायला विसरल्या.... हे दृश्य आठवल्यावर पाणावणाऱ्या माझ्या पापण्या नाकोहस राजमध्ये ओरबाडून घेतल्या जाणार? रामलीलेपासून.... शरयूपासून... अयोध्येपासून.... गंगा, गोदावरी, तिस्ता, साबरमतीपासून.... हिमालय आणि सह्याद्रीपासून मला निर्वासित केलं जाणार? बहुधा 'हू वॉज मिस्टर कबीर'च नाही; तर हू वॉज मिस्टर रसखान', हू वॉज मिस ताज', 'हू वॉज मिस्टर जायसी' असं विचारण्याची वेळ शेवटी येऊन ठेपलीय का?....या सगळ्यांचं पुनर्धर्मांतर करण्याची वेळ जवळ आलीय का?

शम्सच्या डोळ्यांच्या कडांवर आलेल्या अश्रूंच्या थेंबांच्या रूपात उतरलेलं औदासीन्य.... आवळले जाणारे ओठ.... ओघळलेला चेहरा.... कपाळावर उमटलेल्या आठ्या.... क्षणभरासाठी मिटले डोळे .... जेव्हा उघडले तेव्हा शरणागती पत्करलेल्या योद्ध्यासारखी मित्रांकडे पाहणारी नजर...

"नाही.... शम्स, नाही..." रघूचा आवाज.

"ऐशीतैशी या सरड्याची आणि त्याच्या नाकोहस बापाची...." सुकेतचा स्वर.

"उगाचच आसवं गाळण्याचं आणि पुसण्याचं सेन्टिमेंटल नाटक इथे करू नका, यार!" सरडा नाराज कमी, बेचैन जास्त वाटत होता, "स्वतःचे सेन्टिमेंट्स दुखावले तर रडून दाखवता... दुसऱ्यांच्या.... किती वेळापासून तुमच्या टणक टाळक्यात छिद्र करून अक्कल घुसवण्याचा प्रयत्न करतोय... खरंतर तुम्ही तुमच्या अभिव्यक्तीला अभिव्यक्ती म्हणता आणि दुसऱ्यांच्या अभिव्यक्तीला मारपीट... अक्कल-हुशारीची गोष्ट समजूनच घेत नाही. तुमचेच काही सोबतीसुद्धा आता तसं करायला लागले आहेत, अक्कलहुशारीच्या गोष्टी; पण तुम्ही जिथल्या तिथेच; बद्दड डोक्याचे कुठले! ते म्हटलं होतं नं कुणीसं.... अरे त्याच पॅरिसवाल्या भानगडीत.... ज्यांच्या सांस्कृतिक अभिव्यक्तीवरच बंधन घातलं गेलंय; ते बिचारे गोळ्या चालवणार नाहीत तर करणार काय? काही समजलं रुबेनसाहेब, बोलणं आणि गोळ्या घालणं

यातलं नातं.... ? समजा यार... अयातुल्लाहपासून पोल पाटपर्यंत किती लोक समजवायला बसले आहेत.... पण, बस्स, नाही समजून घेणार..... नाही सुधारणार..... तुमच्यासारख्या बेफिकीर लोकांची बदमाशी हीच आहे की, स्वतः बोलून नेम साधता आणि अपेक्षाही करता गोळी तुमच्यावर बरसायला नको.... आता आणखी नाही.... आता याचा बंदोबस्त खरोखरीच झालाय... नाकोहस इज इन प्लेस.... आता हे चालणार नाही की....''

कडक शब्दांतून बाहेर पडण्याचा प्रयत्न केला सरड्यानं.... पुन्हा डोळा मारला, शरीर शिरशिरवलं, पुढे गोड आवाजात बोलण्याचा प्रयत्न केला, ''आता यापुढे नाही.... हा अन्याय आणखी नाही की तुम्ही बक-बक कराल तर ती साली अभिव्यक्ती; आम्ही काही केलं, वळवळायला लागता. तुमची बोली ही बोली आणि आमची चीड तुम्हाला वाटते गोळी- आँ? तुमचं रक्त हे रक्त आणि आमचं रक्त पाणी आहे - आँ?''

मजेमजेत जरी बोलत असला तरी सरडा आता खरोखरीच थकत चालला होता. बोलणं संपवताना त्याच्या आवाजात हार जाणवत होती, ''ठीक, आता फार झालं यार...फार.. फार.... वैताग दिलात तुम्ही तिघांनी...''

रघू विचार करत होता; सरड्याला किती ज्ञान आहे.... फक्त घ्यायची म्हणून नावं घेत नाही; ज्याचं नाव घेतोय त्याच्या संदर्भात आणि ज्याचं नाव घेतल्याशिवाय निर्देश करतोय त्याच्याही बाबतीत बरंच जाणून आहे, हा विचित्र जीव! समजा, अगदी फक्त नावच माहीत असेल तरी, ज्या युगात स्वतःला लेखक आणि बुद्धिजीवी समजणारेसुद्धा नाटकातल्या विनोदी पात्रासारखे ज्ञानाची आणि शिक्षणाची टर उडवतात; त्या जमान्यात....तेही नाकोहसच्या प्रवक्त्याकडून!

''यार, सुकेत...'' आवाजावर कुणास ठाऊक पुन्हा कोणत्या क्षणी बंधन घातलं जाईल, ''आपले सरडे मास्तर नाकोहसच्या फिलॉसॉफीचेच नाही, आपल्यासारख्या नगण्य माणसांच्या आचारविचार, साहित्य, कला वगैरे विषयीसुद्धा बरेच जाणकार आहेत... इम्प्रेसिव्ह इंडिड... नाही का?''

''जाणकार? बॉस, मला तर असं वाटतंय की सर स्वतः या जॉबमध्ये येण्यापूर्वी आपल्या पेशातच होते.... विचारून पाहा... खात्रीने... सर इथे बस्तान बसवण्यापूर्वी स्वतः इंटेलेक्च्युअलच असणार...''

''शक्य आहे, कविबिवीसुद्धा असतील... ''शम्सनं स्वतःला सावरलं होतं, ''हेही शक्य आहे, शेर अजूनही ऐकवत असतील.... सरडे नाकोहसजी या टोपणनावानं...''

खोलीत अचानक कंप जाणवला. ''गप्प बसा... मूर्खांनो....'' इतक्या जोरात ओरडला सरडा, की तिघंही घाबरले. या वेळी सरड्याचा राग खरोखरीच घाबरवणारा

होता. त्यानं खुर्चीवरून उसळून मंचावर उडी घेतली होती.... मनुष्यासारख्या फेऱ्या मारण्याऐवजी तो सरड्यासारखा सरपटत होता. सरपटत नव्हता; इथून तिथे उधळत होता. पहिल्यांदाच त्याची शेपूट दिसत होती- चाबकासारखी फटकारणारी.... संपूर्ण शरीर संतापानं बेभान! लांबट चेहऱ्यावर संतापाचा लाल रंग इतका गहिरा झाला होता; जणू दुसरा कोणता रंग घेणं चेहऱ्याला माहीतच नव्हतं! क्षणाक्षणाला आणखी गडद होत जाणारा लांबट चेहरा तो नागाच्या फण्यासारखा वर उचलत होता. बहुधा त्याला त्या तिघांनाही नागासारखाच दंश करायचा होता; पण तो लाचार होता. स्टेजवरून उतरून आरोपींपर्यंत येणं म्हणजे नाकोहसच्या प्रोटोकॉलचं उल्लंघन झालं असतं. तो फक्त फुत्कारत होता, ''यू बास्टर्ड्स.... कीप युअर फिल्दी माउथ शट... आय अभोर एव्हरी थिंग ऑफ माय पास्ट.... भूतकाळातल्या प्रत्येक क्षणाचा, प्रत्येक आठवणीचा तिरस्कार आहे माझ्या मनात.... बुद्धिजीवी, कवी...माय फूट.... यू बास्टर्ड्स.... मूर्खांनो... हरामखोर कुठले...''

इतकं अचानक होतं हे सगळं, की तिघांचंही बोलणं कुठलंही बंधन घातलेलं नसतानाही बंद झालं. विचारच करू शकत नव्हते की नाकोहस प्रवक्त्याला खऱ्या सरड्याप्रमाणे सरपटताना... तडफडताना... शेपटी आपटताना पाहू शकू! कल्पनाच केली नव्हती की सरडा एखाद्या क्षणी असा अस्ताव्यस्त होईल! ऑफिसरी खाक्यातल्या मनुष्य देहधारी सरड्याच्या तोंडून शिव्या अशा इतक्या टिपेतल्या आवाजात, इतक्या तिरस्कारासह निघतील! तिघंही अवाक... अधूनमधून फक्त एकमेकांकडे बघत होते... चकार शब्द नाही.

रघू आणि शम्सच्या चेहऱ्यावरून कळत होतं की त्यांच्या मनातही तीच गोष्ट आहे जी सुकेतच्या मनात आहे- हे एक स्वप्न आहे, जे मी पाहतोय, इतर दोघं माझ्या स्वप्नात आहेत.... बस्स, फक्त थोडा वेळ....झोपेतून जाग येईल, स्वप्न भंगेल आणि मी इतर दोघांना गमतीत सांगेन की स्वप्नात सरड्यानं आपल्याला किती घाबरवलं... आपण त्याला किती त्रास दिला... भूतकाळातल्या आठवणींचा किंचितसा स्पर्श होताच सरडा कसा तडफडला... पाहा, कसा हरून पडलाय... आहत भावनांची ॲम्ब्युलन्स ड्राइव्ह करता करता स्वतःच स्ट्रेचरवर जाऊन पडलाय... व्हॉट अ थॉट प्रोव्होकिंग ड्रीम... दुःस्वप्न... पण किती रोमांचक... खरंतर मजेशीर... बोलवीन दोघांनाही की चला, आज रात्री पुन्हा जाऊ, एकत्रच... नाकोहसच्या मैत्रीपूर्ण चर्चासत्रात....

सरड्याची बेचैनी हळूहळू कमी होत होती. त्याच्या सरपटण्यातली तडफड कमी झाली, लांबट चेहऱ्यात दुसरे रंग दिसायला लागले... शेपटी फडफडण्याऐवजी ठुमकायला लागली. काही वेळातच स्थिरसुद्धा झाली. आता त्याचे श्वास नियमित होत आहेत. सरडा पुन्हा मानवी पायांवर उभा राहत आहे.... उभा राहिलाय ... बऱ्याच प्रमाणात स्वतःला सावरलंय; पण 'प्रत्येक क्षणाचा... प्रत्येक आठवणीचा....'

सारखी थोडीशी पुटपुट त्याच्या तोंडून निघालेली अजूनही ऐकू येतेय. तो खुर्चीच्या हातांचा आधार घेतोय.... डोळे नशेत असल्यासारखे वाटत आहेत...बस्स, थकून कसाबसा खुर्चीवर बसलाय.... डोळे क्षणभर उघडून या तिघांकडे पाहिलंय... पुन्हा मिटून घेतले आहेत.

ज्याच्यामुळे आत्तापर्यंत किळस तरी येत होती, नाहीतर राग तरी येत होता किंवा भय वाटत होतं... तोच सरडा स्वतःच्या भूतकाळातल्या आठवणींचा तिरस्कार करताना, त्यांच्या फक्त उल्लेखानं शिव्या देताना, रागानं बेभान होताना किती दयनीय वाटत होता!

खोलीत कुणास ठाऊक किती वेळ; अत्यंत शांतता होती.

भंग केली सरड्यानंच; स्वतःला सावरल्यावर.... इतका वेळ डोळे मिटल्या मिटल्या कोण जाणे कोणत्या क्रिया-प्रक्रिया आतल्या आत केल्या होत्या की आता बिथरल्याच्या कोणत्याही खुणा ना आवाजात होत्या ना डोळ्यांत.... परत आला होता तो आकर्षक कठोरपणा, आत्मविश्वासाची चमक... तीच मस्करी.

"हं, तर मिस्टर रुबेन, काय म्हणत होता तुम्ही? आहत भावनावाले चर्चा का करत नाहीत... मारपीट का करतात... असंच नं? खरंतर तुम्हा लोकांच्या आकलनशक्तीच्या बाहेरची आहे ही गोष्ट. तुम्हाला काय कळणार आपल्या कार्यसिद्धीनंतर वाटणाऱ्या गर्वाची जाणीव; जी त्या वेळी होते; जेव्हा तुम्ही स्वतःच्या भावना आहत झाल्याचा दावा करत एखाद्याला बडवत असता, कुणाकरवी बडवून घेत असता.... खरं वाटत नाही नं... मग कधी स्वतः अनुभव घेऊन पाहा... मजा नाही, फक्त एकदा कधीतरी ते सुख...आहाहा... वा... ते सुख ...घेऊन पाहाच! आहा...आहा... इट्स ऑलमोस्ट इरॉटिक.... यू सी..."

नर, मग तो सरडा असो की मनुष्य.... आपल्या रागाचा, आपल्या कुचंबणांचा, आपल्या निराशेचा निचरा होण्याचा मार्ग सेक्समध्ये शोधतो.... हा तर सरड्यासारखा मनुष्य, मनुष्यासारखा सरडा होता... काही वेळापूर्वी संतापानं बेफाम झाला होता, आता?

काही वेळापूर्वी त्याचे डोळे या लोकांपुढे उघडं पडण्याच्या चिंतेनं मिटले गेले होते.... आत्ता एखाद्या 'ऑलमोस्ट इरॉटिक' क्षणाच्या आठवणीत मिटत होते, "माझ्या भावनांना दुखावणाऱ्या, तुला तर मी ओह...आह...तुझी तर मी...आह... अरे मूर्खांनो तुम्हाला काय कळणार किती मजा आहे यात - आहा...आहा..ओह..." थोड्या वेळापूर्वीची स्थितीच नाही; नाकोहसचा सरडा या वेळी सुकेत, रघू आणि शम्सची उपस्थितीसुद्धा विसरला होता. त्याच्या मुखातून निघणारे उसासे, लांबट चेहऱ्यावर पसरलेला आनंद, लपलपणाऱ्या जिभेवर चमकणारी तृप्ती अशी होती जणू तो एखाद्या कामातुर स्त्रीबरोबर सेक्सचं सुख उपभोगत आहे.

रचनासुद्धा तर... प्रेमाच्या अशा काही गोष्टी करायची- पन्नासच्या दशकातल्या फिल्ममधल्या अत्यंत सेन्टिमेंटल नायिकासुद्धा मैदान सोडून पळून जातील; आणि तिचे कटाक्ष? जणू एखादी धारदार सुरी त्वचा छेदून मांसापर्यंत पोहोचावी. तो कटाक्ष मग गोल गोल फिरवत ताज्या घावांवर मीठमिरची टाकायची!

जसा आहत भावनांचा व्यवसाय करणारे दावा करतात तसाच तीसुद्धा दावा करायची- दोष त्याचाच आहे, ज्याच्या मांसावर सुरी खुपसली जात आहे, ज्याच्या जखमांवर मीठमिरची भुरभुरवली जात आहे... ती तर बिचारी स्वतः आपल्या भावना आहत झाल्यामुळे दुःखी आहे.... हे सगळं करताना तिला सुखसुद्धा तसंच मिळायचं; जशा सुखाच्या आठवणी या सरड्याच्या मुखातून उसासे काढत आहेत, चेहऱ्यावर आनंद पसरवत आहेत. कटाक्षांच्या सुऱ्या सुकेतच्या शरीरावर चालायच्या.... रचनासाठी निरुपयोगी ठरल्यानंतर... आत्ताच आठवण करून दिली तर होती नाकोहसच्या सरडेसाहेब बहादुरांनी, 'ज्या गोष्टीची इमिजिएट युज व्हॅल्यू नसेल; त्याची फक्त थ्रो व्हॅल्यू असते....'

वा बेट्या, आला नं सरडे नाकोहसवाल्याच्या कचाट्यात! मान्य करायला लागलास नं नाकोहसला सर्वव्यापी! अरे, रचनाची निश्चिंत, क्रूर आत्ममुग्धता तिची स्वतःची होती. रचनाच्या अनोख्या, ज्ञान देई, जीव घेई रंगबदलत्या कलेचं श्रेय या सरड्याला देणं म्हणजे खूप मोठा अन्याय ठरेल तिच्यावर- खूपच मोठा.... .

सुकेत आपल्या मनात गतदिवसांकडे पाहत होता, आणि बाहेर...

सरड्याच्या आवेशात उसासण्यात आणखीही काही आवाज मिसळत होते... सापाच्या वेटोळ्यासारख्या गोलाकार खोलीत प्रत्येक भिंतीवर, छतावर... एकावर एक पडलेल्या चेहऱ्यांचा गोंधळ ऐकू येतोय. गट्टूराम, निर्विकार, कार ड्रायव्हर..., रघूला शिंगांवर पकडून आणणारा इमोटिकॉन, शम्सला रस्त्यावर दिसलेली प्रेतं आणि डाकिणी... सुकेतच्या स्वप्नात हत्तीचा चावा घेणाऱ्या सुसरी...नाकोहसकडे येताना रस्त्यात दिसलेली गॅसची तयार झालेली भुतं-प्रेतं..... शम्सला उचलून नेण्यासाठी टपलेली घार... आणि आणखी कुणास ठाऊक कोण कोण डझनावारी सगेसोयरे गोंधळ घालत आहेत.... नाचत आहेत..... अगदी सरड्यासारखंच आह-ओह करत आहेत. स्वतः सरड्यानं खुर्ची सोडलेली आहे... डोलतोय... पण मंचावरून अजूनही खाली उतरलेला नाहीये... अशा इरॉटिक क्षणीसुद्धा त्याला प्रोटोकॉलचं भान आहे... तो, त्याचे सहकारी, सेवक आणि एजंट्स - सगळेच कसे अभूतपूर्व धुंदीत नाचत आहेत- डोलत आहेत. आक्रमक गोंधळाचे आवाज कोपऱ्याकोपऱ्यात तरंगत आहेत.... "आहा...आहा...मजा आली... आहा...आहा... ओय.. ओय... आणखी प्लीज... आणखी.... आणखी बदडा, ठोका नं .... अरे ; याला का सोडलं... हाणा नं.... इकडेसुद्धा ..... इथे ही... हं... ठोकत जा, बस्स,

मारत राहा फक्त...'' मादक उत्तेजना क्षणोक्षणी वाढत जातेय..... श्वासाचा वेग वाढतोय... खोलीत घुमतोय...

प्रतिमा भिंती आणि छतापुरत्या सीमित न राहता खोलीत तरंगत आहेत.... भिंती टीव्हीच्या पडद्यात रूपांतरित होत आहेत.... एखाद्या भिंतीवरच्या पडद्यावर आरडाओरड करणाऱ्या खिडक्या आहेत; तर एखाद्यावर कृपाभिषेक होत आहे, कुठे पॅनलिस्ट कुस्ती खेळत आहेत; तर कुठे अँकर बॉक्सिंग करत आहेत.... कुठे लोकप्रतिनिधी नोटांचे गठ्ठे दाखवत आहेत; तर कुठे कुणी ऑफिसर लोक चमचमत्या रुबीच्या अंगठ्या आणि रोलेक्सची घड्याळं दाखवत आहेत. इथे गट्टूराम आणि निर्विकार सुकेत समोर ठुमकत नाचत आहेत, ''नाकोहस हो, नाकोहस... पहिल्यांदा, हो पहिल्यांदा...'' शिंगवाला इमोटिकॉन रघूसमोर शिंग नाचवतोय, रघूचा चेहरा रागानं विकृत होतोय.... शिंगवाला इमोटिकॉन अत्यानंदानं जोरजोरात पिचपिचत आहे.... घार शम्सच्या भोवती घिरट्या घालत आहे; त्याला उचलून घेऊन जाण्याचं नाटक करत आहे.... शम्स इच्छा असूनही डोळे मिटून घेऊ शकत नाहीये. त्याच्या पापण्या स्थिर केल्या गेलेल्या आहेत.... सुकेतच्या जवळपासच नाहा, तर त्याच्या नसांमध्येसुद्धा सुसरीच्या शेपट्या वळवळत आहेत... सुकेत तडफडूही शकत नाहीये, त्याचे हात-पाय बधिर झाले आहेत....

नाचणाऱ्यांमध्ये आता कुणी आहा...आहा... ओय.. ओय... बरोबरच 'अक्कड-बक्कड बंबे बो' मोठ्यानं म्हणत आहे; तर कुणी 'चड्डी फेकून फूल खिला है' गुरगुरतंय.... नाकोहसच्या या दोन गाण्यांमध्ये आरडाओरड करून एकमेकांना मात देण्याची स्पर्धा चालू आहे....

शेवटी, हळूहळू सगळे आवाज, हालचाली कमी कमी होत आहेत..... सरडा नाचत डोलतच हळूहळू पुटपुटतोय, 'नाकोहस...नाकोहस...' त्याच्या इतर साथीदारांचे आवाज आणि हालचालीसुद्धा हळूहळू कमी होत आहेत... थकवा नाही; संभोगानंतरची तृप्त ग्लानी आहे ही.... अगदी तसाच श्रांतपणा आहे हा; जसा अत्यंत आवेशात, संभोगाच्या परमोच्च क्षणी तृप्त झालेलं युगुल अनुभवतं....

आवेशपूर्ण आवाजाच्या तीव्रतेच्या जागी खोलीत तृप्त ग्लानीचा रस घुमत आहे: 'नाकोहस...नाकोहस... आहा...आहा... ओय.. ओय... नाकोहस...... नाकोहस...'

सहा

इंटलेक्च्युअल असणे पाप आहे
टेक्नेक्च्युल सर्वांचा बाप आहे

डोळे उघडले ते कण्हतच..... बिछान्यातून उतरायचं होतं सुकेतला... हे काय? पाय साथ देत नाहीत, गुडघे दुमडत नाहीत; जणू लॉक केले गेले आहेत! आ... किती या वेदना...का? कशा? ठीक आहे, वेदनांचं बघून घेता येईल... भयानक दुःस्वप्नांपासून मुक्ती तर मिळाली... थँक गॉड!

वेदनांनी तळमळणाऱ्या सुकेतने पुन्हा प्रयत्न केला; कसंही करून पाय जमिनीवर टेकवण्याचा आणि तेव्हा त्याचं लक्ष गेलं, 'अरे, मी मी झोपलो बेडरूममध्ये होतो; जागा झालोय ड्रॉइंगरूमच्या दिवाणावर... म्हणजे.....म्हणजे... बौनैसरांनी मला बेडरूममधून उठवून नाकोहससमोर उभं करून नंतर इथे आणून फेकून ते निघून गेले... हे परमेश्वरा...'

पायातल्या वेदना सुकेतच्या मनात पसरणाऱ्या थरारापुढे फिक्या पडल्या.... .

'म्हणजे....म्हणजे.... ते स्वप्न नव्हतं..... असं तर नाही की मला कळलंच नाही आणि झोपेत चालण्याच्या आजारानं मला घेरलंय... झोपलो तिथे, झोपेत चालत-चालत इथे येऊन पडलो.... बरं, पण झोपेत चालणाऱ्यांच्या बाबतीत असंही घडतं का, की झोपेत चालता चालता गुडघे मोडतील, किंवा लॉक होतील आणि कळणारही नाही....'

सुकेतनं धडपडत उठण्याचा प्रयत्न केला... दिवाणावर पडला... 'आई...गं.... अरे बापरे..... पण उठायला तर हवंय नं....' दातांवर दात घट्ट धरून वेदना सहन करत तो कसातरी उठून उभा राहिला.... खिडक्यांचे पडदे पडलेले होते, बाल्कनीचा दरवाजा रात्री ठेवला होता तसाच अर्धवट उघडलेल्या अवस्थेत होता... बाल्कनीत उन्हं आली होती. अर्धवट उघड्या दरवाज्यातून येणाऱ्या उन्हाची एक तिरीप दिवाणापर्यंत पोहोचली होती. बहुधा त्याच गर्मीनं आली असावी जाग... कॉलनीतल्या हालचालींचे आवाजसुद्धा खोलीत येत होते; पण त्यापेक्षा जास्त जवळून आणि मोठा आवाज होता टीव्हीचा.... म्हणजे....म्हणजे... रात्रीच्या सगळ्या प्रयत्नांनंतरही बंद झाला नव्हता नं टीव्ही... तर... म्हणजे...म्हणजे... सुकेतनं नजर टीव्हीकडे वळवली..... पडद्यावर तशा तर नेहमीच्याच बातम्या चालू होत्या... अगदी तशाच, जशा नेहमी असतात; म्हणजे बातम्या दोन मिनिटं, जाहिराती बारा मिनिटं. बातम्यांच्या नावाखाली खून, सेक्स आणि प्रामाणिक-अप्रामाणिकपणाचे चटकदार किस्से... पण, नवी गोष्ट ही, की पडद्यावर चारही कोपऱ्यांत तऱ्हेतऱ्हेचे इमोटिकॉन सतत नाचत होते... ब्रेकच्या कालावधीत संपूर्ण पडदा व्यापत होते. प्रत्येक दोन जाहिरातींच्या मधला रिकामा वेळ त्यांच्याच मदोन्मत्त नाच-गाण्याच्या हवाली होता... 'पहिल्यांदाच हो, पहिल्यांदाच'.... इमोटिकॉन नाचत होते, गात होते, 'पहिल्यांदाच कळलंय, चड्डी काढून फूल खिला है, नागवेगिरीचा टूल मिला है; पहिल्यांदाच, हो,

पहिल्यांदाच...’

आणखीही एक गाणं होतं. गाणं कसलं, तेच वाक्य किंवा घोषवाक्य सुरात ऐकवलं जात होतं; ज्यात शम्स आणि रघूसोबत ऐकलेल्या सरड्याच्या उपदेशाचं सार सामावलेलं होतं, ‘इंटलेक्च्युअल असणे पाप आहे, टेक्नेक्च्युअल सर्वांचा बाप आहे....’

‘पाहा तर, या घोषवाक्याला गीतासारखं गाणारे रागाचे, हास्याचे, आश्चर्याचे, हात मिळवणारे, थम्स अप दाखवणारे, इतकंच नाही तर चुंबनापर्यंतचे इमोटिकॉन मजा घेत आहेत, वाकुल्या दाखवत आहेत, जीभ दाखवत आहेत ‘पहिल्यांदाच, हो, पहिल्यांदाच...’ हे गीत माझ्या सकट सगळ्यांसाठी आहे, ‘इंटलेक्च्युअल असणे पाप आहे, टेक्नेक्च्युअल सर्वांचा बाप आहे....’ हे आठवण करून देणारं प्रामुख्यानं माझ्यासाठी..एकानंतर एक .’

खाली चालू असलेल्या टिकरवर एकानंतर एक सतत अगदी तीच घोषवाक्यं दिसत होती; जी सुकेतनं रात्री बौनैसरांच्या बरोबर जाताना होर्डिंग्जवर, अंडरपासच्या भिंतींवर वाचली होती : ‘नाश हो इतिहासाचा / ज्यानं दही केलं डोक्याचं’, ‘दस्तऐवजांना जाळून टाका, मिटवून टाका’, ‘डाउन विथ मेमरी’, ‘लाँग लीव्ह इग्नोरन्स’, ‘आठवणींना फेका आडात / नाकोहस बोले लाडात’, ‘जो आठवणीत ठेवेल तो मार खाईल’, कला तीच जी मनोरंजन करेल, साहित्य ते जे मजा आणेल’, ‘चिंतन तेच जे पटकन चेतना जागृत करेल’, ‘लेखन ते जे पटकन कळेल’, ‘बुद्धी ती जी नाकोहस देईल’.....आणि तोच सरडोपदेश ‘इंटलेक्च्युअल असणे पाप आहे, टेक्नेक्च्युअल सर्वांचा बाप आहे....’

म्हणजे....

नाकोहसचं दुःस्वप्न सत्य आहे, स्वप्न नाही, फॅन्टसी नाही.... .

सुकेतच्या गळ्याला कोरड पडली.... गुडघे पुन्हा दुखायला लागले. तो धपकन दिवाणावर बसला.... घाबरून डोळे आपोआपच बंद झाले- रेतीच्या वादळासमोर शहामृगासारखं... मांजराच्या समोर कबूतरासारखं.

बंद डोळ्यांसमोर ....

अचानक, विमानतळ.... रनवेवर शुकशुकाट.... रनवेवर असा शुकशुकाट? मी इथे कसा आलो? कुणीच मला अडवलं नाही, टोकलं नाही.... हे असं कसं काय ऋत्विक घटकच्या ‘सुवर्णरेखा’ फिल्मच्या दृश्यात बदललं गेलं; ज्यात घटक स्वतः काही क्षणांसाठी पडद्यावर येतात? बहुरूप्याला घाबरलेल्या छोट्याशा सीतेला दिलासा देत आहेत - ‘घाबरू नकोस बेटा, तो उपजीविकेसाठी हे करतोय; बहुरूपी आहे तो.’

पण हा विमानतळ तर वापरात नसलेला, ओसाड, उजाड आहे.... सुकेतच्या

मिटल्या डोळ्यांना जाणवतंय.... हा वापरात नसलेला नाही; नक्कीच ही तर माझ्या महानगराच्या एअरपोर्टची धावपट्टी आहे.... यावर असा ओसाड शुकशुकाट कसा व्यापलाय? कुठे गेली सगळी वर्दळ?

जागेपणी; पण मिटलेल्या डोळ्यांत दिसत असलेल्या या स्वप्नदृश्यात भय किंचाळ्यांचं नव्हतं; शुकशुकाटाचं होतं. भय चावून भंडावलं जाण्याचं नव्हतं; दूरदूरपर्यंत कोणीही नसल्याचं होतं.... 'मी एकटा, मीच सीता, मीच बहुरूपी.... पण दिग्दर्शक मी नाही; की दृश्यात येऊन स्वतःलाच सांगेन - मा भैः, घाबरू नकोस...'

एकाएकी शांतता भंगली- नाकोहस....नाकोहस.... नाकोहस!

गोंधळ आणि भयानं थरथरणाऱ्या सुकेतनं डोळे उघडले.... टीव्ही चालू होता... दोन मिनिटं खुमासदार, बारा मिनिटं जाहिराती चालू होत्या. हो, खोलीत येणारी उन्हाची तिरीप थोडी मोठी आणि चमकदार झाली होती.... खिडक्यांना लावलेले जाड पडदे; जो अडवत होते तो सगळा गरम उजेड अर्धवट उघड्या दरवाज्यातून आत यायला उत्सुक होता.... त्यामुळे टीव्हीवरची चित्रं फिकट होत होती... बसल्या बसल्याच सुकेतनं उन्हाच्या तिरिपीत नाचणारे प्रकाशाचे कण मुठीत पकडण्याचा प्रयत्न केला; जसा तो बालपणी करायचा.... पकडू तर तो तेव्हाही शकत नव्हता तो प्रकाश मुठीत; तरीही....

बऱ्याचदा आपल्याही नकळत आपण बालपणी केलेल्या गोष्टी करायला लागतो .... भयाच्या क्षणी, गोंधळलेल्या अवस्थेत आधार देतं बालपण..... भयाच्या साम्राज्यात आश्चर्य आणि जिज्ञासेची मशाल पेटवतं बालपण.

नाकोहस ही हकिगत असो की फँटसी, भयानक कल्पना असो की एक भयंकर वास्तव, दुःस्वप्न असो की नशेचा अंमल....

नकळत जो पोरकटपणा घडला तो जपून ठेवायचा आहे.... उन्हाच्या प्रकाशाच्या कणांना बांधून ठेवण्यासाठी जी पोरकट मूठ आवळली गेली होती; त्यात प्रकाश कण खरोखरीच भरायचे आहेत... नाकोहस खरोखरीच अस्तित्वात असो किंवा नसो.... धाडस तर खचितच गोळा करायचंय.... ऊठ सुकेत... दिवसाची सुरुवात कर... पाहता येईल; जे होईल ते....

कसंतरी उठून चालण्याच्या नावावर सरपटत सुकेत बाथरूममध्ये गेला, धाडस गोळा करून तसाच सरपटल्यासारखा किचनमध्ये पोहोचला, चहा तयार करण्यासाठी उभं राहणं म्हणजे त्याला आयुष्यभर उभं राहिल्यासारखं वाटत होतं; एकटा जीव.... स्वतःच सगळं करावं लागणार होतं, सवयसुद्धा होती; पण आजच्यासारख्या वेदना यापूर्वी कधीच नव्हत्या झाल्या; तेव्हाही नाही जेव्हा तो पिटला गेला होता.

नाकोहसला खरं प्रत्युत्तर हेच की मी तसाच चहा प्यावा जसा रोज पितो, तशीच सिगारेट शिलगवावी, तसंच सगळं करावं जसं रोज करतो... हेच आहे त्या किळसवाण्या सरड्याच्या आणि त्याच्या बौनैसरांच्या गुंडागिरीचं प्रत्युत्तर....

चहाचा कप हातात घेऊन सुकेत ड्रॉइंगरूममध्ये परत आला.... टीव्ही बंद करण्याचा प्रयत्न करण्यात अर्थच नव्हता.... भुंकू देत साल्याला... बडबड करू देत विशेषज्ञांना... पिरपिर करत राहू देत इमोटिकॉन .. गुरगुरत राहू देत बौनैसर... नाचत राहू देत त्याच्या हस्तकांना.... साले!

पायातल्या वेदना क्षणोक्षणी वाढत होत्या, 'काही हरकत नाही; होतात कधीकधी... लॉक्ड गुडघे, फ्रोजन शोल्डर्ससारखे प्रॉब्लेम्स या वयात.... याच वयात कशाला; तरुणपणीसुद्धा ....काहीतरी करू.... चहा पीत, स्वच्छंदपणे...' सुकेतनं स्वतःला समजावलं, 'ऐशीतैशी नाकोहसची, सरड्याची, गट्टूरामची, निर्विकारची... सर्वांत आधी नाकोहस- दुःस्वप्नातल्या; नाही, जीवन-दुःस्वप्नातल्या आपल्या सोबत्यां......'

शम्स आणि रघूविषयी विचार करता करता सुकेतला आठवली करुणा. त्या तिघांची विचारपूस तर करू.... तो नीच सरडा काहीबाही बोलत होता करुणाच्या संदर्भात.... हो नं?...'

सुकेतच्या डोळ्यांना अचानक धार लागली. त्याला स्वतःचंच आश्चर्य वाटत होतं, 'काय झालंय मला; बालपणात इतकं परतणंसुद्धा योग्य नाही बॉस...'

मनातून दुसरा आवाज आला, 'का योग्य नाही.... उन्हाची तिरीप पकडणं योग्य... आपल्या पापांची, अपराधांची तिरीप आपल्याच डोळ्यांनी पाहणं योग्य नाही? शम्स आणि रघूची चिंता ठीक आहे; करुणाला ज्या यातना दिल्या त्यासाठी पश्चात्ताप करणं योग्य नाही? तिला जर मी फोन केला तर ती उचलणारसुद्धा नाही.... त्या तिरस्कारासाठी जबाबदार मी स्वतः आहे. या वस्तुस्थितीवर अश्रू ढाळणं योग्य नाही?'

सगळं योग्यच आहे रे.... पण तूर्तास स्वतःला सावर; मग रडत, आक्रोशत राहा.... आधी शम्स आणि रघूचे हालहवाल... .

रडत, स्वतःचं रडणं आवरत, गुडघ्याच्या वेदनांनी बेजार असलेल्या सुकेतनं स्वतःशीच बोलत चहाचा कप टेबलवर ठेवला.... बाल्कनीच्या खिडक्यांच्या दिशेनं गेला, पडदे बाजूला सारले.... जितकं ऊन आत येईल तितकं कमीच आहे.... आणखी उजेड हवा आहे खोलीत.... उजेडाबरोबर कॉलनीतले सकाळचे आवाजसुद्धा आले .... त्यांच्याबरोबर दुरून मेनरोडच्या ट्रॅफिकचा अजून मंद असलेला आवाजसुद्धा; जो हळूहळू मोठा होत जाईल... कॉलनीतून येणाऱ्या आवाजांना छेदत जाईल.... सुकेत खूप चिडायचा; इतक्या वेगवान आणि जोरदार पकड घेणाऱ्या ट्रॅफिकच्या भांडखोर आवाजांवर... आज तेच आवाज त्याला बरे

वाटले... खिडकीजवळ उभं राहून त्यानंतर दीर्घ श्वास घेतला... हसला, 'आवाज नाकातून नाही; कानातून आपल्याकडे येतात, प्रिय सुकेत....'

'कसे का येईनात; यायला हवेत... रोजच्या जीवनातले हे आवाज कशाही प्रकारे माझ्यापर्यंत यावेत.'

स्वतःलाच उत्तरं देत सुकेत टेबलकडे परत आला, चहाचा कप तिथेच सोडून मोबाइल उचलून पुन्हा बाल्कनीकडे गेला... रघू आणि शम्सना फोन बाहेरून येणारे जिवंत आवाज ऐकत-ऐकतच करायचाय.... आई...गं..., ओह... वेदना क्षणोक्षणी वाढत आहेत.... डॉक्टरांचं बोलणं ऐकून घ्यावं लागणार- लगेच का आला नाहीत, गुडघ्यांना इतकी मुव्हमेंट का दिली? आई...गं...ओह... करत, कण्हत-कुथत शेवटी सुकेत बाल्कनीत पोहोचला.

'... तसं पाहायला गेलं तर सगळं सुरळीत आहे यार- तशीच ऑफिस-व्यवसायासाठी निघालेल्या लोकांची धावपळ.... शाळा-कॉलेजात निघालेल्या मुलांची, तरुणांची वर्दळ, नोकराचाकरांचे आवाज, भाजीवाल्यांचे, रद्दीवाल्यांचे आवाज- जग तर नेहमीच्या मार्गावर आहे.... रुटीन चालू आहे... बाकी काही नाही; डोक्याबरोबरच फक्त आपल्या गुडघ्यात थोडा त्रास जाणवतोय म्हणून आता आपण जातोय ना त्यांना घेऊन डॉक्टरांकडे.... सायकोॲनालिस्टला भेटणंसुद्धा अगदी नक्की.... पण सगळ्यात पहिले रघू आणि शम्स...'

मोबाइलवर नंबर पंच करतच होता की स्क्रीनवर सरडा. सुकेतचं शरीर भूकंपात एखाद्या पडत आलेल्या इमारतीसारखं शहारलं... डोळ्यांसमोर कॉलनीतल्या रुटीन सकाळच्या जागी नाकोहसची ती विचित्र रात्र आली; कानांत रोजच्या आवाजांच्या जागी नाकोहसचं ज्ञान पाजणाऱ्या सरड्याचा, बेदम मार खात असल्यामुळे किंचाळणाऱ्या शम्सचा आवाज घुमायला लागला.....

म्हणजे....म्हणजे... शेवटी... नाकोहस...!

कापणाऱ्या हातातून मोबाइल निसटत असतानाच प्रेमानं ओथंबलेली तीच सक्ती, तोच आवाज , ''मोबाइल सांभाळा, पडला तर उचलणं अवघड होईल; गुडघे सिरीयसली डॅमेज होतील... च...च...च... इट इज रियली पेनफुल, सुकेत, आय नो...'' म्हणत म्हणत सरड्यानं डोळा मारला.

'नीच, घाणेरड्या..... रियली पेनफुल.... कुणामुळे?'

''प्लीज सुकेत सर, सकाळी सकाळी असे शिव्याशाप नकोत; नाहीतर फुकाफुकी...'' सरड्यानं लांबट चेहरा मातकट रंगातून जरासा लाल करत नाराजी व्यक्त केली.

'अरे देवा.... तोच मनकवडेपणा... तसंच क्षणाक्षणाला रंग बदलणं... तेच डोळे मारणं...'

सुकेतचं डोकं सुन्न झालं होतं... फक्त डोळे पाहत होते मोबाइलवर. सरड्याच्या आजूबाजूला सुकेतकडे पाहून मित्रत्वाच्या नात्यानं हाय-हॅलोच्या ढंगात हात हलवणारे गट्टूराम आणि निर्विकार.

"तुम्ही दोघं फुटा बघू इथून...." सरड्यानं गट्टूराम आणि निर्विकारला आदेश दिला. आता मोबाइलच्या संपूर्ण स्क्रीनवर फक्त तोच होता.

'पुन्हा डोळा मारणार...'

आणि झालं ही तसंच, ते दोघं निघून गेल्यावर सरड्यानं सुकेतकडे पाहून डोळा मारला, "गेले दोघं, आता खूश? तसं सुकेत आम्हाला शिव्या का देता यार? आम्ही तर फक्त कर्तव्यपालन करत होतो; इन फॅक्ट, डोंट यू थिंक यू ऑट टू बी बिट ग्रेटफुल की तुमच्या मित्रांची ख्यालीखुशाली सांगायला मी स्वतः आलोय; इन फॅक्ट, आय'म गोइंग आउट ऑफ वे... ठीक आहे; तुमची इच्छा नसेल तर..."

"नाही, नाही... सॉरी ... ते रघू, शम्स..."

मी सॉरी म्हणालो या सरड्याला?

"हो, तर त्यात शरम वाटण्यासारखं काय आहे? इट्स नॅचरल... मित्रांची चिंता वाटते नं; स्वाभाविक आहे. नाकोहस जाणतो तुमच्या भावना... सगळ्यांच्या भावना... तुम्ही लोकंच... असो...."

लांबट चेहऱ्याचा रंग लालकडून आनंदी नारिंगीकडे जाणारा, जीभ इतक्या लांबवर लपलपली की सुकेतनं त्याच्याही नकळत मोबाइल चेहऱ्यापासून दूर केला. बाल्कनीत ऊन बरंच आलं होतं, सरड्याचा चेहरा अस्पष्ट दिसत होता; पण आवाज अगदी स्पष्ट. रोजच्या जीवनातला जो आवाज ऐकायला सुकेत बाल्कनीत आला होता; तो आवाज सरड्याच्या पिचपिच्या आवाजापुढे फिका वाटत होता.

"तर ब्रेकिंग न्यूज ही आहे सुकेत सर, की शम्स मिया पायऱ्यांवरून जरासे घसरून पडले आहेत... आता इतकीसुद्धा प्यायला नको.... पण ठीक आहे, जास्त काळजी करायची गरज नाही, शरीराची तोडफोड नक्कीच झालीय; पण अनमॅनेजेबल नाहीये; बरे होतील, तरीही धडा शिकल्याचं सर्टिफिकेट मात्र आयुष्यभर सोबत राहीलच! मिस्टर रघू रुबेनच्या डायनोसॉरच्या बाबतीत तुम्ही त्यांना वॉर्न करतच होता..... काल दाखवलीच त्यानं स्वतःची लायकी. रस्त्यावर रुबेन साहेबांना घेऊन रोड डिव्हायडरला धडकला..... नथिंग मच टू वरी; फक्त एखादा-दुसरी बरगडी क्रॅक झालीय... विल बी ओके सून..... करुणाविषयी तर तुम्हाला कालच्या सेशनमध्येच सांगितलं गेलं होतं..... स्वतःची अवस्था तर तुम्ही पाहत आहातच..... एनी थिंग एल्स.... मि. सुकेत?"

पायच नाही, सुकेतचं संपूर्ण शरीर आखडलं. कुणास ठाऊक रोमारोमातून

घाम येतोय की न दिसणाऱ्या घावांवर मुंग्या चालत आहेत... पायात वेदना जखडल्याच्या आहेत की सुसरींच्या चावण्याच्या..... सरड्याचा थंड आवाज.... पाठीच्या कण्यावर कोणीतरी बर्फाची लादी चिकटवून ठेवलीय.... संपूर्ण शरीर सुन्न....

वेल...सरडा या वेळी जीभ न लपलपवता, डोळा न मारता, रंग न बदलता बोलत होता, "अपेक्षा तर आहे की तुम्ही तिघंही आता सुधराल.... नाहीतर... तुम्हालाच माहीत... तसं; यू मस्ट अप्रिशिएट द फॅक्ट की तुमच्याशी नाकोहस कमालीचा नरमाईनं वागला.... फक्त, थोड्या सह्या; सह्या कसल्या; इनिशियल्सच केल्या गेल्या आहेत तुमच्या बॉडीवर.... डू यू रियलाइज सर.... की जितका वेळ तुम्ही नाकोहसच्या फ्रेंडली इंटरॲक्शनमध्ये घालवला, जितका तुम्हाला तिकडे घेऊन जाण्यासाठी, परत पोहोचवण्यासाठी लागला; म्हणजे एकूण तुम्ही तिघं जितका वेळ या नाकोहस प्रकरणात राहिलात; अगदी तेवढ्याच वेळात भारतात एक प्रसिद्ध अनुभवी इन्टेलेक्च्युअल यमसदनी गेले आणि एक अरब अल्ला मियाला भेटण्यासाठी पाठवले गेले. आणि हे तर..... ॲज यू नो, मी फक्त प्रसिद्ध, आदरणीय लोकांविषयी बोलतोय... तसे तर कुणास ठाऊक किती....शेकड्याने...."

सरडा सवयीमुळे लाचार होता. इशारा देताना यापेक्षा गंभीर सूर काढू शकला नाही. थोडा शहारला, लगेच रंग बदलला, जीभ इतकी जोरजोरात लपलपवली की जणू सुकेतचा चेहरा चाटूनच राहणार, डोळा मारला, "सो, माय डियर सर, यू आर लकी, यू स्टिल हॅव टाइम... वेळीच सुधरा; तुमच्या मित्रांना सुधारा.... तुम्हीसुद्धा चांगल्या होमोइंफोमेटिक्ससारखं जीवन जगावं, इन्टेलेक्च्युअल सोडून टेक्नेक्च्युअल होण्याचा प्रयत्न करावा.... बौनैसरांचं ऐकावं, नाकोहसला हृदयात स्थान द्यावं... सदा सुखी राहावं.... तुम्हाला शंभर वर्षांचं आयुष्य लाभावं, तुमची सदा भरभराट व्हावी, मुला-नातवंडांनी घर भरलं राहावं... ऑल द बेस्ट... आता निघतो..... गुड डे ॲन्ड गुड बाय..."

तीच हळूहळू, हसत हसत, डोळे मारत गायब होण्याची ढब.

सुकेत बावरलेला.... भयभीत.... काहीशी तशीच तक्रार; जशी काल रात्री गट्टूरामच्या नजरेच्या जाळ्यात अडकल्यानंतर होती. कळलंच नाही मोबाइल हातातून कधी सटकून फरशीवर पडला.... धप्प आवाजानं त्याची भयतंद्री भंगली आणि.....

आतून लाव्हा उसळला.

सगळं भय, सगळा गोंधळ, अवाक स्थिती, अगतिकतेची संपूर्ण जाणीव, सगळ्या वेदना.... सारं काही बदललं पराकोटीच्या रागात, उफाळणाऱ्या तिरस्कारात, "नीच... घाणेरड्या.... तुझी ऐशीतैशी... नाकोहस कुठला..."

खूप जोरात ओरडला सुकेत... पण मध्यम वर्गातल्या..... सुखवस्तू लोकांच्या त्या कॉलनीच्या कोणत्याही रहिवाश्याचं लक्ष त्याच्या असहाय संतापाकडे किंचितही गेलं नाही, 'या सगळ्यांचे कान बहुधा तो नाकोहसचा बच्चा सरडा ओरबाडून स्वतःबरोबर घेऊन गेलाय...' अगतिक रागानं थरथरणाऱ्या सुकेतचं शरीर गुडघ्यात होणाऱ्या वेदना विसरलं.... जसं मृत्यूच्या भयानं कित्येकदा अर्धांगवायू झालेला रुग्णसुद्धा उठून धावायला लागतो; तसंच काहीसं वेदनांनी लाचार, तिरस्कारानं खदखदणाऱ्या सुकेतचं पाऊल उचललं गेलं.... पायाच्या तडाख्यानं मोबाइल ठोकरला गेला.... मोबाइल बाल्कनीतून पायऱ्यांवर आणि तिथून खाली रस्त्यावर.... त्याला वेगानं पडताना पाहून, रस्त्यावर मोबाइलचे तुकडे होताना पाहून सुकेतला तसंच समाधान मिळत होतं, जसं कुणाचाही बदला घेण्याची ताकद नसलेला, अगतिक माणूस अत्याचारी माणसाला शिव्याशाप देऊन मिळवतो... या समाधानातल्या फोलपणाची दारुण जाणीव पुढच्याच क्षणी सुकेतच्या चेहऱ्यावरच्या हावभावातून आणि कत्तल केली जात असलेल्या जनावरासारख्या मुखातून निघणाऱ्या आक्रोशातून प्रकट झाली.

असहायतेच्या संतापामुळे फक्त क्षणभरासाठी वेदनांवर विजय मिळवला होता... आता मैदान पुन्हा वेदनांच्या हाती होतं..... आत्यंतिक वेदनांवर आता आतंक, अपमान आणि लाचारीची मीठमिरची भुरभुरवली गेली होती.... सुकेत अंतर्बाह्य तडफडत होता.

'माझ्या स्वत्वात अंतर्बाह्य माणसाच्या आक्रोशाऐवजी हत्तीचा केविलवाणा चीत्कार का घुमतोय....'

... थरथर कापणाऱ्या सुकेतनं खाली वाकून पाहिलं.... बाल्कनीतून दिसणाऱ्या रस्त्याकडे.... सारं काही सुरळीत चालू होतं- ऑफिस, व्यवसाय, शाळा, कॉलेजासाठी निघालेल्या लोकांच्या हालचाली... नोकराचाकरांची गडबड... हातगाडीवाल्यांचे आवाज... सारं जग नेहमीसारखंच होतं... मेन रोडवरून येणाऱ्या ट्रॅफिकची क्षणोक्षणी वाढणारी सुसाट वर्दळ, त्यांचा गोंधळ सारं काही जसंच्या तसं.... नेहमीप्रमाणे... रुटिन.

फक्त, तिथे कॉलनीच्या रस्त्याच्या मधोमध... सुसरी शांतपणे हत्तीचे पाय चावत आहेत.... हत्ती फक्त अक्रोश करू शकतोय; जागेवरून हलू शकत नाहीये .. लोकं स्वतःच्या कामाशी काम ठेवून हत्ती आणि सुसरींच्या जवळून ये-जा करत आहेत... वाहनांमधून, पायी चालत.... ना कुणी हत्तीचा व्याकूळ चीत्कार ऐकत; ना त्याच्या तडफडीकडे लक्ष देत.... सगळ्यांचे कानच नाही; डोळेसुद्धा नाकोहसचा सरडा काढून घेऊन गेला आहे.

तुटत आलेल्या गुडघ्यांवर कसंबसं शरीर सावरत सुकेत उभा आहे- महानगरातल्या

फ्लॅटच्या बाल्कनीत नाही, नाही.... कोणत्याशा पर्वताच्या कड्याचं टोकं आहे... सुकेत पडला तर कुणास ठाऊक कुठे जाऊन पडेल.... हाडंसुद्धा मिळतील की नाही!

हत्तीचा चीत्कार करुण रुदनात बदलतोय, हळूहळू मंद होतोय... जमिनीवर पडलेल्या शरीरात जी थोडीफार हालचाल होती, ती कमी, आणखी कमी होत चाललीय.... डोळे आकाशात वैकुंठाकडे पाहता पाहता आता आपल्या जागेवरच मिटत आहेत.

❖❖